வாழ்விலே ஒரு முறை

வாழ்விலே ஒரு முறை

அசோகமித்திரன் (1931–2017)

இயற்பெயர் ஜ. தியாகராஜன். செகந்தராபாத்தில் பிறந்தார். மெஹ்பூப் கல்லூரியிலும் நிஜாம் கல்லூரியிலும் ஆங்கிலம், இயற்பியல், வேதியியல் படித்தார். தந்தையின் மறைவுக்குப் பின் இருபத்தொன்றாம் வயதில் குடும்பத்துடன் சென்னைக்குக் குடியேறினார். *கணையாழி* மாத இதழின் ஆசிரியராக பல ஆண்டுகள் பணியாற்றினார்.

1951 முதல் தமிழிலும் ஆங்கிலத்திலும் எழுதினார். சிறுகதை, குறுநாவல், நாவல், கட்டுரை, விமர்சனம், சுய அனுபவப் பதிவு போன்ற பிரிவுகளில் 60 நூல்களுக்கு மேல் எழுதியிருக்கிறார். பல இந்திய மொழிகளிலும் சில ஐரோப்பிய மொழிகளிலும் இவரது நூல்கள் மொழிபெயர்க்கப்பட்டுள்ளன. 1973இல் அமெரிக்காவின் அயோவா பல்கலைக்கழகத்தின் எழுத்தாளர்களுக்கான சிறப்புப் பயிலரங்கில் கலந்துகொண்டவர்.

1996ஆம் ஆண்டு சாகித்திய அக்காதெமி விருது பெற்றார்.

அசோகமித்திரன் தனது 85வது வயதில், 23.03.2017 அன்று சென்னை வேளச்சேரியில் காலமானார்.

மனைவி: ராஜேஸ்வரி. மகன்கள்: தி. ரவிசங்கர்,

தி. முத்துக்குமார், தி. ராமகிருஷ்ணன்.

அசோகமித்திரனின் பிற நூல்கள்
[காலச்சுவடு வெளியீடு]

நாவல்
- 18வது அட்சக்கோடு (கிளாசிக் வரிசை)
- ஒற்றன்!
- யுத்தங்களுக்கிடையில் . . .
- ஆகாயத் தாமரை
- தண்ணீர் (கிளாசிக் வரிசை)
- கரைந்த நிழல்கள் (கிளாசிக் வரிசை)
- இந்தியா 1944 – 48
- மானசரோவர் (கிளாசிக் வரிசை)
- இன்று

சிறுகதை
- ஐந்நூறு கோப்பைத் தட்டுகள் (கிளாசிக் வரிசை)
- அழிவற்றது
- 1945இல் இப்படியெல்லாம் இருந்தது . . .
- இரண்டு விரல் தட்டச்சு
- அசோகமித்திரன் சிறுகதைகள் (முழுத் தொகுப்பு)
- அமானுஷ்ய நினைவுகள்

குறுநாவல்
- அசோகமித்திரன் குறுநாவல்கள் (முழுத் தொகுப்பு)
- மணல் (கிளாசிக் வரிசை)

கட்டுரை
- எரியாத நினைவுகள் (கிளாசிக் வரிசை)
- படைப்புக்கலை
- சில ஆசிரியர்கள் சில நூல்கள்
- ஆடிய ஆட்டமென்ன
- ஒரு பார்வையில் சென்னை நகரம்
- திரைக்குப் பின்

அசோகமித்திரன்

வாழ்விலே ஒரு முறை

காலச்சுவடு பதிப்பகம்

● அன்பார்ந்த வாசகருக்கு,

வணக்கம்.

காலச்சுவடு நூலை வாங்கியமைக்கு நன்றி.

நூலின் உள்ளடக்கம், உருவாக்கம், அட்டைப்படம் இன்ன பிற அம்சங்கள் பற்றிய உங்கள் கருத்துகளையும் ஆலோசனைகளையும் காலச்சுவடு வரவேற்கிறது. தகவல், எழுத்து, வாக்கியப் பிழைகள் தென்பட்டால் அவசியம் தெரிவித்து உதவுங்கள். நூல் தயாரிப்பில் கடும் குறைபாடு இருப்பின் மாற்றுப் பிரதி உங்களுக்குக் கிடைக்கக் காலச்சுவடு ஏற்பாடு செய்யும்.

மின்னஞ்சல்: **publisher@kalachuvadu.com**

காலச்சுவடு நாகர்கோவில் அலுவலகத்திற்குக் கடிதம் அனுப்பலாம்.

தங்கள்
எஸ்.ஆர். சுந்தரம் (கண்ணன்)
பதிப்பாளர் — நிர்வாக இயக்குநர்

வாழ்விலே ஒரு முறை ♦ சிறுகதைகள் ♦ ஆசிரியர்: அசோகமித்திரன் ©ராஜேஸ்வரி, தி. ரவிசங்கர், தி. முத்துக்குமார், தி. ராமகிருஷ்ணன் ♦ முதல் பதிப்பு: மே 1971 ♦ காலச்சுவடு முதல் பதிப்பு: டிசம்பர் 2013, பதின்மூன்றாம் பதிப்பு: ஏப்ரல் 2025 ♦ வெளியீடு: காலச்சுவடு பப்ளிகேஷன்ஸ் (பி) லிட்., 669, கே.பி. சாலை, நாகர்கோவில் 629001

vaazvilee oru muRai ♦ Short Stories ♦ Author: Ashokamitran ♦ © Rajeswari, T. Ravishankar, T. Muthukumar and T. Ramakrishnan ♦ Language: Tamil ♦ First Edition: May 1971 ♦ Kalachuvadu First Edition: December 2013, Thirteenth Edition: April 2025 ♦ Size: Demy 1 x 8 ♦ Paper: 18.6 kg maplitho ♦ Pages: 264

Published by Kalachuvadu Publications Pvt. Ltd., 669, K.P. Road, Nagercoil 629001, India ♦ Phone: 91-4652-278525 ♦ e-mail: publications @kalachuvadu.com ♦ Printed at Clicto Print, Jaleel Towers, 42 KB Dasan Road, Teynampet Chennai 600018

ISBN: 978-93-81969-96-0

04/2025/S.No. 533, kcp 5716, 18.6 (13) uss

பொருளடக்கம்

முன்னுரை	9
ரிக்ஷா	11
ஐந்நூறு கோப்பை தட்டுகள்	14
இனி வேண்டியதில்லை	25
வாழ்விலே ஒரு முறை	45
இன்னொருவன்	57
பார்வை	64
மஞ்சள் கயிறு	72
கோலம்	81
எல்லை	94
இந்திராவுக்கு வீணை கற்றுக்கொள்ள வேண்டும்	103
ஒரு ஞாயிற்றுக் கிழமை	114
வெறி	126
விபத்து	139
பிரயாணம்	150
அம்மாவுக்காக ஒரு நாள்	163
திருப்பம்	174
கல்யாணம் முடிந்தவுடன்	187
நம்பிக்கை	197

குதூகலம்	210
போட்டோ	216
வேலி	225
இந்த ஒரு ஞாயிற்றுக்கிழமை மட்டும்	231
டயரி	236
இரு நண்பர்கள்	240
மறுபடியும்	248
மூன்று ஜதை இருப்புப்பாதைகள்	252

முன்னுரை

என் முதல் சிறுகதைத் தொகுப்பான 'வாழ்விலே ஒரு முறை' வெளிவரும்போது என் வயது நாற்பது. அப்போது இன்னொரு தொகுப்புக்குச் சிறுகதைகளும் குறுநாவல்களும் இருந்தன. அன்று சிறுகதைத் தொகுப்புகளை வெளியிடப் பதிப்பாளர்கள் தயங்கினார்கள். நாவல்களே விற்கும் என்பது அவர்கள் நம்பிக்கை. என்வரையில் ஒரு சிறுகதைத் தொகுப்பில் வெளிப்படும் பரிமாணங்கள் அதே எழுத்தாளனின் நாவலில் வருவதில்லை.

'வாழ்விலே ஒரு முறை' முதல் பதிப்பில் ஐந்நூறு பிரதிகளே வெளியிடப்பட்டன. அதுதான் முடிந்தது. பின்னர் நண்பர் ராமலிங்கத்தின் நர்மதா பதிப்பகம் ஒரு பதிப்பு கொணர்ந்தது. இந்நூல் தொடர்ந்து நாற்பது ஆண்டுகளுக்கும் மேலாக வாசகர்கள் நினைவில் இருந்துவருவதற்கு ராமலிங்கம், கலைஞன் பதிப்பகம், நந்தன், கவிதா பதிப்பகம் சொக்கலிங்கம் ஆகியோருக்கு நான் நன்றி தெரிவிக்கக் கடமைப்பட்டிருக்கிறேன்.

இப்போது ஒரு சிறப்பு வெளியீடாகக் 'காலச்சுவடு' பதிப்பகம் வெளிக்கொணர்வதில் நான் மிக்க மகிழ்ச்சியடைகிறேன்.

சென்னை
8.9.2013

அசோகமித்திரன்

ரிக்ஷா

"அப்பா, அப்பா! ரிஷ்கா! ரிஷ்கா!" என்று ரவி உள்ளே என்னிடம் ஓடி வந்தான். ரவிக்கு மூன்று வயது. வாசலில் ரிக்ஷா ஒன்று போய்க் கொண்டிருந்தது. வீட்டில் வேறு யாரும் இல்லை.

"ரிஷ்கா இல்லை. ரிக்ஷா."

ரவி அருகே வந்தான்.

"எங்கே சொல்லு – ரிக்ஷா."

"ரிஷ்கா."

"ரிஷ்கா இல்லை, ரிக்ஷா, ரிக்ஷா."

"ரிஷ்கா."

"ரிக் – ஷா"

"ரிஷ்கா."

"ரிக்ஷா."

"ரிஷ்கா."

"அப்படி இல்லை. இதோ பார், ரிக்,"

"ரிக்."

"ஷா."

"ஷா."

"ரிக்ஷா."

"ரிஷ்கா."

“ஊஹூம், மறுபடியும் சொல்லு, ரிக்.”

“ரிக்.”

“ரிக்.”

“ரிக்.”

“ஷா.”

“ஷா.”

“ஷா.”

“ஷா.”

“ரிக்ஷா.”

“ரிஷ்கா.”

சிறிது நேரம் மௌனம் நிலவியது.

“பார் ரவி, என்னைப் பார்த்துச் சொல்லு. ரீ.”

“ரீ.”

“இக்.”

“இக்.”

“ஷா.”

“ஷா.”

“ரிக்ஷா.”

“ரிஷ்கா.”

“ரிக்ஷா.”

“ரிஷ்கா.”

உலகம் க்ஷணகாலம் அசைவற்று இருந்தது.

“ரவி.”

“அப்பா.”

“சரியாச் சொல்லு. ரிக் ரிக் ரிக்.”

“ரிக் ரிக் ரிக்.”

“ரிக் ரிக் ரிக்.”

“ரிக் ரிக் ரிக்.”

"ஷா ஷா ஷா."

"ஷா ஷா ஷா."

"ஷா ஷா ஷா."

"ஷா ஷா ஷா."

"ரிக்ஷா, ரிக்ஷா."

"ரிஷ்கா, ரிஷ்கா."

"ரிக்ஷா, ரிக்ஷா."

"ரிஷ்கா, ரிஷ்கா."

காய்கறி வாங்கப்போன மனைவி திரும்பி வந்து விட்டாள். வந்த பிறகுதான் அவள் குடையை மறந்துவிட்டு வந்தது தெரிந்தது.

"ஐயோ அவ்வளவு தூரம் மறுபடியும் போக வேண்டுமே!" என்றாள்.

"ரிக்ஷாவில் போய்விட்டு வந்துவிடேன்," என்றேன்.

மனைவி என்னை ஏதோ மாதிரி பார்த்தாள்.

"என்ன?" என்றேன்.

"இப்போது நீங்கள் என்ன சொன்னீர்கள்?"

"ரிக்ஷாவில் போய் விட்டுவா என்றேன்."

"ஏதோ ரிஷ்கா என்கிற மாதிரி காதில் விழுந்தது" என்றாள்.

நான் ரவியைப் பார்த்தேன். ரவி விளையாடிக் கொண்டிருந்தான்.

(1965)

ஐந்நூறு கோப்பை தட்டுகள்

ஸையது அப்துல் காதர் ‘ஸையது அப்துல் காதர் அண்ட் கம்பெனி’ பெரிய கடையைத் தாண்டி, பக்கத்தில் இருந்த ஒரு சந்தில் புகுந்தார். அவருக்கும் அந்தக் கடைக்கும் யாதொரு சம்பந்தமும் கிடையாது. ஸையதைப் போல அந்த ஸையது அப்துல் காதரும் சிகந்தராபாத்தில் நல்லகுட்டா என்னும் இடத்தில் தான் வசித்து வந்தார். ஸையதைப் போல அவரும் ஒரு கண்ட்ராக்டர். ஸையது ஒரு கண்ட்ராக்டைக் கண்டு மூன்று ஆண்டுகள் ஆகின்றன. அந்த ஸையது அப்துல் காதர் தம்முடைய கம்பெனியில் மாதத்துக்கு ஒரு விஸ்தரிப்புச் செய்து வந்து அமோகமாக வாழ்கிறார். எல்லாவற்றுக்கும் இது தான் காரணமாக இருக்க வேண்டும். அந்த ஸையது அப்துல் காதர் வியாபாரத்தைத் தவிர வேறு எந்தத் துறையிலும் தலையிட்டுக் கொள்வதில்லை. ராமன் ஆண்டாலும் ரஹீம் ஆண்டாலும் அவருக்குப் பாதகம் இல்லை. ஆனால் ஸையது அப்படி இல்லை.

சந்துக் கோடியிலிருந்த மசூதிக்குச் சென்று அங்கே தாம் வழக்கமாக உட்காரும் மூலையில் ஸையது உட்கார்ந்துகொண்டார். அது மிகச் சிறிய மசூதி. அந்தச் சமயத்தில் ஒரே ஒரு கிழவர் மட்டும் ஒரு புறாக் கூட்டத்துக்குச் சிறிது கோதுமை ரவையைத் தரையில் இறைத்துக் கொண்டிருந்தார். சிறிது நேரம் அமைதியாக இருக்கலாம் என்று வந்து உட்கார்ந்த ஸையதுக்கு விடாமல் குட் – குட் – குட் – குட் என்று

கத்திக்கொண்டிருந்த புறாக்கள் அனைத்தையும் ஒரேயடியாக நசுக்கிவிடலாமா என்று தோன்றிற்று.

ரவை எல்லாம் செலவான பிறகு அந்தக் கிழவர் ஸையதிடம் வந்தார். ஸையதின் அருகிலேயே சிறிது நேரம் பேசாமல் நின்றுகொண்டிருந்தார். இருவர் மனத்திலும் ஒரே பயந்தான் இருந்தது, எங்கே மற்றவன் 'ஏதாவது சில்லறை இருந்தால் கொடு' என்று கேட்டுவிடப் போகிறானோ என்று.

"நேற்றுக்கூட நாம்பள்ளிக்குப் போயிருந்தேன்" என்றார் கிழவர். அப்படிச் சொல்லிக்கொண்டே இடுப்பைப் பிடித்துக் கொண்டார். அந்த இடத்திலிருந்து நாம்பள்ளி குறைந்தது மூன்று மைல்களாவது இருக்கும்.

புறாக் கூட்டத்திலிருந்து ஒரு வெண்புறா தனிப்பட்டு வந்து கிழவரையும் ஸையதையும் தனது முட்டாள் தனமான பார்வையுடன் பார்த்துக்கொண்டு நின்றது. அது சிறிதாக இருந்தபோதே அதன் சிறகுகளைக் கத்தரித்துப் பறக்க முடியாத படி செய்துவிட்டார்கள். அது முட்டையிட்டுப் பொரித்த குஞ்சுகள் எல்லாம் தாயுடன் இருந்து அந்த மசூதியை நம்பி வாழப் பழகிவிட்டன. அந்தக் கூட்டத்தில் இருந்த பாதிப் புறாக்கள் அந்த முட்டாள் புறாவினுடைய குழந்தைகள்.

"நான் சொன்னது நிஜந்தான்."

ஸையது அதைக் கேட்டுக்கொண்டு தலையசைத்தார். கிழவர் நிஜம் என்று உறுதிப்படுத்திய விஷயம் ஸையதின் மூத்த மகன் இப்ராஹிமின் மனைவி ஹைதராபாத்தில் சைக்கிள் ரிக்ஷா இழுத்துக் காலம் தள்ளுகிறாள் என்பது.

ஸையது தம் இரு கைகளாலும் கழுத்தைப் பிடித்து விட்டுக்கொண்டார். கழுத்து ஏகமாக வலித்தது.

கிழவர் கடைசியில் தான் சொல்ல வேண்டியதைச் சொல்லிவிட்டார். "ஒரு பதினைந்து ரூபாய் இருந்தால் எப்படியோ பம்பாய்க்குப் போய்விடுவேன். அங்கிருந்து போவதற்கு ஏதாவது பார்த்துக்கொள்ளலாம்" என்றார்.

"பதினைந்து ரூபாய் என்னிடம் இருந்தால் இந்த நிமிஷமே நான் ஓடிப் போய்விடுவேன்" என்றார் ஸையது. அந்த முட்டாள் புறா இன்னமும் அவரையேதான் பார்த்துக்கொண் டிருந்தது. பதினைந்து ரூபாய் இருந்தால் மனைவி மக்களோடு நான்கு நாட்களாவது சரியாகச் சாப்பிடலாம். யூஸப்பைத் தான் பள்ளிக்கூடத்திலிருந்து போகச் சொல்லிவிட்டார்கள். இரண்டு மூன்று மாதச் சம்பள பாக்கியைக் கட்ட வேண்டும்.

வாழ்விலே ஒரு முறை

அதெல்லாம் முடியாது; அவனை எங்கேயாவது சைக்கிள் கடை, பூக்கடையில்தான் சேர்க்க வேண்டும். அந்தப் பயல் நாராயணனுக்கு வேறு பணம் தர வேண்டும். இந்த முட்டாள் புறா இவ்வளவு குழந்தை குட்டிகளை வைத்துக்கொண்டு, சிறகையும் ஒடித்துக்கொண்டு ஒரு கவலையும் இல்லாமல் இருக்கிறது. அது எங்கேயும் வேறு தேசத்துக்கு ஓடிப்போக யோசிக்க வேண்டியதில்லை. பட்டினி கிடந்தாவது அதற்குத் துளி தானியத்தை மசூதியில் யாராவது இறைத்துவிடுவார்கள்.

ஸையது மறுபடியும் கழுத்தைப் பிடித்து விட்டுக் கொண்டார். வலி அதிகமாகிக்கொண்டிருந்தது.

அன்று பிற்பகல் ஸையத்திடம் நாராயணன் வந்திருந்தான். "ஞாயிற்றுக் கிழமைக்குள் வீட்டைக் காலிபண்ணாவிட்டால் போலீஸ் வந்து சாமான்களைத் தூக்கி எறிவார்களாமே? உங்களை நம்பினோமே, மோசம் செய்துவிட்டீர்களே!" என்றான்.

"என்னடா முட்டாள் மாதிரி பேசுகிறாய்? உனக்காகத் தான் நான் ஊரெல்லாம அலைந்துகொண்டிருக்கிறேனே!"

"இன்னும் எவ்வளவு நாளைக்கு இப்படி ஏமாற்றப் போகிறீர்கள்? இந்த வயதில் சின்னப் பையன்களிடம் ஏன் பொய் சொல்லிக்கொண்டு திரிகிறீர்கள்?" – நாராயணன் வாய்விட்டு அழுதுவிட்டான்.

ஸையதுக்குக் கோபம் வந்துவிட்டது. "என்னடா சொன்னாய்? என்னடா சொன்னாய்? என் உயிர் நண்பனின் மகனிடமிருந்தா நான் இப்படிப் பேச்சுக் கேட்டுக்கொள்ள வேண்டும்? ஆண்டவனே!" இந்த மாதிரி சில வார்த்தைகள் சொன்னார். திடீரென்று தம் இரு கைகளாலும் மார்பில் தொம் தொம் என்று குத்திக்கொள்ள ஆரம்பித்துவிட்டார். நாராயணன் ஒரு கணம் அரண்டுவிட்டான். உடனே, "வேண்டாம், மாமா. வேண்டாம், மாமா" என்று கூறிக்கொண்டே அவருடைய பெருத்த கைகளைப் பிடித்துக்கொண்டான். இருவரும் சிறிது நேரம் பேசாமல் நின்றுகொண்டிருந்தார்கள்.

ஸையதுடைய கடைசி மகன் யூஸப் அப்போது வீட்டினுள் நுழைந்தான். ஸையது அவனைக் கூப்பிட்டு, "ரேய் பாபா, வீடு ஏதாவது காலி இருக்கிறதா?" என்று கேட்டார். யூஸப் ஒன்றும் புரியாமல் விழித்தான். ஐந்தாவது பாரத்தில் படித்துக் கொண்டிருந்த அவனைத்தான் பள்ளிக்கூடத்திலிருந்து வீட்டுக்கு அனுப்பிவிட்டார்கள்.

ஸையது, "வீடு ஏதாவது காலி இருந்தால் என்னிடம் சொல்லு. நம் சங்கரன் போனமாசம் காலமாகிவிட்டான்

அல்லவா? அவன் சம்சாரம் குழந்தைகளெல்லாம் அந்த ரெயில்வே வீட்டைக் காலிபண்ண வேண்டுமாம். வீடு ஏதாவது காலி இருந்தால் சொல்லு" என்றார். யூஸப் இன்னமும் விழித்தான். பிறகு பதில் ஒன்றும் கூறாமல் உள்ளே போய் விட்டான்.

அவன் உள்ளே போனபிறகு ஸையது நாராயணனிடம், "இதைப் பாரடா, மகனே. நான் உனக்கு வீட்டுக்காக இந்தச் சிகந்தராபாத்தில் எல்லாரிடமும் சொல்லிவைத்திருக்கிறேன். உனக்குத்தான் தெரியுமே, அந்த இடாலியாவுடைய முனீம்ஜிக்கு ஒரு பத்து ரூபாய் அட்வான்ஸ் கூடக் கொடுத்து வைத்திருக் கிறேன். அவன் வீடுகளில் ஒன்று காலியானவுடன் நமக்கே தருகிறேன் என்று சொல்லியிருக்கிறான்" என்றார்.

நாராயணன், "அவன் வீடும் காலியாகப் போவதில்லை; நீங்களும் அவனுக்குப் பணம் ஒன்றும் கொடுக்கவில்லை. அவனுக்கு உங்களைத் தெரியவே தெரியாதாம்" என்றான்.

"எவன் சொன்னான்? எவன் சொன்னான்?" ஸையது சிறிது பதறினார்.

"அந்த முனீம்ஜியே சொன்னான். நேற்று நானே அவனைப் போய்ப் பார்த்துவிட்டேன்."

ஒரு நிமிஷம் எல்லாம் அமைதியாக இருந்தது. ஸையது, "நீயே போய்ப் பார்த்துவிட்டு வந்தாயா?" என்றார்.

நாராயணனுக்குப் பதிலளிப்பதற்கு அவசியம் இருப்பதாகத் தெரியவில்லை.

"என்னைத் தெரியவே தெரியாது என்று சொல்லி விட்டானா?"

நாராயணன் உள்ளங்கையால் முகத்தைத் துடைத்துக் கொண்டான். பிறகு, "இனிமேல் உங்கள் சகவாசமே வேண்டாம். என்னை ஏய்த்து வாங்கின பத்து ரூபாய் உங்களிடமே இருக்கட்டும்" என்றான்.

ஸையது, "இதைக் கேளடா நாராயணா" என்று ஏதோ ஆரம்பித்தார்.

"போதும், போதும். இனிமேலும் நான் மோசம் போக வேண்டாம். உங்களைப் பற்றி வெளியில் பேசிக் கொள்வது அத்தனையும் உண்மை என்று இப்போதுதான் தெரிகிறது. உங்களை நம்பாமல் இருந்திருந்தேனானால் நானாவது ஏதாவது வீடு தேடிக்கொண்டிருப்பேன். இன்னும் நான்கு நாட்களுக்குள் காலிபண்ண வேண்டும்."

"நாராயணா, டேய் நாராயனா!"

நாராயணன் திரும்பிப் பார்க்காமல் போய்விட்டான். வரும்போது சிறு பையனாக இருந்தவன் வெளியே போகும் போது ஓர் ஆளாக மாறிவிட்டது போல ஸையதுக்குத் தோன்றிற்று.

உள்ளே யூஸப்பும் அவன் அம்மாவும் ஏதோ சண்டை போட்டுக்கொண்டிருப்பது இலேசாகக் காதில் விழுந்தது. ஸையது உள்ளே போய்ப் பார்த்ததார். அவர்கள் தொடர்ந்து சண்டையிட்டுக்கொண்டிருந்தார்கள். எங்கோ மூலைக்கொரு சாமானாக இருந்ததால் வீடு மிகப் பெரிதாக இருப்பது போலிருந்தது. ஸையது சிறிது நேரம் அப்படியே நின்று கொண்டிருந்தார். பிறகு தம் மனைவியைப் பார்த்து, "நான் வெளியில் போக வேண்டும். ஏதாவது தின்ன இருந்தால் கொடேன்" என்றார்.

அவர் மனைவி, "வீட்டில் என்ன இருக்கிறது?" என்று கேட்டாள். பிறகு, "காலையில் செய்த ரொட்டி ஒன்று இருக்கிறது. அதை வேண்டுமானால் எடுத்துக் கொள்ளுங்கள்" என்றாள்.

ஸையது சமையலறைக்குள் சென்று பார்த்தார். நசுங்கிப் போயும் வெளியெல்லாம் கரியாகவும் இருந்த சில அலுமினியப் பாத்திரங்கள் ஒரு மூலையில் கிடந்தன. சுவரில் அநேக வருடப் புகைச்சல் படிந்து கிடந்தது. ஒரு பாத்திரத்துள் பாதி ரொட்டி இருந்தது. ஸையது அதை எடுத்து இரண்டு துண்டம் வாயில் போட்டுக்கொண்டார். அது சோளத்தினால் செய்யப்பட்டது. அவரால் அதைக் கடிக்கவும் முடியவில்லை, விழுங்கவும் முடியவில்லை. அங்கே வைத்திருந்த மண் பீப்பாயின் குழாயைத் திறந்து சிறிது தண்ணீர் எடுத்துக் குடித்தார். அது டில்லிப் பீப்பாய். வெகு அழகான வேலைப் பாடு அமைந்து ஒரு குழாயும் பொருத்தியிருந்தது. அந்த அறையில் இருந்த மற்றச் சாமான்களுடன் அது பொருந்தவே இல்லை. மண்பாத்திரங்கள் எவ்வளவு உயர்ந்தவையாக இருந்தாலும் உபயோகப்படுத்திவிட்டால் திரும்ப விற்றுப் பணமாக்க முடிவதில்லை.

ஸையது தம் தலையிலும் சிறிது தண்ணீரைத் தெளித்துக் கொண்டு வெளி அறைக்கு வந்தார். கழுத்து வரை வளைவு வளைவாகத் தொங்கிய தமது தலைமயிரை வாரிக்கொள்ள ஆரம்பித்தார். தலையில் ஒரு கறுப்பு மயிர்கூட இல்லை. ஏதோ நிறம் இடப்படாத டோப்பா ஒன்றைத் தலையில் மாட்டிக்கொண்ட மாதிரி இருந்தது. தலையை வாரி முடித்த வுடன் ஸையது தமது காக்கி புஷ்கோட்டைப் போட்டுக்

கொண்டார். கைத்தடியை எடுத்துக்கொண்டு வெளியே கிளம்பினார். யாரிடமாவது கதவைத் தாழிட்டுக்கொள்ளச் சொல்லலாமா என்று தயங்கினார். பிறகு தாமே கதவைச் சாத்திக்கொண்டு வெளியே புறப்பட்டார். மாலை வெயில் பளிச்சென்று அடித்தது.

பதினைந்து இருபது கஜதூரம் போன பிறகுதான் ஸையதுக்குத் தாம் அந்தத் தெருவில் இருப்பதை உணர முடிந்தது. அவர் அந்தத் தெருவை உபயோகப்படுத்த விரும்பவில்லை. அந்தத் தெருவில் ஹிந்துக்கள் நிறைய இருந்தார்கள். ஸையதின் தலைக்கு வெகு சமீபத்திலிருந்து ஒரு சிறிய ரப்பர்ப் பந்து வேகமாகப் பறந்துவந்தது. எதிர்ச்சுவரில் பட்டுத் தெருவில் குதித்துக் குதித்து உருண்டது. ஸையது திரும்பிப் பாராமல் வேகமாக நடக்க ஆரம்பித்தார். பின்னால் நான்கைந்து இளைஞர்கள் சிரிப்பது கேட்டது. ஸையதை ஓர் இடி இடித்துக் கொண்டு பந்தைத் துரத்தியவண்ணம் ஓர் இளைஞன் ஓடினான். பந்தை மடக்கிய பிறகு அதை மெதுவாக உதைத்துக் கொண்டு திரும்பி வந்தான். ஸையதுக்கு நேர் எதிரே அதைக் கொணர்ந்து நிறுத்தி ஓங்கி உதைத்தான். கால் குறி தவறிவிட்டது. "டேய் பத்மாஷ், ஒதுங்கிப் போடா. கண் தெரியவில்லை?" என்று அவன் ஸையதைக் கேட்டான்.

ஸையத் அப்போதுதான் அவனை நிமிர்ந்து பார்த்தார். அவன் உடனே அவர் புஷ்கோட்டைப் பிடித்துக்கொண்டு, "என்னடா முறைத்துப் பார்க்கிறாய்?" என்று இன்னொரு கேள்வி கேட்டான். இதற்குள் மற்ற இளைஞர்கள் ஸையதைச் சூழ்ந்துகொண்டார்கள். "ரஜாக்கர் அயோக்கியன் என்ன சொல்கிறான்?" என்று ஒருவன் கேட்டான். இன்னொருவன், "உதை, அவனை, உதை" என்று சொன்னான். ஸையது, "உம், உம்," என்று தமக்குத்தாமே சொல்லிக் கொண்டார். பின்னால் இருந்த ஒருவன் அவரை முன்னே தள்ளினான். அவர் பந்தைக் கொண்டு வந்தவன்மீது சாய்ந்தார். அவன் அவர் கன்னத்தில் ஓங்கி ஓர் அறை விட்டான். எல்லோருமாக அவர் கைத்தடியைப் பிடுங்கி எறிந்துவிட்டு அவரைச் சுவர்மீது மோதினார்கள். ஸையது கைகளைத் தலைமீது வைத்துக் கொண்டு ஒரு பந்துபோலச் சுருண்டுகொண்டு உட்கார்ந்தார். "இனிமேல் தெருவிலே ஒழுங்காக நடந்து போடா, ரஜாக்கர் கொலைகாரனே" என்று ஒருவன் சொன்னான். கூடவே ஓர் உதையும் விழுந்தது.

ஸையது மெதுவாக எழுந்து, கலைந்திருந்த தலையைக் கோதி விட்டுக்கொண்டார். நிதானமாக நடந்து சென்று கைத்தடியை எடுத்துக்கொண்டார். தெருவில் போய்க்கொண்

டிருந்தவர்கள், வீடுகளிலிருந்து வேடிக்கை பார்த்துக்கொண்டிருந்தவர்கள் யாரும் எதிலும் குறுக்கிடவில்லை. ஸையது தொடர்ந்து நடக்கலானார். அவருக்கு அந்தப் பந்தை எடுத்து கொண்டு வந்த இளைஞனை நன்றாக ஞாபகம் இருந்தது. அவன் அந்த இடத்துப் பால்காரர்களில் ஒருவன். மூன்று வருடங்களுக்கு முன் அவன் மாடுகளைக் கட்டிவைத்திருந்த ஒரு சிறிய மைதானத்தில்தான் ஸையது தாம் சேர்ந்து நடத்தி வந்த படைக்குப் பயிற்சி அளிக்க ஆரம்பித்தார். ஸையதுடைய மூத்த மகன் இப்ராஹிம் அந்த மாடுகளின் கயிறுகளை அறுத்துவிட்டு, அந்த இளைஞனின் மண்டையில் ஒரு துப்பாக்கியின் பின்புறத்தால் ஓங்கி அடித்தான். அந்த இரவே அந்தப் பால்காரனின் குடும்பமும் அத்துடன் ஏராளமான மற்றக் குடும்பங்களும் எங்கெங்கோ வெளியேறின. இப்போது இப்ராஹிம் என்ன ஆனான் என்று தெரியவில்லை. இந்தியத் துருப்புகள் ஹைதராபாத்தில் பிரவேசிக்க ஆரம்பித்தவுடன் அவற்றை எதிர்க்கப் போன முதல் ரஜாக்கர் படையில் அவன் இருந்தான். கடைசியாக ஒரு விஷயம் ஸையதின் காதுக்கு எட்டியது. இப்ராஹிமினுடைய மனைவி இரவில் ஆண் உடை தரித்துக்கொண்டு வாடகை சைக்கிள் ரிக்ஷா விட்டுப் பணம் சம்பாதிக்கிறாள்.

அஸ்தமன சூரியன் ஸையதுடைய நிழலைப் பிரம்மாண்டமானதாகச் செய்தான். நாள் கணக்கில் அரை வயிறாகச் சாப்பிட்டால்கூட எப்படித் தம் உடல் குறுகவில்லை என்பது அவருக்கு வியப்பாக இருந்தது. வயது அறுபதுக்கும் மேற்பட்டு, வசதிகளும் அற்றுப்போன காலத்தில்தான் அவருக்கு நன்றாகப் பசிக்க ஆரம்பித்திருந்தது. ஒரு காலத்தில் அவருக்கு உணவுப் பண்டங்களைக் கண்டாலே வாய் கசந்தது. அவரைச் சுற்றிலும் உயர்ந்தவகைப் பிஸ்கோத்துகள், ஜாம் வகைகள், வெண்ணெய், இறைச்சி, கோழி முட்டை எல்லாம் இறைந்து கிடந்தன. யுத்தத்தின்போது சிகந்தராபாத்தில் இருந்த துருப்புகளுக்கு உணவுப் பண்டங்களைச் சேகரித்து விநியோகிக்கும் காண்டிராக்டர்களில் ஒருவராக அவர் இருந்தார். வேலூரில் உத்தியோகத்திலிருந்து ஓய்வு பெற்றுக்கொண்டு நிம்மதியாக இருந்த அவரை நிஜாம் அரசாங்கத்தில் பெரிய பதவியில் இருந்த அவர் மைத்துனன் குரேஷிதான், “வா, வா, நீயும் ஒரு காண்டிராக்டர் ஆகிவிடு. இங்கே பணம் கொட்டிக் கிடக்கிறது” என்று இழுத்து வந்தான். அவரைத் தம் வீட்டிலேயே குடித்தனம் நடத்தச் செய்தான். பணம் ஏராளமாகக் கொட்டித் தான் கிடந்தது. பணத்தின் மீது அப்போது இருந்த அசிரத்தையைப் பார்த்து ஸையதுக்குத் தாம் ஒரு சாமியாராகக்கூட

ஆகிவிடலாம் என்று தோன்றிற்று. ஆனால் அதெல்லாம் பொய், வெறும் பொய் என்று அப்புறந்தான் தெரியவந்தது.

யுத்தம் முடிந்தது. நாட்டில் என்ன என்னவோ மாறுதல்கள் நிகழத் தொடங்கின. ஸையதுக்கு அந்த வயதில் இபின் காஸிமும் அலாவுத்தீனும் கோரியும் அவுரங்கஜீபும் கனவில் தோன்றத் தொடங்கினர். முஸ்லீம்களுக்குப் புத்துயிர் அளித்து உலகனைத்தும் ஆளவைக்க வேண்டிய பொறுப்பும் தமக்கு உள்ளது என்று ஸையதுக்கு ஓர் எண்ணம் வேரூன்றிவிட்டது. மகன், மைத்துனன் எல்லாரும் அவருடன் சேர்ந்துகொண் டார்கள். ஆனால் சீக்கிரமே, எதிர்பாராதவை எல்லாம் நடக்கத் தொடங்கின. மகனைப் பற்றித் தகவலே இல்லை. குரேஷி தன் குடும்பத்துடன் பாகிஸ்தானுக்கு ஓடிப் போய் விட்டான். ஸையதோ எந்த நிமிஷமும் மனைவிமக்களுடன் தெருவில் நிற்க வேண்டும். தெருவில் நின்றால் பால்காரர்கள் உதைப்பார்கள்.

ஸையது சட்டென்று ஒரு சுவரைப் பார்த்தவண்ணம் நின்றுகொண்டார். சைக்கிளில் வேகமாகப் போய்க்கொண் டிருந்த நாராயணன் நல்ல வேளையாக அவரைப் பார்த்து விடவில்லை. இரண்டு மூன்று வருடங்களாக அவர் யார் யாரிடமிருந்தோ தம்மை ஒளித்துக்கொள்ள வேண்டியிருந்தது. நாராயணனுடைய தகப்பன் சங்கரன் அந்தக் காலத்தில் கடலூரில் ஸையதோடு சேர்ந்து வாசித்தவன். பள்ளிக்கூடத் திற்குப் பிறகு அவர்கள் இருவருக்கும் தொடர்பு விட்டுப் போயிற்று. யுத்தம் முடிந்து சுமார் ஒரு வருடம் ஆன பிறகு தான் ராணி கஞ்ஜ் பஸ் ஸ்டாண்டில் சங்கரனை ஒரு நாள் ஸையது அடையாளம் கண்டுபிடித்தார். சங்கரனும் சிகந்தராபாத்தில் ரெயில்வேயில் வேலை பார்த்துவந்தான். குழந்தைகுட்டிகள் எல்லாம் இருந்தார்கள். இப்போது அவன் இறந்துவிட்டான். அவன் குடும்பத்தாரை ஒரு மாதத்துக்குள் ரெயில்வே வீட்டைக் காலிபண்ணும்படி காரியாலயத்தில் உத்தரவிட்டிருந்தார்கள். ஸையது அவர்களுக்கு வீடு பார்த்துத் தருவது தம் பொறுப்பு என்று சொல்லியிருந்தார். அவர்களுக்கு ஏதோ நம்பிக்கையில் அவரே கதி என்று இருந்தார்கள். அவரைத் தெருவில் நான்கு பேர்கள் பிடித்து உதைத்தால் கேள்வி கேட்பார் இல்லை. அவருக்கு வெகு நாட்களாகவே மிகச் சிறிய ஜீவனோபாயங்கூட இல்லை. அவரே தாம் இருக்கும் வீட்டை விட்டுச் சீக்கிரம் வெளியேற வேண்டும் என்பவற்றையெல்லாம் அவர்கள் தெரிந்து வைத்துக்கொள்ள வில்லை. அந்த இடாலியாவினுடைய வீடுகளையும் வியாபாரங் களையும் கவனித்துக்கொண்டிருந்த முனீம்ஜி ஒரு காலத்தில்

ஸையதுக்கு மிகுந்த ஆப்தனாக இருந்திருக்கிறான். இப்போது அவனை நெருங்க முடிவதில்லை. அவரைத் தெரியவே தெரியாது என்று வேறு கூறிவிடுகிறான்.

ஸையது அந்தச் சந்தில் திரும்பி அங்கிருந்த மசூதிக்குள் நுழைந்தார். அது அவருக்கு மிகவும் பழக்கப்பட்ட இடம். ஒரு காலத்தில் அவரிடம் தங்கிப் போயிருந்த பட்டாக்கத்தி களையும் பிச்சுவாக்களையும் அங்கேதான் புதைத்து வைத்திருந் தார். இன்னும் அவற்றை வெளியே எடுக்கவில்லை. கிழவர் ஒருவர் புறாக்களுக்கு ரவை தூவிக்கொண்டிருந்தார்.

○

அந்தத் தாய்ப் புறா இன்னமும் ஸையதையே பார்த்தபடி தான் இருந்தது. அல்லது ஸையதுக்கு அப்படித் தோன்றிற்று. ஹிந்துவாக இருந்தால் பூர்வஜன்மத் தொடர்பு என்று விளக்கம் தரலாம். இப்ராஹிமே மறுபடியும் வந்திருக்கிறான் என்றுகூடச் சொல்லிவிடலாம். இப்ராஹிம் ஏன் பெண் புறாவாகத் தோன்று கிறான்? அவன் மதத்துக்காக ஒரு தகரத் தகட்டைத் தூக்கிக் கொண்டு பெரிய பெரிய பீரங்கிகளையும் டாங்கிகளையும் அல்லவா எதிர்க்கப் போயிருந்தான்? அவர்தான் பயங்கொள்ளி. உலகம் தம் பக்கம் இருக்கும்போது இல்லாத கோஷங்களையும் அட்டகாசங்களையும் நடத்தியாகிவிட்டது. நிலைமை சிறிது மாறியவுடன் வீட்டுக்குள்ளேயே ஒளிந்துகொண்டு யார் யார் காலிலெல்லாமோ விழ ஆரம்பித்துவிட்டாயிற்று. சிறு பையன் களை மோசம் செய்ய ஆரம்பித்து விட்டாயிற்று.

ஸையத்துக்கு அந்த வெண்புறா நாராயணனை நினைவு படுத்தியது. அந்தப் பயல் நாராயணனை ஏய்க்க அவர் எண்ணவே இல்லை. உண்மையில் அந்தக் குடும்பத்துக்கு உதவ வேண்டும் என்றுதான் அவருக்கு ஆசை. எல்லாம் சரியாகப் போய்விடும் என்று எண்ணித்தான் பத்து ரூபாய் பணம் வாங்கி வைத்துக்கொண்டார். ஆனால் முனீம்ஜியைப் பார்க்கவே முடியவில்லை. வீட்டில் நிலைமை சகிக்க முடியாமல் போய்க்கொண்டிருந்தது. அந்தப் பத்து ரூபாயைத்தான் செலவழித்துக்கொள்ள வேண்டியிருந்தது. அவர் பணம் காசுக்கு அப்பாற்பட்டவர், தம் இனத்தையே புனருத்தாரணம் செய்யப் பிறந்தவர் என்றெல்லாம் நினைத்துக்கொண்டுதான் ஆயுளில் பாதிக்குமேல் ஆனபிறகு ஏதேதோ இயக்கத்தில் ஈடுபட்டார். இப்போது அவரும் சிதறிக்கொண்டிருந்தார்; அவர் வம்சமும் சிதறிக்கொண்டிருந்தது; எல்லாரும் அழிந்துகொண்டிருந்தார்கள்.

புறாவைப் பார்க்கப் பார்க்க ஸையதின் மனம் கொதித்தது. அந்தப் புறாவைப் போன்றவன்தான் நாராயணன். அவனுக்குப்

பதினேழு பதினெட்டு வயதுதான் இருக்கும். நன்றாகப் படித்துக் கொண்டிருந்தான். இன்னும் ஒரு வருடமானால் பி.ஏ. பட்டம் வாங்கிவிடுவான். மிகவும் வெள்ளை மனம்; எதன் மீதும் நம்பிக்கை கொள்ளும் உள்ளம்; அழுவதற்குத் தயங்காத சுபாவம். அம்மாதிரி இருப்பவர்களுக்குக் கஷ்டங்கள் வருவது போல இருந்தாலும் அந்தக் கஷ்டங்களை எதிர்த்துப் போராடி வெற்றியடைய அவர்களுக்குத் தைரியமும் சக்தியும் உண்டு. ஸையது மாதிரி இருப்பவர்களுக்கு இருதயம் ஒரு பாலைவனம். இன்பத்திலும் துன்பத்திலும் ஒரு வறட்சி.

ஸையதுக்குத் தம்முள் உதிக்கும் சிந்தனைகளுக்கு அர்த்தம் புரியவில்லை. ஆனால் அவரால் அவற்றை அநுபவிக்க முடிந்தது. அவருடைய சக்தியற்ற தன்மையும் மனத்தின் வறட்சியையும் நன்றாக உணர முடிந்தது.

ஸையதுக்கு அந்தப் புறா தம்மைப் பார்த்து ஏளனம் புரிவதுபோல இருந்தது. அதனுடைய அமைதியைக் கண்டு சிறிதும் அமைதியற்று இருந்த அவருக்குக் கடும் பொறாமை உண்டாயிற்று. திசை நிலையற்றுத் திரிந்துகொண்டிருந்த அவருக்குப் பயம், சலனம் அற்று நிம்மதியாக இருக்கும் அந்தப் பறவையிடம் துவேஷம் ஏற்பட்டது. கடந்த மூன்று ஆண்டுகளில் அவருக்கு ஏற்பட்ட நஷ்டங்கள், தொல்லைகள், அவமானங்கள் எல்லாவற்றுக்கும் காரணமானது ஒரு புறா உருக்கொண்டு தம்முன் நிற்பது போலத் தோன்றிற்று. ஸையது வெறி பிடித்தாற்போல் பாய்ந்து சென்று அந்தப் புறாவைப் பிடித்தார். அதனுடைய உருண்டைக் கண்கள் இன்னமும் அவரையேதான் பார்த்தபடி இருந்தன.

“பாபா, உனக்கு ஓர் அவசரக் கடிதம் வந்திருக்கிறது.”

புறாவும் கையுமாக ஸையது திரும்பிப் பார்த்தார். யூஸப் ஒரு கடிதத்தை நீட்டியவாறு நின்றுகொண்டிருந்தான்.

“நீங்கள் வெளியில் போனது தெரியாது. அம்மாதான் கையெழுத்துப் போட்டு வாங்கினாள்” என்றான் யூஸப்.

புறாவைக் கீழே விட்டுவிட்டு ஸையது அவசர அவசரமாக அந்தக் கடிதத்தை உடைக்க ஆரம்பித்தார். அது சர்க்கார் கடிதம். மண் நிறமுள்ள நீண்ட உறையில் அனுப்பியிருந்தார்கள். உறையைக் கிழித்து எறிந்துவிட்டுப் பதறும் கைகளுடன் ஸையது கடிதத்தைப் பிரித்தார். ஹைதராபாத் அரசாங்கத்தின் ஒரு காரியாலயத்திலிருந்து அது வந்திருந்தது. அரசாங்கத்துக்கு ஐந்நூறு பீங்கான் கோப்பைகளும் தட்டுகளும் வேண்டுமாம்.

ஸையதால் அவற்றை விநியோகிக்க ஏற்பாடு செய்ய முடியுமா என்று கேட்டு எழுதியிருந்தார்கள்.

ஸையதுக்குத்தன் துன்பம், வலி, துவேஷம் எல்லாம் ஒரு நொடியில் பறந்துவிட்டன. மூன்று வருட காலத்தில் ஒழுங்கான வேலை ஒன்று வந்தது என்றால் இதுதான். அவருக்கு இதுவரை உணவுப் பண்டங்கள் காண்டிராக்ட் நடத்தித்தான் பழக்கம் உண்டு. இருந்த போதிலும் அரசாங்கமே இந்த வேலையை அவரிடம் ஒப்படைத்திருந்தது. ஐந்நூறு கோப்பை தட்டுகளில் அதிகம் போனால் அவருக்கு இருபத்தைந்து ரூபாய் கிடைக்கலாம். ஆனால் அது பெரிதல்ல. அவர் இனிமேலும் ரஜாக்கர் என்று ஒதுக்கி வைக்கப்படமாட்டார், அரசாங்கத்திடம் ஒரு புதுத் தொடர்பு ஏற்படும். யார் என்ன சொல்ல முடியும்? இதனால் வாழ்க்கையிலேயே ஒரு புதுத் திருப்பம் உண்டானாலும் உண்டாகலாம். முதலில் இந்தப் பயல் யூஸப்பைப் பள்ளிக்கூடத்தில் சேர்த்துவிட வேண்டும்.

மசூதியை விட்டுக் கிளம்பும்போது ஸையது புறாக் கூட்டத்தைப் பார்த்தார். ஒரு கண வித்தியாசத்தில் அவர் கையில் மடிந்துபோக இருந்த அந்தப் புறா ஒன்றுமே அறியாததாய், தன் முட்டாள் கண்களை அகல விழித்துப் பார்த்தது.

வீட்டை நெருங்கியவுடன் ஸையதுக்கு ஒரு சந்தேகம் தோன்றிற்று. ஒரு தெரு விளக்கின் அடியில் கடிதத்தை மறுபடி யும் படித்துப் பார்த்தார். அவர் சந்தேகம் வீண் போகவில்லை. தவறு ஒன்று நடந்திருந்தது. அது அவருக்கு வந்த கடிதமல்ல. அது ஸையது அப்துல் காதர் அண்டு கம்பெனிக்காக வந்த கடிதம்.

ஸையது கைகளைப் பயங்கரமாகப் பிசைந்துகொண்டார். அந்தக் கணத்தில் மயிரிழையில் உயிர் தப்பிய அந்தப் புறாவின் உருவந்தான் அவர் மனத்தில் தோன்றிற்று.

(1959)

இனி வேண்டியதில்லை

"காரில் வெளியே போனது பிரகாஷ் ராவ் தானா?" என்று சந்தர் மீண்டும் கேட்டான்.

"நானும் யாரோ என்றுதான் இருந்தேன். அவனே தான்" என்றாள் சுஜாதா.

சந்தர் அந்த இரும்பு மடக்கு நாற்காலியில் வேறு பக்கம் பார்த்துத் திரும்பி உட்கார்ந்து கொண்டான். சென்ற முறை அந்த ஸினிமா ஸ்டூடியோவுக்கு வந்திருந்த போதே அந்தச் சந்தேகம் வந்தது. இப்போது அது ஊர்ஜிதமாகி விட்டது. ஸ்டூடியோ புரோகிராம் மானேஜர் பிரகாஷ் ராவ், உள்ளே இருந்தபடியே வெளியே போயிருக்கிறதாகத் தகவல் கூறி அவர்கள் இருவரையும் ஏமாற்றிக்கொண்டிருக்கிறான். ஏமாற்றுகிறான் என்று சொல்வது தப்பாக இருக்கலாம். தட்டிக்கழித்துக்கொண்டிருக்கிறான். இப்போதும் இல்லை என்று சொல்லி அனுப்பி விட்ட பிறகு தான் நிஜமாகவே வெளியே கிளம்பி யிருக்கிறான்.

"நாம் போகலாமா?" என்று சுஜாதா கேட்டாள்.

சந்தர், "உம், வேற என்ன செய்வது? நானும் உன் பேச்சைக் கேட்டுக்கொண்டு அலைகிறேனே?" என்றான்.

"சரி, கிளம்பலாம்."

சுஜாதா எழுந்து நின்றாள். அவள் சிறிதுகூடத் தளர்ந்து போய்விடவில்லை. ஒரு கணம் சந்தருக்கும்

அவளைப் பார்க்கப் பரிதாபமாக இருந்தது. அவள் புடவை இரண்டு இடங்களில் நூல் நைந்து போய்க் கிழிந்திருந்தது அவனுக்குத் தெரியும். அன்று பிற்பகலில்தான் அந்தப் புடவைக்கு அவன் கோணலும்மாணலுமாக இஸ்திரி போட்டுக் கொடுத் திருந்தான். அதை அவள் வெகு சாமர்த்தியமாகக் கட்டிக் கொண்டு அதிகம் கசங்காமலே வைத்துக்கொண்டிருந்தாள். அவளால் அரை மணிக்கு மேல் ஒரே நிலையில் உட்கார்ந்து கொள்ள முடிந்தது. அவள் தொந்தரவின் பேரில்தான் என்றும் போல இன்றும் அவன் கிளம்பி வந்திருக்கிறான். பிரகாஷ் ராவ் சுஜாதாவின் சித்தப்பா பிள்ளை. அவனுடைய நாணயத்தை இதோ சுஜாதாவே தெரிந்துகொண்டுவிட்டாள்.

“சரி, வா போகலாம்” என்று சந்தரும் எழுந்து நின்று கொண்டான். அந்த அறையில் இருந்த ஸ்டூடியோ வரவேற் பாளன் ஏதோ எழுதிக்கொண்டிருந்தான். அவனிடம், “நாங்கள் வந்து போனோம் என்று மிஸ்டர் பிரகாஷ் ராவுக்குச் சொல்லி விடுங்கள்” என்று சுஜாதா சொன்னாள். அப்போது சந்தர், “அதோ பார்” என்றான். சுஜாதா திரும்பிப் பார்த்தாள். ஒரு கார் வந்துகொண்டிருந்தது.

கார் உள்ளே செல்லும்போது அதில் உட்கார்ந்திருந்த பிரகாஷ் ராவ் அவர்கள் பக்கமே பார்த்தபடி இருந்தான். சுஜாதாவும் சந்தரும் அவனைப் பார்த்துவிட்டதை அவனும் பார்த்துவிட்டான். சுஜாதா வரவேற்பாளனிடம், “இப்போது சொல்லுங்கள்” என்றாள். அவன், “அவர் முதலில் ரூமுக்குப் போய்ச் சேரட்டும்” என்றான்.

ஆனால் அதற்குத் தேவையில்லாமல் போய்விட்டது. பிரகாஷ் ராவே டெலிபோனில் வரவேற்பாளனைக் கூப்பிட்டு “அவர்களை என்னிடம் அனுப்பு” என்றான். சுஜாதாவும் சந்தரும் பிரகாஷ் ராவ் அறைக்குச் சென்றார்கள்.

பிரகாஷ் ராவ் அறையில் எல்லா இடத்தையும் அடைத்துக் கொண்டு ஒரு பெரிய மேஜையும் இரு சிறு மேஜைகளும் இருந்தன. இருந்த சிறிய இடைவெளியில் பிரம்பு நாற்காலிகள் அப்படியும் இப்படியுமாகப் போடப்பட்டிருந்தன. எங்கே பார்த்தாலும் காகிதம், காகிதக் கட்டு, பைல் என்று பல குவியல்கள் கிடந்தன. தரையில் ஒரு மூலையில் மூன்று நான்கு தம்ளர்கள் – காபி குடித்தது அப்படியே கழுவப்படாமல் – இருந்தன. பிரகாஷ் ராவைத் தவிர இன்னும் இரண்டு பேரும் அந்த அறையிலேயே உட்கார்ந்துகொண்டு வேலை பார்த்து வந்தார்கள். பிரகாஷ் ராவின் மேஜை மேலிருந்த இரு டெலிபோன்கள் மாறி மாறி அடித்த வண்ணம் இருந்தன.

சில சமயத்தில் இரண்டும் ஒரே காலத்தில் ஒலித்தன. "வா, சுஜாதா" என்று வாயாரத்தான் பிரகாஷ் ராவ் சுஜாதாவையும் சந்தரையும் வரவேற்றான்.

சுஜாதா மிகவும் அன்பாகப் புன்னகை புரிந்தாள். "நான் சொன்னேனே, இவரைத்தான்" என்று சந்தரைக் காட்டினாள்.

"வாருங்கள், உட்காருங்கள்" என்று பிரம்பு நாற்காலிகளைக் காட்டினான் பிரகாஷ் ராவ்.

சுஜாதா உட்கார்ந்த நாற்காலி பிரகாஷ் ராவ் திசை நோக்கிப் போடப்பட்டிருந்தது. சந்தர் அமர்ந்திருந்த நாற்காலி வெளிக் கதவைப் பார்த்த மாதிரி இருந்தது. நாற்காலியில் உட்கார்ந்த பின்னர், சந்தர் தன்னால் இயன்றவரையில் முதுகை முறுக்கிக்கொண்டு பிரகாஷ் ராவைப் பார்த்த மாதிரியான நிலையில் தன்னை இருத்திக்கொண்டான். நாற்காலி குழிவான தாக இருந்ததால் அப்படி உட்காருவது சிறிது சிரமமாகத்தான் இருந்தது.

"நீ வீட்டுக்கு வந்திருந்தபோது சொன்னது இவரைத் தானே?" என்று பிரகாஷ் ராவ் ஆரம்பித்தான்.

"ஆமாம், ஆமாம். என் கூடத்தான் டில்லியில் டிராமா இன்ஸ்டிட்யூட்டில் படித்தார். அந்த செட்டிலே இவருக்குத் தான் முதல் ராங்க். ரொம்ப நல்ல நடிகர்" என்றாள் சுஜாதா.

"ஆ... ஆ" என்றான் பிரகாஷ் ராவ்.

"மெட்ராஸிலேயும் நாங்கள் இரண்டு பேருமாகத்தான் நாடக வகுப்பு நடத்திக்கொண்டு வருகிறோம். எல்லாம் நன்றாகத்தான் இருக்கிறது. கவர்ன்மெண்ட் பணம் தருகிறது. ஆனால் நாடகம் பற்றி ஒன்றுமே தெரியாதவர்களை எல்லாம் சேர்மெனாகப் போட்டுவிடுகிறார்கள். ரொம்பக் கஷ்டமாகப் போய்விடுகிறது. இப்போது இரண்டு வருஷமாக எஸ்.எஸ்.பி. எங்களை அழ அழ வைத்து விடுகிறாள்."

"அப்படி என்ன பண்ணறாங்க அந்த அம்மா?" என்று பிரகாஷ் ராவ் கேட்டான்.

"சின்ன வேலையிலிருந்து பெரியது வரை எல்லாம் நாங்கள் தான் செய்கிறோம். எங்களைப் பற்றி அவள் ஒரு இடத்தில் ஒரு நல்ல வார்த்தை சொல்வது கிடையாது. வெளிநாடுகளி லிருந்து நிபுணர்கள் யாராவது வந்தால் எங்களைச் சரியாக அறிமுகம் செய்துவைப்பது கிடையாது. பயிற்சி தருவது நாங்கள். ஆனால் உள்ளூரிலேயே ஏதாவது உதவாக்கரை ஆளைக்

கொண்டுவந்து 'விசிடிங் புரொபஸர்' என்று கொண்டு வந்துவிடுகிறது. அவன் அடிக்கிற கொம்மாளத்திற்கு நாங்கள் பணிந்து போக வேண்டும்..."

இதை எல்லாம் ஏன் சுஜாதா சொல்லிக்கொண்டிருக் கிறாள் என்று சந்தருக்குத் தோன்றியது. அவனுக்குக்கூட அவை பெரிய கொடுமைகளாகத் தோன்றவில்லை. ஆனால், "ரொம்ப கஷ்டம்தான்," என்றான் பிரகாஷ் ராவ். "அந்த மாதிரி ஒருத்தர் கீழே வேலை பண்ண நேர்ந்துவிட்டால் சித்திரவதைத்தான்."

"அதுதான் சரியான வார்த்தை. சித்திரவதை" என்றாள் சுஜாதா. "நான்தான் மிஸ்டர் சந்தர் கிட்டே சொன்னேன் – இந்த டிராமாவையே கட்டிக்கொண்டு அழுவதற்குப் பதிலாக வேறே எங்கேயாவது பார்க்கலாம் என்று. ரொம்ப நல்ல நடிகர். நல்ல திறமை இருக்கிறது. சினிமாவிலே அப்பவே சேர்ந்திருந்தால் இன்றைக்குள்ளே நன்றாக முன்னுக்கு வந்திருக்கலாம்."

பிரகாஷ் ராவ் மிகவும் குறைந்த அளவு கவனம்தான் சந்தர் மீது செலுத்தினான். அது அலட்சியத்தினால் இருக்காது என்று மட்டும் தெரிந்தது.

"நாங்கள் போன திங்கட்கிழமையே வந்திருந்தோம். அப்புறம் வெள்ளிக்கிழமை வந்திருந்தோம். இரண்டு நாளிலேயும் நீ எங்கேயோ வெளியே போயிருந்தாயாம்."

"ஆமாம், ஆமாம்" என்று பிரகாஷ் ராவ் அவசரப்பட்டுச் சொன்னான்.

சிறிது நேரம் எல்லாரும் மௌனமாக இருந்தார்கள். பிரகாஷ் ராவ் அறையில் வேலை செய்துகொண்டிருந்த இருவரும் தங்கள் வேலையையே கவனித்தவண்ணம் இருந் தார்கள். ஒரு பையன் உள்ளே வந்து, "சார், மூணாவது ஸ்டேஜிலே பாக்கப்" என்றான்.

"நாளைக்கு வேலை இருக்கா, இல்லை செட்டைக் கலைக்கப் போகிறாங்களா? கேளு அவங்களை!" என்று பிரகாஷ் ராவ் சொன்னான்.

"சுப்பிரமணியமே வந்து சொல்வதாகச் சொன்னார், சார்" என்றான் பையன்.

அப்போது தடிமனான ஒருவன் வந்தான். சுஜாதா இருப்பதைக் கூடப் பாராட்டாமல், "ஏமிரா ரேய்" என்று ஏதோ சொன்னான்.

அசோகமித்திரன்

பிரகாஷ் ராவ் அதைக் காதில் போட்டுக்கொள்ளாமல் "ஆமாம் சுப்பிரமணியம், நாளைக்கு நீங்க கண்டின்யூ பண்ண நீங்களா? இன்றையோடு முடிந்ததா?" என்று கேட்டான்.

"நம்ப புரொட்யூசர், பார்ட்னர் இரண்டுபேரும் கேசுக்காக மசூலிப்பட்டணம் போகிறாங்க. இனிமேல் எல்லாம் அவங்க திரும்பி வந்தப்புறம்தான்."

"அக்கவுண்டண்ட் உன்னைக் கூப்பிட்டனுப்பிச்சா நீ போகவே இல்லையாம்."

சுப்பிரமணியம் அதிக அக்கறை காட்டவில்லை. "அந்தச் செக்குக்காக" என்றான். "அது திரும்பி வந்துவிட்டது. அதற்குத் தான்."

"இன்னொரு தடவை அப்படி வந்தால் இந்த ஸ்டூடியோவிலே உங்களை ஷூட்டிங்குக்கு விடமாட்டாங்க, நான் சொல்லி விட்டேன்."

"அட போப்பா! இந்த ஸ்டூடியோ இல்லை என்றால் இன்னும் ஒன்பது இருக்கிறது."

சந்தருக்கு முதுகு மிகவும் வலித்தது. அவன் நாற்காலியில் அமிழ்ந்து சரியாக உட்கார்ந்துகொண்டான். எழுந்து வெளியில் போகலாம். ஆனால் வாசற்படி அருகிலேயே அந்தத் தடி சுப்பிரமணியம் நின்றுகொண்டிருந்தான். அவனைக் குற்றம் சொல்வதிலும் பயனில்லை. அந்த அறையில் சுப்பிரமணியம் இடைஞ்சல் இல்லாமல் வேறிடமாய்ப் போய் உட்காருவதற்கு இடமே இல்லாமல் இருந்தது.

பிரகாஷ் ராவ் சுஜாதாவைப் பார்த்தான். சுப்பிரமணியமும் அவளைப் பார்த்தான்.

"உங்க டைரக்டர் இருக்காரா, கிளம்பிவிட்டாரா?" என்று பிரகாஷ் ராவ் சுப்பிரமணியத்தைக் கேட்டான்.

"ஷூட்டிங் முடிந்த உடனேயே கிளம்பின ஆசாமி அவர் தான்" என்றான் சுப்பிரமணியம். பிறகு, "ஏன், என்ன விஷயம்?" என்று கேட்டான்.

"இல்லை. அவரைப் பார்க்கிறதுக்குத்தான் இவர்கள் இரண்டு பேரையும் நான் வரச் சொன்னேன்" என்றான் பிரகாஷ் ராவ். சந்தருக்குச் சிரிப்பு வரவில்லை.

"ஏதாவது ரோலுக்கா? இந்தப் படத்திலேயா? படமே முடியப் போகிறது – இனிமேல் ஏதாவது இருந்தாலும் ரொம்பச் சின்ன பிட் ரோல்தான் இருக்கும். யாருக்கு?"

“சாருக்குத்தான். இவ என் கஸின். எங்க பெரியப்பா பெண். இவங்க இரண்டு பேரும் சேர்ந்து வேலை பார்க்கிறாங்க.”

“எங்கே?”

பிரகாஷ் ராவ் ஏதோ தப்புத் தப்பாகச் சொன்னான். சந்தர் திருத்த வாயெடுத்தவன் பேசவில்லை.

சுப்பிரமணியம் சந்தரைப் பார்த்து, “நீங்க சொல்லிக் கொடுக்கிற நாடகத்தைக் கற்றுக்கொள்ள நிறையப் பேர் வருகிறார்களா?” என்று கேட்டான்.

“ஒரு வருஷத்துக்கு இருபது பேருக்குக் குறையாது.”

“வகுப்பு நடக்கிறது எப்போ?”

“ஈவினிங்ஸ்லே ஆறு மணியிலிருந்து எட்டரை வரை. வாரத்திலே நான்கு நாட்களுக்கு.”

“உங்க சம்பளமெல்லாம் ரெகுலரா . . .”

“அப்படி என்றால்?”

“இல்லை, மாதா மாதம் கொடுத்துவிடுவார்களா என்று . . .”

“ஓ! அதெல்லாம் சரியாக முதல் தேதியே கொடுத்திடு வாங்க. இதற்கு கவர்ன்மெண்ட் கிராண்ட் இருக்கிறது.”

சுப்பிரமணியம் சிறிது யோசித்த பிறகு சொன்னான். “சார், நான் உங்க பிரதர்னு நினைச்சுக்குங்க. உங்க மாதிரி மனுஷாளுங்கள்ளாம் இந்த எழவெடுத்த சினிமா ஃபீல்டுக்கு வர வேண்டாம். நீங்க இப்போ இருக்கிற வேலையிலேயே இருந்திண்டு இருங்க, சார்.”

சந்தர் சுஜாதா இருவரும் அசையாமல் அப்படியே உட்கார்ந்திருந்தார்கள். ஆனால் சுப்பிரமணியம் சங்கடப்பட்டுக் கொள்ளவில்லை.

இரண்டு டெலிபோன்களும் ஒருமித்து அடித்தன. இது பிரகாஷ் ராவுக்குச் சௌகரியமாக இருந்தது. ஒன்றை எடுத்துக் காதில் வைத்துக்கொண்டு “ஹலோ” என்றான். பிறகு அந்த அறையில் வேலை பார்த்துக்கொண்டிருந்த ஒருவரைப் பார்த்து, “இது உங்களுக்கு” என்றான். அவர் சிறிது இடித்துத் தள்ளிக் கொண்டுதான் போன் அருகே வர முடிந்தது. சுஜாதா ஒரு பக்கமாகச் சாய்ந்த வண்ணம் உட்கார்ந்தாள்.

பிரகாஷ் ராவ் இன்னொரு போனை எடுப்பதற்குள் அது மணி அடிப்பது நின்றுவிட்டது. “முட்டாள்கள்” என்று அவன் வாய்க்குள் முனகிக்கொண்டான்.

சுப்பிரமணியம் பிரகாஷ் ராவைப் பார்த்து, "ஏன், உங்க ஸ்டூடியோ படத்துக்கே முயற்சி பண்ணிப் பாரேன்" என்றான்.

பிரகாஷ் ராவ், "எங்கேப்பா? இப்போது எல்லாம் நாங்க எதை ரெகமண்ட் பண்ணுகிறோமோ அதைத்தான் எங்க டைரக்டர் ஒதுக்கித் தள்ளிவிடுகிறார்" என்றான்.

"நீங்க ஊரிலே இருக்கிற கண்ட எக்ஸ்ட்ரா வெல்லாம் அவர் முன்னாலே கொண்டுபோய் நிறுத்துறீங்க. உங்களுக்கு மதிப்பே இல்லாமே போயிடுத்து . . . எக்ஸ்யூஸ்மி சார்" என்று சுப்பிரமணியம் சந்தரைப் பார்த்து முடித்தான்.

அப்போது யாரோ ஒருவன் வந்து சுப்பிரமணியத்தைக் கூப்பிடவே அவன் போய்விட்டான். பிரகாஷ் ராவ் சுஜாதா வுக்கும் சந்தருக்கும் காபி வரவழைத்தான். காபி கொண்டு வந்த பையன் ஒரு கெட்டிலைக் கீழே வைத்துவிட்டு, அங்கே அறையில் இருந்த காபி தம்ளரைக் கழுவிக் கொண்டுவர எடுத்துப் போனான். சந்தருக்குக் காபி குடிக்க வேண்டாம் போலிருந்தது.

"நீங்க ஸ்டில் இரண்டு என்னிடம் கொடுத்து வைங்க. நான் ஒரு பத்து நாளிலே தகவல் சொல்கிறேன்" என்று பிரகாஷ் ராவ் உறுதி கொடுத்தான்.

சுஜாதா கைப்பையைத் திறந்து அதிலிருந்து சந்தருடைய புகைப்படங்கள் இரண்டை எடுத்துப் பிரகாஷ் ராவிடம் கொடுத்தாள். பிரகாஷ் ராவ் அப்படங்களை வைப்பதற்காகத் தன் மேஜை டிராயர் ஒன்றைத் திறந்தான். திறந்த டிராயரைச் சந்தர் நன்றாகப் பார்க்க முடிந்தது. வேறு யார் யாருடைய புகைப்படங்களோ டிராயர் நிறைய இருந்தன. உள்ளே இருந்த படியே இல்லை என்று பிரகாஷ் ராவ் அவர்களை இருமுறை திருப்பி அனுப்பியது ஏமாற்ற வேண்டும் என்ற ஒரே எண்ணத் தினால் இருக்காது என்று சந்தருக்குத் தோன்றிற்று.

ஸ்டூடியோவிலிருந்து வெளியே வந்ததும் சந்தர், "நாம் காபி சாப்பிடலாமா?" என்று சுஜாதாவைக் கேட்டான்.

"இப்போதுதானே சாப்பிட்டோம்!"

"எனக்கு மறுபடியும் சாப்பிட வேண்டும் போலிருக்கிறது."

ஓட்டலில் தனி அறைக்குச் சென்று ஒரே காபி வரவழைத்துச் சந்தர் மட்டும் சாப்பிட்டான். சுஜாதா பில் பணத்தைக் கொடுத்தாள். அவள் கைப் பையிலிருந்து ஒரு கவர் கீழே

விழுந்தது. சந்தர், "இந்தக் கைரேகைக்காரன் என்ன சொல்லியிருக்கிறான்?" என்று கேட்டான்.

சுஜாதா அந்தக் கவரை அப்படியே சந்தரிடம் கொடுத்தாள். சுஜாதாவே அந்த ஜோசியனிடம் சந்தர் பற்றிக் கேட்டு எழுதியிருக்கிறாள். இது முதல் தடவையல்ல. அவளுக்கு ஜோசியத்தில் நம்பிக்கை உண்டு. சித்தப்பா பிள்ளை மீதும் நம்பிக்கை உண்டு.

அன்று அவர்கள் எடுக்க வேண்டிய வகுப்பு ஒன்றும் இல்லை. சுஜாதா சந்தரை அவன் வீட்டுச் சந்து முனைவரை கொண்டுவந்து விட்டுத் தன் ஹாஸ்டலுக்குப் பஸ் ஏறிப் போனாள். சந்தர் வீட்டில் சுஜாதாவையும் சுஜாதாவைப் பற்றியும் தெரியும். சந்தருடைய அம்மா, "அவளைக் கல்யாணம் பண்ணிக்கொண்டு அவளுடன் சுற்றிக்கொண்டு இரேன்" என்று சொல்லியிருக்கிறாள். சரியான வேலை வருமானம் இல்லாதபோது எல்லாவற்றிற்கும் தைரியம் வருகிறது; கல்யாணம் பண்ணிக்கொள்ள மட்டும் வருவதில்லை.

சந்தருக்கு அன்றைய தபாலில் நான்கு கடிதங்கள் வந்திருந்தன. ஒன்றுதான் கடிதம். மற்ற மூன்றிலும் வெவ்வேறு நாடக வைபவங்களுக்கு அழைப்புகள். இரண்டு வைபவங்களில் மந்திரிகள் கலந்துகொள்ள இருந்தார்கள். மூன்றாவது சென்னையிலுள்ள ஒரு வெளிநாட்டு கான்சல்ஜெனரல் வீட்டில் நடப்பது. அங்கே முதல்தர வெளிநாட்டுச் சாராயம் தருவார்கள். தென்னிந்திய நாடக மரபு பற்றிச் சந்தர் ஒரு வேளை சிறு பிரசங்கம் ஒன்று செய்ய வேண்டியிருக்கும். அவன் பிரசங்கத்தைக் கேட்பார்கள். இலவச விஸ்கி தருவார்கள். ஒரு நல்ல பெரிய வருமானமுள்ள சான்ஸ்தான் அவனுக்கு வாங்கித் தரமாட்டார்கள். அவனும் அந்த அரை வேக்காடு கலாரசிகை எஸ்.எஸ்.பி.யின் அடுப்பங்கரைச் சூழ்ச்சிகளுக்கும் மூளைக் கொதிப்புகளுக்கும் ஈடுகொடுத்துக் கொண்டிருக்க வேண்டும். சந்தரால்தான் எஸ்.எஸ்.பி.க்கு சுஜாதாவையும் பிடிக்காமல் போய்விட்டது. இந்த எஸ்.எஸ்.பி.யை அவன் தூக்கியெறிந்து பேசிவிட அதிக நேரம் ஆகாது. அத்துடன் அவன், பாவம் சுஜாதா, இருவரும் இன்ஸ்டிடியூட்டை விட்டு வெளியேற வேண்டும். எஸ்.எஸ்.பி.யை விரோதித்துக் கொண்டால் தலை போய்விடாது. ஆனால் அரசாங்கமாக ஆதரவளித்து வரும் எந்த நாடகப் பள்ளியிலும் ஒரு ஐந்து ரூபாய் வேலைகூடக் கிடைக்காது. அன்று சந்தருக்கும் சுஜாதாவுக்கும் அம்மாதிரி வேலை தவிர வேறு எதுவும் கிடையாது. கிடைக்காது.

நாடக வகுப்புகள் நடத்தும் வேலையில் ஒரு சௌகரியம் இருந்தது. பகலில் நன்றாகத் தூங்க முடிந்தது. சந்தர் தூங்கி எழுந்துவிட்டு சுஜாதாவின் ஹாஸ்டலுக்குப் போனான். அவள் அங்கு இல்லை. அங்கிருந்து அவன் நேராக நாடக வகுப்பு நடத்தும் இடத்திற்குச் சென்றான். ஒரு சின்ன காளி கோயிலை அடுத்திருந்த கட்டடத்தில்தான் அந்த வகுப்புகள் நடத்த ஏற்பாடுகள் செய்யப்பட்டிருந்தது. பகல் வேளையில் அந்தக் கட்டடத்தில் குழந்தைகள் பள்ளி நடந்தது. அந்தப் பள்ளிக்கு ஒரு நிர்வாகக் குழு உண்டு. அந்தக் குழுவிற்கும் சேர்மென் எஸ்.எஸ்.பி.

சுஜாதா வகுப்பு நடத்த வரவில்லை. அவள் வகுப்பையும் சந்தரே சேர்த்து நடத்திக்கொண்டிருந்தான். நாடகத்தில் கைக்குட்டையை நழுவ விடுவதுபோல ஒரு காட்சி வந்தால் எப்படிக் கைக்குட்டையை உணர்ச்சி ததும்ப நழுவ விடுவது என்று சொல்லிக் கொடுத்துக்கொண்டிருந்தான். கைக்குட்டை மிகவும் அழுக்கடைந்துவிட்டிருந்தது.

எட்டேகால் மணிக்கு சுஜாதா பரபரப்புடன் வந்தாள். “சந்தர், இப்போதே புறப்படு. பிரகாஷ் ராவ் வரச் சொல்லி யிருக்கிறான்” என்று சொன்னான்.

“நீ அவனைப் பார்க்கத்தான் போயிருந்தாயா?”

“ஐந்து மணிக்குச் சொல்லியனுப்பியிருந்தான். நானும் உடனேதான் ஸ்டூடியோவுக்குப் போயிருந்தேன். அதற்குள் எங்கேயோ வெளியே போய்விட்டு ஏழரை மணிக்குத்தான் திரும்பி வந்தான்.”

“வெளியிலேதான் போயிருந்தானா?”

“இந்தத் தடவை நிஜமாகவே அவன் இல்லை. ஒரு டைரக்டர் இன்று உன்னை அழைத்து வரச் சொன்னாராம். நீ உடனே ஸ்டூடியோவுக்குக் கிளம்பு.”

“இப்போது எட்டரையாகிறதே?”

“நாளைக்கு என்று போனால் அதற்குள் வேறு யாரையாவது செலக்ட் பண்ணிவிடுவார்கள்.”

“அப்படி ஒரு ராத்திரியிலே போய்விடுவது இதற்குள் ளாகவே போயிருக்கக் கூடாதா?”

சுஜாதா ஒன்றும் சொல்லாமல் நின்றாள். பிறகு, “நான் வேண்டுமானால் பிரகாஷ் ராவுக்கு மறுபடியும் டெலிபோன் பண்ணிக் கேட்கிறேன்” என்றாள்.

சந்தர் உதட்டைப் பிதுக்கினான். அன்று எஸ்.எஸ்.பி. வரமாட்டாளாதலால் அன்றைய வகுப்பை அத்துடனேயே முடித்துக்கொள்ள முடிந்தது. அந்தப் பள்ளிக்கூடத்துக்கு டெலிபோன் கிடையாது. கோயிலைத் தாண்டி நாலு வீடுகள் தள்ளித்தான் இருந்தது. அந்த வீடு எஸ்.எஸ்.பி.யுடையது.

கோயிலைத் தாண்டும்போது சந்தர், 'ஹே காளி, எஸ்.எஸ்.பி. வீட்டில் இருக்கக் கூடாது' என்று வேண்டிக்கொண்டான். சுஜாதா, "தாயே, பிரகாஷ் ராவ் ஸ்டூடியோவில் அவன் அறையிலேயே இருக்க வேண்டுமே" என்று பிரார்த்தித்துக் கொண்டாள்.

எஸ்.எஸ்.பி. வீட்டில் இல்லை. ஸ்டூடியோவில் தன் அறையிலேயே பிரகாஷ் ராவ் இருந்தான். அவர்கள் பக்கத் திலேயே நின்ற எஸ்.எஸ்.பி. வீட்டு வேலைக்காரனை சுஜாதா, "கொஞ்சம் குடிக்கத் தண்ணீர் கொண்டுவா" என்று சொல்லி யனுப்பினாள். அவர்களைப் பக்கத்து பஸ் ஸ்டாண்டருகில் காத்துக்கொண்டிருக்கச் சொன்னான் பிரகாஷ் ராவ். பத்துப் பதினைந்து நிமிஷத்தில் அவன் அங்கு வந்து அழைத்துப் போவதாகச் சொன்னான். டெலிபோனை வைத்துவிட்டு சுஜாதாவும் சந்தரும் வெளியே வந்தார்கள்.

சந்தர், "இன்றைக்கு ஷேவ் கூடச் சரியாகச் செய்துகொள்ள வில்லை" என்று முணுமுணுத்துக்கொண்டான். பஸ் ஸ்டாண்ட் அருகே இருட்டாகத்தான் இருந்தது. சுஜாதா தன் கைப் பையைத் திறந்து சந்தரிடம் ஒரு சிறிய வட்டப் பெட்டியை எடுத்துக்கொடுத்தாள். சந்தர் பவுடர் எடுத்துத் தன் முகத்தில் ஒத்திக்கொண்டான்.

ஒரு கார் வந்து நின்றது. அதில் பிரகாஷ் ராவ் இருந்தான். "உம், ஏறுங்கள்" என்றான்.

சுஜாதா, "நானும் வர வேண்டுமா? நீங்கள் இரண்டு பேரும் போய்விட்டு வாருங்களேன்" என்றாள்.

"நான் உன்னை முதலில் ஹாஸ்டலில் டிராப் பண்ணி விடுகிறேன்."

சுஜாதாவும் ஏறிக்கொண்டாள். வண்டி போய்க்கொண் டிருக்கும்போது பிரகாஷ் ராவ் சொன்னான்: "நாம் எதற்கும் டைரக்டரை முதலில் பார்த்து விடுவோம்."

"சரி. யாரது?"

பிரகாஷ் ராவ் ஒரு பெயர் சொன்னான். சித்தார்த்தா என்ற அந்த டைரக்டர் நல்ல டைரக்டர் என்று பெயர்

வாங்கியவன். இன்னொரு விதத்திலும் அவன் பெயர் பெற்றவன். அவன் படம் முடியும் வரையில் அப்படத்தில் கதாநாயகியாக நடிப்பவள் ஏதோ சொக்குப் பொடி போடப் பட்டவள் போல வீடு, வாசல், கணவன், தாய் எல்லா வற்றையும் உதறித் தள்ளிவிட்டு சித்தார்த்தாவே சகலமும் என்றிருப்பாள். சித்தார்த்தாவின் படங்களில் நடிப்பு மிகவும் சிறப்பாக அமைவதற்கு இதையும் ஒரு காரணமாகச் சொல்வார்கள். வண்டி ஒரு பெரிய கட்டிடத்தின் முன் நின்றது. சித்தார்த்தா மூன்றாவது மாடியில் இரண்டாவது பிளாக்கில் இருந்தான்.

சந்தருக்கு மாடிப்படி ஏறுவதில் சிரமமிருந்தது. பிரகாஷ் ராவும் சுஜாதாவும் சிரமப்படவில்லை. பிரகாஷ் ராவுக்கு சுஜாதாவைக் கீழே காரில் தனியாக விட்டுவிட்டு வர மனமில்லை.

பிரகாஷ் ராவ் வாசல் மணியை அழுத்தியபோது அது பியானோ வாசிக்கும் ஒலியை எழுப்பியது.

சித்தார்த்தாவே வந்து கதவைத் திறந்தான். "ஓ! வந்து விட்டாயா? வா வா" என்று சொன்னான்.

"இது என் பெரியப்பா பெண் சுஜாதா. இது மிஸ்டர் சந்தர். அந்த நாடக நடிகர்."

"உள்ளே வாங்க, முதலிலே உள்ளே வாங்க."

எல்லாரும் உட்கார்ந்தவுடன் சித்தார்த்தா பிரகாஷ் ராவைப் பார்த்து, "சரிப்பா, சொல்லு" என்றான்.

பிரகாஷ் ராவ் சந்தரைக் காண்பித்து, "இவரைத்தான் சொன்னேன்" என்றான்.

சித்தார்த்தா சந்தரைப் பார்த்தான். "உம், என்ன பண்ணிக் கொண்டிருக்கிறார்?" என்று கேட்டான்.

"டில்லி டிராமா இன்ஸ்டிடியூட்டிலே டிப்ளமாவெல்லாம் வாங்கி இருக்கிறார். சினிமாவிலே நடிக்கவில்லையென்றாலும் நிறைய நாடகங்களில் நடித்திருக்கிறார். இங்கே மெட்ராஸிலேயே டிராமா கிளாஸ் நடத்துகிறார்."

"எது? அந்த எஸ்.எஸ்.பி.யுடையதா?"

சந்தர் 'இல்லை. எஸ்.எஸ்.பி. அரசாங்கத்தால் நியமனம் பெற்ற வெறும் சேர்மென்தான். டிராமா வகுப்பு அவளுடைய தில்லை' என்று சொல்லத்தான் நினைத்தான். ஆனால் இந்த நுட்பங்கள் எல்லாம் யாரும் காது கொடுத்துக் கேட்டுக்

கொள்வதில்லை. புரிந்துகொள்வதும் இல்லை. "ஆமாம்," என்று ஒரே வார்த்தையில் சந்தர் பதில் சொன்னான்.

"ஐ ஸீ... இது?"

பிரகாஷ் ராவ் சொன்னான். "என் பெரியப்பா பெண். மிஸ்டர் சந்தர்கூட வேலை பார்க்கிறாள்."

"என்ன வேலை?"

"நானும் அதே டிராமா கிளாஸ்தான். நானும் வகுப்புகள் நடத்துகிறேன்."

"நீயும் டிராமா டிப்ளமா வாங்கியிருக்கிறாயா?"

"ஆமாம்."

சித்தார்த்தா ஒரு நிமிஷம் சுஜாதாவை உற்று நோக்கினான். பிறகு, "நீ மிஸ் சுஜாதா ஆனந்த ராவ் இல்லை?" என்று கேட்டான்.

சுஜாதா கண்களை அகல விரித்துக்கொண்டு, "ஆமாம்" என்றாள்.

"உங்க டில்லி இன்ஸ்டிடியூட்டிலே 'மிருச்ச கடிகா' நாடகத்தில் நீயும் நடித்தாய் இல்லையா?"

"ஆமாம்..."

"நீதான் வசந்தசேனா – இல்லை?"

"ஆமாம்."

"மை காட்! உனக்காக அப்புறம் நான் எங்கெங்கே எல்லாம் தேடினேன் தெரியுமா?"

"எனக்காகவா?"

"ஆமாம், நான் அந்த வருஷம் பிலிம் அவார்ட்ஸுக்காக டில்லி வந்திருந்தேன். உங்க இன்ஸ்டிடியூட் டிராமா பார்த்த அடுத்த நாளே நான் ஹைதராபாத் திரும்ப வேண்டியிருந்தது. மறுபடியும் நான் டில்லியிலே விசாரிக்கிறதுக்குள் உங்க செட்டே மாறிப் போயிடுத்து."

"அதுதான் கடைசி மாசம். கோர்ஸே ஒரு வருஷம்தான்."

"நான், மிருச்சகடிகா நாடகத்திலே நடித்தவள் என்று கேட்டால், இந்த மிருச்சகடிகாவையே ஏழெட்டு தரம் போட்டிருக்காங்க. ஏழெட்டு வெவ்வேறு வசந்தசேனாவை வைத்து. நான் எந்த எந்தப் பெண்ணையோ எல்லாம் பார்த்த

பிறகுதான் உன் பெயர் கிடைத்தது. இப்போது சொல், உனக்கு சினிமாவிலே நடிக்க ஆட்சேபணை உண்டா?"

சுஜாதா வெட்கப்பட்டவள் போல் இருந்தாள். பிரகாஷ் ராவ் சொன்னான். "நாங்க வந்தது மிஸ்டர் சந்தருக்காகத் தான். உண்மையிலே இவள் இங்கு வருவதாகக்கூட இல்லை."

"வந்தது ரொம்ப நல்லதாகப் போச்சு. நான் இந்த இரண்டு வருஷமா எங்கெங்கேயெல்லாமோ தேடிக்கொண்டு இருக்கிறேன், விசாரித்துக்கொண்டு இருக்கிறேன். மிஸ் ஆனந்த ராவ், நான் எடுக்கப் போகிற படம் பெரிய பாக்ஸ் ஆபீஸ் மாஸ் அப்பீல் படம் இல்லை. சரத் பாபுவுடைய 'சந்திரநாத்' தான் நான் இப்போ எடுக்கப்போகிற படம். அதிலே சரயூ ரோலுக்கு நீ சரியா இருப்பேன்னு அப்பவே பார்த்து வைத்தேன்..."

"மிருச்சகடிகாவிலெ சந்தரும் நடித்தார். அதிலே சாருதத்தன் ..."

"நான் பார்த்தேன், நான் பார்த்தேன். ஆனால் நான் இப்போது பேசுகிறது சந்திரநாத் பற்றி."

"இவள் அப்பா அம்மா கொஞ்சம்கூடச் சம்மதப்பட மாட்டாங்க" என்றான் பிரகாஷ் ராவ்.

"அவங்க இங்கே இருக்காங்களா?"

"இல்லை, ஊரிலே இருக்காங்க."

"அப்போ மிஸ் ஆனந்த ராவ் இருக்கிறது எங்கே? உன் வீட்டிலேயா?"

"இல்லை, இல்லை. லேடீஸ் ஹாஸ்டலிலே இருக்கிறாள்."

"ஒரு ஹாஸ்டலிலே இருந்துகொண்டு டிராமா கற்றுக் கொள்கிறேன் என்று வருகிற சோதாப் பையன்கள் நடுவிலே பழகப் பெண்ணை விடுகிறவர்கள் சினிமாவுக்கு ஒன்றும் சொல்லமாட்டார்கள். என்னைத் தப்பாக எடுத்துக்கொள்ளாதே, மிஸ் ஆனந்த ராவ். நல்ல வாய்ப்பு வாழ்க்கையிலே ஒரே தடவைத்தான் வரும். உனக்கு நான் இந்த காரண்ட்டி தருகிறேன். இந்தப் படம் மூன்று மாதம், இல்லாது போனால் நான்கு மாதங்களிலே முடிந்துவிடும். தெரியுமா பிரகாஷ் ராவ்? இதற்குப் பைனான்ஸ் எல்லாம் ஜெயஸ்ரீ டாக்கீஸ் நந்தலால் பாலிகா. இன்றையத் தேதிக்கு இந்தியாவிலேயே ரொம்பப் பெரிய பார்ட்டி. படம் முடிந்தது என்றால் உடனே ரிலீஸ்தான். நாலே மாதம். அதனாலே, மிஸ் ஆனந்த ராவ்,

இந்த நாலு மாதத்திற்கப்புறம் நீ சினிமாவோ டிராமாவோ அடுப்பங்கரையோ எங்கே வேண்டுமானாலும் போகலாம்."

பிரகாஷ் ராவ் சங்கடப்பட்டுக்கொண்டு இருந்தான். சந்தர் படபடப்பு அதிகரித்தவனாக இருந்தான். சுஜாதாவுக்கு சித்தார்த்தாவின் பேச்சு அதிகம் பிடித்ததாகத் தெரியவில்லை. சித்தார்த்தாவும் அதை ஒரு மாதிரி புரிந்துகொண்டிருந்தான். சித்தார்த்தா சொன்னான்:

"உன்னை இப்போதே, இல்லை – ஆமாம் என்று சொல்லச் சொல்லவில்லை. இரண்டு நாள் எடுத்துக் கொள். விஷயம் இதுதான். உனக்கு நடிக்க வேண்டும் என்றுதான் இருக்கிறது – இல்லையானால் நீ ஏன் டில்லிக்குப் போய் டிப்ளமா எல்லாம் வாங்க வேண்டும்? உனக்கு இப்போது சினிமாவிலே நேரே ஹீரோயின் சான்ஸ் நான் தருகிறேன். நடிப்பிலே உன்னாலே எந்த அளவு எட்ட முடியும் என்று எனக்கு ஒரு மாதிரி விளங்கி இருக்கிறது. இதை மட்டும் வைத்துக்கொண்டு வேறு யாரும் முன்பின் தெரியாத ஒரு புதுப் பெண்ணுக்கு ஹீரோயின் ரோல் தரமாட்டார்கள். ஆனால் எனக்கு ஒரு நம்பிக்கை. நீ ஒரு இரண்டு நாளிலே பதில் கொடுத்தால் போதும்."

அந்த வேளைக்குப் பேச்சுவார்த்தை எல்லாம் முடிந்து விட்டது என்று தோன்ற வைப்பது போல எல்லாரும் மௌனமாக இருந்தார்கள். பிரகாஷ் ராவ்தான் முதலில், "நான் நாளைக்கு வந்து பார்க்கிறேன்" என்று சொல்லிவிட்டு எழுந்தான். சுஜாதாவும் சந்தரும் எழுந்தார்கள். ஆனால் சுஜாதா பிரகாஷ் ராவைப் பார்த்த பார்வையில் பிரகாஷ் ராவ் மீண்டும் பேசினான்: "நாங்கள் வந்ததே மிஸ்டர் சந்தருக்காகத்தான்" என்றான்.

சித்தார்த்தா சொன்னான்: "பார்க்கலாம். இந்த சப்ஜெக்டுக்கு ஒரே ஒரு ஹீரோதான். சலம்தான் சந்திரநாத் ரோல் பண்ணப் போகிறான். மற்ற ரோல்கள் எல்லாம் நாற்பது, ஐம்பது, எழுபது வயது ரோல்கள். இவருக்கு ஒன்றும் சரிப்பட்டு வராது. இந்தப் படம் இல்லாத போனால் பரவாயில்லை. அடுத்த படத்திலே நிச்சயம் உபயோகப்படுத்திக்கொள்கிறேன்."

மூவரும் படி இறங்கிக் கார் அருகே வந்தார்கள். சுஜாதா, "நாம் கொஞ்சம் பீச் வரையில் போய்விட்டு வீடு திரும்பலாமா?" என்று கேட்டாள்.

பிரகாஷ் ராவ் முதலில் பதில் சொல்லவில்லை. பிறகு, "சரி" என்றான்.

பத்து மணிக்கு பீச்சில் பீச்சும், விளக்குகளும் மட்டும் தான் இருந்தன. சிறிது குளிர்காற்று இருந்தது. கடல் நடுவில் சிறு சிறு சலசலப்புக்கு மேல் எதுவும் இருப்பதாகத் தெரிய வில்லை. ஆனால் கரை ஓரமாகத்தான் ஏகமாக இரைச்சல் போட்டுக்கொண்டு அலைகள் புரண்டு அடித்துக்கொண்டு விழுந்து மாய்ந்துகொண்டிருந்தன.

"நீங்கள் அடிக்கடி இவரைப் போய்ப் பார்த்துக்கொண் டிருங்கள்" என்று பிரகாஷ் ராவ் சந்தரிடம் சொன்னான். சந்தர் புன்னகைகூடப் புரியவில்லை. அவன் அடிக்கடி போய்ப் பார்க்க வேண்டியவர்கள் பட்டியல் பெரிதாக இருந்தது.

சுஜாதா, "உனக்கு என்ன தோன்றுகிறது?" என்று சந்தரைக் கேட்டாள்.

"அடுத்த படம் அவர் எடுக்கிறபோது பார்த்துக் கொள்ளலாம்."

"அது இல்லை. அவர் என்னைக் கூப்பிடுகிறாரே?"

"உன்னைத்தானே? ஏன், உனக்கு இஷ்டமிருந்தால் போயேன்."

பிரகாஷ் ராவ், "என்ன சொல்கிறார் அவர்?" என்று கேட்டான்.

"ஒன்றுமில்லை" என்றாள் சுஜாதா. பிறகு "திரும்பலாமா?" என்று கேட்டாள்.

கார் ரவுண்ட் டாணா பக்கம் வந்தவுடன், "எந்தப் பக்கம் திரும்ப?" என்று பிரகாஷ் ராவ் கேட்டான்.

"பூக்கடைப் போலீஸ் ஸ்டேஷன் பக்கம்" என்றாள் சுஜாதா.

கார் பூக்கடையை நெருங்கிப் போகும்போதே, "இங்கே எங்களை விட்டுவிடு. நாளைக்கு நான் டெலிபோன் செய்கிறேன்" என்று சுஜாதா சொன்னாள்.

"நான் உன்னை ஹாஸ்டலிலேயே விட்டு விடுகிறேனே?" என்றான் பிரகாஷ் ராவ்.

"இல்லை, நான் போய்க்கொள்வேன். அப்படி முடியா விட்டால் சந்தர் வீட்டுக்குப் போய்விடுவேன். அங்கே அவன் அம்மா, அக்கா, தங்கை எல்லாரும் இருக்கிறார்கள்."

பிரகாஷ் ராவ் வாதாடாமல் போய்விட்டான். சந்தர் சிறிது விறுவிறு என்று நடந்துகொண்டிருந்தான். அரை ஓட்டமாகச் சென்று சுஜாதா, "வா, நாம் புகாரியிலே ஏதாவது சாப்பிட்டுவிட்டுப் போவோம்" என்றாள்.

"புகாரி கிகாரிக்கெல்லாம் என்னிடம் காசு இல்லை" என்று சந்தர் சொன்னான்.

"என்னிடம் இருக்கிறது. தயவுசெய்து வா."

இப்போது சுஜாதாதான் முன்னால் போய்க்கொண்டிருந்தாள். அந்த ஓட்டல் வாசற்படியை அவள் கடக்கும்போது அங்கே இருந்த பிரகாசமான விளக்குகள், அவள் புடவை லேசாகக் கிழிய ஆரம்பித்திருப்பதைக் காட்டின. அநேகமாக அவள் புடவைகள் எல்லாமே அந்த நிலையில்தான் இருந்தன. அவள் புதிதாகத் துணிமணி எடுத்து வெகு நாட்கள் ஆகியிருக்க வேண்டும். மாதாமாதம் வருகிற இருநூறு ரூபாயில் ஹாஸ்டலுக்கு நூற்றுப்பத்து ரூபாய் கொடுத்துவிட்டு, ஊருக்கு நாற்பது ரூபாய் அனுப்பிவிட்டு, இரண்டு பெரிய அளவு 'சர்ஃப்' பெட்டிகள் வாங்கிய பிறகும் சந்தருடன் ஓட்டலுக்கு எப்போது போனாலும் அவளே பணம் கொடுத்துவிடுகிறாள்! எப்போதோ ஒரு சமயத்தில் மட்டும் புடவைக்கு அவனை இஸ்திரி போட்டுத் தருமாறு கேட்டுக்கொள்வாள். அவனே அப்படிச் செய்து தருவதாக ஒப்புக்கொண்டிருந்தான். அந்த வார்த்தையை மட்டும் அவன் மாதத்தில் ஒரு முறை இரு முறை காப்பாற்றினால் போதும்.

சந்தருக்கு ஐந்து நிமிஷம் சரியாக இருந்தது. பிறகு மறுபடியும் தலையை வலித்தது.

சர்வரிடம் "பிஸ்கட், சமோஸா, டீ" என்று சுஜாதா சொன்னாள். "உனக்கு என்ன என் மேலே கோபம்?" என்று சந்தரைக் கேட்டாள்.

"ஒன்றுமில்லையே!"

"பின் ஏன் மூஞ்சியைத் தூக்கிக்கொண்டு இருக்கிறாய்?"

"அதற்கு என்ன செய்வது? சிலர் மூஞ்சி எப்போதும் அப்படித்தான் இருக்கும்."

"நான் ரொம்ப நம்பிக்கையோடுதான் இருந்தேன்."

"இப்போது மட்டும் என்ன, சித்தார்த்தாவுக்கு உன்னை ரொம்பப் பிடித்திருக்கிறது."

"எனக்குப் பிடிக்கவில்லையே!"

"அப்படிச் சொல்லிவிடாதே. மூன்றே மாதத்தில் நீயும் பெரிய ஸ்டார் ஆகிவிடலாம்."

"எனக்குப் பெரிய ஸ்டார் ஆக வேண்டும் என்று எல்லாம் ஆசை கிடையாது."

இதற்குள் சர்வர் ஒரு பெரிய தட்டில் பீங்கான் கோப்பை தட்டுகள் கடகடவென்று ஒலிக்க டீயும் பிஸ்கட்டும் கொண்டு வந்தான். சந்தர் ஒன்றும் எடுத்துக்கொள்ளவில்லை. சுஜாதா வினால் ஒன்றும் எடுத்துக்கொள்ள முடியவில்லை. டீயை மட்டும் அரை குறையாகச் சாப்பிட்டார்கள். தட்டில் பில் பணத்துடன்கூட பத்துபைசா சேர்த்து வைத்துவிட்டு சுஜாதா சந்தர் பின்னால் போனாள். சந்தர், கந்தசாமி கோயில் தாண்டிப் பக்கத்திலுள்ள சந்திலே திரும்பிச் சென்றுகொண்டிருந்தான். சந்திலே முனையில் இருந்த பசும்பால் கடையைத் தவிர மற்றப் பகுதிகள் அமைதியாக இருந்தன. பசுமாடுகளும் கன்றுகளும் நடுச்சந்தில் யாதொரு தயக்கமும் இல்லாமல் படுத்தபடி அசை போட்டுக்கொண்டிருந்தன. சுஜாதா, "சந்தர்" என்று கூப்பிட்டாள்.

அவன் திரும்பிப்பார்க்கவில்லை. சுஜாதா வேகமாக அவனை நெருங்கி, "சந்தர்!" என்றாள்.

அவன் நின்று, "என்ன நடுத்தெருவில் இருந்துகொண்டு கூப்பாடு போடுகிறாய்? நீ படித்தவளா?" என்று கேட்டான்.

"உனக்கு என்ன ஆயிற்று? நான் சினிமாவிலே சேருகிற தாகவே இல்லை..."

"உன்னை விரும்பித் தேடி அலைந்து ஒருவன் வருஷக் கணக்காக ஏங்கிக்கொண்டிருக்கிறான், அவனையும் கைவிட்டு விடுவாயா? நீ வசந்தசேனா இல்லையா?"

"என்ன பச்சைக் குழந்தை மாதிரி பேசுகிறாய்? இன்றைக்குப் போனதே உனக்காகத்தான்..."

"நான் வெறுமனே ஒரு காரணம். உன்னை உன் சித்தப்பா பிள்ளை அழைத்துக்கொண்டு போனான். சித்தப்பா பிள்ளை தானே அவன்? ஒரு பெண்ணை மட்டும் தனியே அழைத்துக் கொண்டு போக அவனுக்குக் கூட கொஞ்சம் கூச்சமாக இருக்காதா?"

"சீ, உன் புத்தி வெறும் சாக்கடையாகிவிட்டது."

சந்தர் பேசாமல் வேகமாக நடந்தான். சுஜாதா மறுபடியும் ஓடி வந்தாள். "சந்தர்!"

அவன் பதில் பேசுவதற்குள் விளக்கில்லாமல் மணிகூட அடிக்காமல் மூன்று சைக்கிள்காரர்கள் வேகமாக வந்தார்கள். சுஜாதா அப்படியே நின்றாள். சந்தர் சந்தின் ஓரத்திற்குத் தாவிக்கொண்டு சென்றான். சைக்கிள்காரர்கள் போய் விட்டார்கள். சந்தர் ஓரமாகவே நடந்து ஐந்தாறு வீடுகள் தாண்டி ஒரு கதவைத் தட்டினான். அதுதான் அவன் வீடு. அவன் தங்கை கதவைத் திறந்தாள். சந்தர் படிதாண்டிய வுடன், "கதவைத் தாழ்ப்பாள் போடு" என்று தங்கையிடம் சொன்னான். ஆனால் அவள் சுஜாதாவைப் பார்த்துவிட்டாள்.

"சுஜாதா அக்கா வந்திருக்காளா?"

"அக்காவும் இல்லை, தக்காவும் இல்லை. கதவை இழுத்துச் சாத்து."

"இங்கே வந்திருக்காளே? வா அக்கா."

சந்தர் தன் தங்கையைப் பிடித்துத் தள்ளி விட்டுக் கதவைச் சாத்தினான். தாழ்ப்பாள் போட்ட பிறகு சில விநாடிகள் கதவருகேயே நின்றான். கதவு தட்டப்படவில்லை.

"ஏன் அண்ணா சுஜாதாவை வெளியிலேயே வைத்து விட்டுக் கதவைச் சாத்தினே? அம்மாவைக் கூப்பிடுகிறேன்."

"சத்தம் போடாமே உன் வேலையைப் பார்த்துக்கொண்டு போ. இல்லாத போனால் பல்லைத் தட்டிக் கொடுப்பேன்."

அவள் ஏதோ முணுமுணுத்துக்கொண்டு இருட்டில் உள்ளே சென்றாள். சந்தர் சப்தமே எழுப்பாமல் தாழ்ப்பாளைத் தளர்த்தினான். கதவை மிகவும் மெதுவாகத்தான் திறந்தான். அப்படியும் அது முனகிற்று. சந்து காலியாக இருந்தது.

சந்தர் வெளியே வந்து நின்றான். இருட்டாக இருந்தாலும் கண்கள் நன்றாகப் பார்த்தன. மாடுகள், கன்றுகள், சந்தில் வெளிச் சுவர் ஓரமாகப் படுத்துக்கொண்டிருப்பவர்கள், ஒரு குப்பைத் தொட்டி, முனையில் பசும்பால் கடை, கடையருகில் இருந்த விளக்குக் கம்பத்தில பீடி சுருட்டு பற்றவைத்துக் கொள்பவர்களுக்காகக் கட்டித் தொங்கவிட் டிருக்கும் நார்த்திரி, ஒரு நாய் இவையெல்லாம் தெளிவாகவே தெரிந்தன. சுஜாதா சந்தைக் கடந்து திரும்பி பெரிய சாலையில் போய்க்கொண்டிருப்பாள். டாக்ஸிக்காக இருக்காது. நேரே சென்று அண்ணாமலை மன்றத்தைத் தாண்டி கோட்டை

ஸ்டேஷனுக்குப் போவாள். பதினொன்றே காலுக்குக் கூட ஒரு ரயில் உண்டு. ஹாஸ்டல் வாட்சுமென் கதவைத் திறந்து விடுவான். அறைக்குப் போனவுடன் புடவை மாற்றிக்கொண்டு படுத்துக்கொண்டுவிடுவாள். படுத்துக்கொண்ட பிறகுதான் அவளால் சரியாக அழ முடியும்.

சந்தருக்கு மார்பு படபடப்பு, மூச்சு இரைப்பு எல்லாம் அடங்கியிருந்தது. மறுபடியும் சுஜாதாவை நடுத்தெருவில் அழச்செய்துவிட்டான். அவன் அவளை அழவைப்பதில் நூறில் ஒரு பங்கு எஸ்.எஸ்.பி. செய்வது கிடையாது. ஒரு வேளை அவனில்லாமல் சுஜாதா மட்டும் தனியாக இருந்தால் எஸ்.எஸ்.பி. சுஜாதாவிடம் உண்மையாகவே அன்பாகவும் ஆதரவாகவும் இருக்கக்கூடும். அவன் இல்லாவிட்டால் அவளுக்கு வந்திருக்கும் சினிமா வாய்ப்பை ஏற்றுக்கொள்வது எதோ பெருங்குற்றம் போல அவளுக்குத் தோன்றாது. அவன் பின்னாலேயே சுற்றிக்கொண்டிருந்துவிட்டுக் கடைசியில் ஒரு ராத்திரியில் நடுத்தெருவில் முகத்திற்கு நேரே சாத்தப்படும் கதவின் முன் அவள் நிற்க நேர்ந்திராது. இப்போது இல்லை. அவள் போய்விட்டாள்.

சந்தருக்கு மூச்சு விடுவதில் சிரமம் இல்லாமல் இருந்தது. யாராவது வீடு பெருக்கும்போது அவனுக்கு மூச்சுத் திணறும். அடுக்கு அடுக்காக மாடிப்படி ஏறும்போது மூச்சுத் திணறும். துணிக்கு இஸ்திரி போடும்போது மூச்சுத் திணறும். அப்படி இருந்தும் அவனாகவே ஒரு காலத்தில் சுஜாதாவின் புடவை களுக்கு இஸ்திரி போட்டுத் தரும் பொறுப்பை ஏற்றுக் கொண்டிருந்தான். ஆனால் இப்போது ஐந்தாறு மாதமாகவே என்றோ ஒரு நாள்தான் அதற்குச் சௌகரியப்பட்டுக் கொண்டிருக்கிறது. அது தெரிந்துதான் சுஜாதாவே அவனிடம் அதிகம் தருவது கிடையாது. இனி தரவேமாட்டாள். அவள் திரும்ப வரமாட்டாள். இந்த முறை அழவைத்ததற்கு மன்னிக்க மாட்டாள். ஒரு வேளை அந்தச் சொக்குப்பொடி சிகாமணி சித்தார்த்தாவின் சினிமாவில் நடிக்கவும் சம்மதித்துவிடுவாள். சந்தர் தான் இனி எஸ்.எஸ்.பி.யுடன் தனியாக மாரடிக்க வேண்டும். சுஜாதா போனது பெரிய இழப்புத்தான்.

நிஜமாகவே இழப்புத்தானா? சந்தருக்கும் சந்தேகம் வந்தது. இந்த மூன்று வருட காலத்தில் சுஜாதா அவனுக்காக நிறையத் தியாகங்கள் புரிந்திருக்கிறாள் – சந்தேகம் இல்லை. அவன் ஒன்றும் செய்யவில்லையா? அவள் இழுத்துப் போகா விட்டால் அவன் பிரகாஷ் ராவின் கோணல் நாற்காலியில் உட்கார்ந்திருப்பானா? மூன்றடுக்கு மாடிக்கு மூச்சு முட்ட

வாழ்விலே ஒரு முறை 43

ஏறியிருப்பானா? தூணுக்குப் புடவை கட்டினால் திரும்பப் பார்க்கும் ஒரு டைரக்டர் தன்னைத் தூசி போல் உதறித் தள்ளக் காட்டிக் கொண்டிருப்பானா? பார்க்கப்போனால் இவ்வளவு நாட்களும் சுஜாதா நினைக்கச் சொன்னதைத் தவிர வேறு எதைத்தான் அவன் நினைக்கவும் செய்திருக்கிறான்? அவனாக அவன் எதைத்தான் செய்திருக்கிறான்?

சந்தர் வீட்டுக்குள் வந்து கதவைத் தாளிட்டான். அந்தச் சண்டை அவனுக்கும் சுஜாதாவுக்கும் நல்லது என்று தோன்றிற்று. இல்லாது போனால் இருவருமே ஆயுள் முழுவதும் கைக்குட்டை நழுவவிடுவதைக் சுற்றுக்கொடுத்துக்கொண்டிருக்க வேண்டும். இருவரும் கல்யாணம்கூடப் பண்ணிக்கொள்ள நேரிட்டிருக்கும். அப்படியும் ஆகிவிட்டால் இருவருக்கும் கதி மோட்சமே கிடையாது. நல்ல வேளை இனி அந்தப் பயம் இல்லை.

சந்தருக்கு இன்னொன்றும் தோன்றிற்று. இனிமேல் புடவைகளுக்கு அவன் இஸ்திரி போட வேண்டியிருக்காது.

(1968)

வாழ்விலே ஒரு முறை

சுந்து மறுபடியும் வெளியே வந்துவிட்டான். ராமமூர்த்தி அவன் கையைப் பிடித்து உள்ளே இழுத்துச் சென்றான். "அம்மா இவனைப் பாரேன்! மறுபடியும் மறுபடியும் என் பின்னாலேயே ஓடி வருகிறான்!" என்று சொன்னான். அம்மா "அவனையும் அழைத்துக்கொண்டு போனால் என்ன? போடா, குழந்தையையும் அழைத்துக் கொண்டு போய் ஜாக்கிரதையாகப் பார்த்துக் கொள். அவனுக்கு மட்டும் விளையாட வேண்டும் என்று ஆசை இருக்காதா?" என்றாள். சுந்து நிக்கர் கூட அணிந்துகொள்ளாமல் சட்டையெல்லாம் எச்சில் ஒழுக விட்டுக்கொண்டு நின்றுகொண் டிருந்தான். ராமமூர்த்தி காலை உதறித் தரையை உதைத்தான். "போம்மா, நீ எப்போதும் ஏதாவது..." என்றான். அதற்கப்புறம் அவனுக்கு வார்த்தை எழவில்லை.

தெருவிலிருந்து "டேய், நீ வருகிறாயா இல்லையாடா? என்று குரல் கேட்டது. அங்கே சேகர், பாபு, கல்யாணம் ஆகியோர் நின்றுகொண் டிருந்தார்கள். அவர்கள் ராமமூர்த்தியை விட்டு விட்டுச் சென்றுவிடுவார்கள் போலிருந்தது. அம்மா உள்ளே போனாள். ராமமூர்த்தி மூக்கை உறிஞ்சிக் கொண்டு சட்டையில் கண்களைத் துடைத்துக் கொண்டான். சுந்து தன் பல் வரிசைகளிடையே வலது ஆள்காட்டி விரலை வைத்துக் கடித்துக் கொண்டிருந்தான். ராமமூர்த்தி அவனை அப்பா

அறைக்கு இழுத்துப்போனான். அப்பா காரியாலயத்திற்குக் கிளம்பிப் பத்து நிமிடங்கள் ஆயியிருந்தன. ராமமூர்த்தி சுந்துவை "இனிமேல் என்னுடன் வெளியே வருவேன் என்று சொல்லாதே!" என்று சொல்லிவிட்டுக் கிள்ளினான். "நான் வயுவேன் நான் வயுவேன் – அம்மா!" என்று சுந்து அழ ஆரம்பித்தான். ராமமூர்த்தி வெளியே ஓடிவந்து 'வாங்கடா, சீக்கிரம் போகலாம்" என்று தன் சிநேகிதர்களிடம் சொன்னான். போகும் போது வீட்டைத் திரும்பிப் பார்த்துக்கொண்டே போனான். தெருக்கோடி போய்ப் பார்த்தபோது சுந்து வீட்டு வாசலில் நின்றுகொண்டிருந்தான். ராமமூர்த்தி "வீட்டுக்குப் போடா! வீட்டுக்குப் போடா!" என்று கத்தினான். பிறகு அவசரமாகத் தன் சிநேகிதர்களுடன் வேறு தெருவில் திரும்பி விட்டான்.

கடைகளெல்லாம் திறந்திருந்தன. அந்த வேளையில் வியாபாரம் அதிகம் நடக்கவில்லை. துணிக்கடைகளில் மட்டும் சில பெண்மணிகள் ஏதோ வாங்கிக்கொண்டிருந்தனர். சேகரும் கல்யாணமும் ஒரு காலிப் பெட்டியை உதைத்துக் கொண்டவாறு வந்துகொண்டிருந்தார்கள். தெரு ஓரமாக ஒரு கழியை வைத்துக்கொண்டு நடந்துபோய்க் கொண்டிருந்த கிழவரின் கால்களில் அட்டைப் பெட்டி இடித்தது. கிழவர் திரும்பிப் பார்த்தார். "நான் இல்லை தாத்தா, இவன்தான்." என்று சேகர் கல்யாணத்தைக் காட்டினான். கல்யாணம், "டேய். நானெங்கேடா உதைத்தேன்?" என்றான். சேகர் ராமமூர்த்தியை சுட்டிக்காட்டி, "அப்போது இவன்தான் தாத்தா உதைத்தான். பள்ளிக்கூடம் முழுக்க இவனுக்கு நீளக்காது என்று பெயர்" என்றான். கிழவர், "துஷ்டப் பசங்களா" என்று சொல்லிவிட்டுச் சென்றார். ராமமூர்த்தி சேகர் முதுகில் ஓங்கி ஒரு குத்து விட்டான். சேகர் "அம்மா" என்றான். பிறகு ராமமூர்த்தியைத் துரத்திக்கொண்டு வந்தான். ராமமூர்த்தி அவனிடம் அகப்பட்டுக்கொள்ளாமல் இரண்டு மூன்று முறை கல்யாணத்தையும் பாபுவையும் சுற்றிச்சுற்றி வந்தான். சேகர் கடைசியில் அவனைப் பிடித்து பதிலுக்கு இரண்டு குத்துக்கள் விட்டான். அப்போது ஒருவன் ஐஸ்கிரீம் விற்றுக்கொண்டு போனான். "ஐஸ்! அஞ்சு பைஸா ஐஸ்!" என்று சேகரும் சென்னான். ஐஸ்கிரீம் விற்பவன் அவன் காதில் விழாதது மாதிரி கைவண்டியைத் தள்ளிக்கொண்டு போய்க் கொண்டிருந்தான். அவன் மறுபடியும் கூவியவுடன் நான்கு பையன்களுமாகச் சேர்ந்துகொண்டு "ஐஸ்! அஞ்சு பைசா ஐஸ்!" என்றார்கள். ஐஸ்கிரீம்காரன் வண்டியை விட்டுவிட்டுப் பையன்கள் பக்கம் ஓடி வந்தான். நான்கு

பேரும் திசைக்கு ஒருவராகச் சிதறிப்போய்விட்டார்கள். ஐஸ்கிரீம்காரன் அட்டைப் பெட்டியைக் காலால் மிதித்துத் துவைத்துக்கொண்டே கண்டபடி வைத்தான். பிறகு தன் வண்டியைத் தள்ளிக்கொண்டு போனான்.

நான்கு பையன்களுமாகப் பார்க் அருகே வந்து சேர்ந் தார்கள். அது அவர்கள் பள்ளிக்கூடத்திற்கு எதிரேதான் இருந்தது. பள்ளிக்கூடம் கதவுகள் சாத்தப்பட்டு உயிரற்றுக் கிடந்தது. கல்யாணம் ராமமூர்த்தியின் தோள்மீது கையைப் போட்டு, "நாளைக்கு லீவுடா," என்றான். ராமமூர்த்தி "எப்படியடா? இன்றைக்குத்தான் லீவு கடைசி நாள்," என்றான். "இல்லை நாளைக்கும் லீவு," என்றான் கல்யாணம். ராம மூர்த்தி தன் தோள் மீது இருந்த கல்யாணத்தின் கையை உதறித் தள்ளினான். "எடுடா கையை! நான் என்ன, உன் பெண்டாட்டியா?" என்றான். இதற்குள் பாபுவும் சேகரும் அங்கே வைக்கப்பட்டிருந்த டெலிபோன் பெட்டிக்குள் புகுந்து விட்டார்கள். ராமமூர்த்தியும் கல்யாணமும் அவர்களுடன் சேர்ந்துகொண்டார்கள். டெலிபோன் பெட்டியில் ஒரு பலகையில் டெலிபோன் பொருத்தப்பட்டிருந்தது. அதற்குப் பக்கத்திலேயே ஒரு தகட்டில் ஏதேதோ எழுதப்பட்டிருந்தது. சேகர் குதிகாலை உயர்த்தி டெலிபோனைக் காதில் வைத்துக் கொண்டு "ஹலோ, ஹலோ!" என்று கத்தினான். சில வினாடி களுக்குப் பிறகு ஒரு பெண் குரல் "யுவர் நம்பர் பிளீஸ்" என்று ஒலித்தது. சேகர், "ஹலோ, ஹலோ லண்டனுக்குச் சலோ. எஸ் நோ ஆல் ரைட்!" என்று கத்தினான். இதற்குள் ராமமூர்த்தி டெலிபோனுக்குப் பக்கத்தில் காசு நுழைப்பதற்காக ஏற்படுத்தியிருந்த பிளவில் ஒரு காகிதத் துண்டை மடித்துத் தள்ளினான். பிறகு நான்கு பேருமாகப் பார்க் உள்ளே சென்றார்கள்.

பார்க்கில் போடப்பட்டிருந்த பெஞ்சுகளில் பாதிக்கு மேல் வெட்ட வெளியில் இருந்தன. சிறிது நிழலான இடத்தில் இருந்தவற்றில் யாராவது படுத்துக்கொண்டோ படித்துக் கொண்டோ இருந்தார்கள். ஒரு பெரிய தொட்டி மட்டும் எப்படியோ முழுதும் நிழலில் இருந்தது. அதில் தண்ணீர் ஒரு துளி கூடக் கிடையாது. நிறைய இலைகள்தான் இருந்தன. சேகர் முதலில் தொட்டியுள் இறங்கினான். அப்புறம் மற்றவர் களும் அவனுடன் சேர்ந்துகொண்டு தொட்டி உள்ளேயே சுற்றிச் சுற்றி ஓடிவந்தார்கள். தொட்டியில் ஒரு உடைந்த சீப்பு கிடைத்தது. அதைச் சேகர் தன் பையில் எடுத்து வைத்துக்கொண்டான். "ஹா ஹ் ஹா ஹ் ஹா! மூளை யில்லாத மேதாவியே! உன் நாட்டின் இரகசியங்கள் அனைத்தும்

அடங்கிய இந்த ஓலைச்சுவடி என் கையில் கிடைத்துவிட்டது. இனி சம்வர்த்தன சாம்ராஜ்யத்தைத் தவிடுபொடி செய்து விடுவேன்! ஹா ஹ் ஹ ஹ் ஹா!" என்றான்.

"டேய் இவர் பெரிய என்ஜீடா," என்றான் கல்யாணம்.

"பேசாதே; உன் பேச்சைக் கேட்கும் காலம் மலையேறிப் போய்விட்டது. சிந்தனை செய்! போருக்கு வா! வெற்றி அல்லது வீரமரணம்!"

"டேய், டேய். கத்திச் சண்டை போடலாமாடா?"

"குச்சிக்கு எங்கேடா போகிறது?"

"என் வீட்டில் இருக்கிறது."

"உன் வீட்டில் இருக்கிறது குச்சியா? கடப்பாரை! எவன் தூக்குகிறது?"

"அந்த வேப்பமரத்தில் நல்ல குச்சியாக இருக்கும்."

"தோட்டக்காரன் வந்துவிடுவாண்டா."

"போடா, அவன் எங்கேயோ தூங்கிக்கொண்டு இருப்பான்."

"நான் இரண்டு குச்சி வைத்துக்கொண்டு சண்டை போடுவேன். டபிள் ஸ்வோர்ட் பைட்."

"நீ குகையிலிருந்து தப்பியது இந்தக் கத்திக்கு இரை யாவதற்குத்தான்."

கல்யாணமும் சேகரும் ஒரு வேப்பமரத்தில் ஏறினார்கள். மெல்லிய குச்சியாக ஐந்தாறு முறித்துப் போட்டார்கள். வேப்பிலை கழித்து மேல் பட்டையும் உரித்த பிறகு குச்சி களெல்லாம் வெள்ளையாக இருந்தன. எல்லாரும் அவற்றை வைத்துக்கொண்டு கத்திச் சண்டை போட்டார்கள். சேகர் அடிக்கடி "ஹா ஹ் ஹா!" என்று கத்திக்கொண்டே சண்டை போட்டான். ராமமூர்த்திக்குக் கன்னத்தில் கீறல் காயம் ஒன்று ஏற்பட்டுவிட்டது. சேகரைத் தவிர மற்றெல்லாரும் அவரவர்களுடைய குச்சிகளைத் தூர எறிந்துவிட்டார்கள். ராமமூர்த்தி அழுது ஓய்ந்த பிறகு கல்யாணம் அவனைப் பார்த்து, "டேய்; இப்போது உன்னைப் பார்த்தால் ஜகன்னாத வாத்தியார் மாதிரி இருக்கு" என்று சொன்னான். ஜகன்னாத வாத்தியார் முகத்தில் ஒரு நீள வடு உண்டு. ராமமூர்த்தி சிறு கல்லை எடுத்து கல்யாணத்தின் மீது வீசினான்.

தோட்டக்காரன் பார்த்துவிட்டான். "திருட்டுப் பயல்களா! தினம் வந்து பாத்திகளைப் பாழ்பண்றீங்களா?" என்று துரத்திக்

கொண்டு வந்தான். பார்க் வெளிச்சுவர் ஏறிக் குதிப்பதற்குச் சௌகர்யமாக நிறைய அலங்காரத் துவாரங்களுடன் கூடியதாக இருந்தது. பையன்கள் நான்கு பேரும் நடைபாதையில் குதித்துச் சிறிது தூரம் ஓடின பிறகு சட்டென்று நின்றார்கள். எதிரே ஜகன்னாத வாத்தியார் கோட்டு அணிந்துகொள்ளாமல் வந்துகொண்டிருந்தார். ஏதோ யோசித்துக்கொண்டு வந்தவர் பையன்களைப் பார்த்து, "அடேடே, எங்கேடா எல்லாருமாகக் கிளம்பினீர்கள்?" என்று கேட்டார்.

பையன்கள் தரையைக் காலால் தேய்த்தார்கள்.

"இங்கேதான் பக்கத்தில் வீடா? என்னடா சந்திர சேகரன்?"

"என் வீடு டி.எஸ். ஸ்டிரீட்டில் இருக்கிறது சார். கல்யாண சுந்தரமும் ராமமூர்த்தியும் அதற்குப் பக்கத்துத் தெருவிலே சார்."

"அவன் யார் புதுப் பையன்? நம்ம ஸ்கூலா?"

"இல்லை சார், அவன் எங்கள் மாமா பிள்ளை. கோயம் புத்தூரிலிருந்து வந்திருக்கிறான், சார்."

"பெயர்?"

"கே. விஸ்வனாதன்," என்று பாபு சொன்னான்.

"ஆமாம், ஏன் எல்லாருமாக மண்டை வெடித்துப் போகிற நேரத்தில் ஊர் சுற்றுகிறீர்கள்? வெயில் பாழ் போகிறதா?"

ஒருவரும் பதில் தரவில்லை.

"நேரே வீட்டுக்குப் போங்கள். நாளைக்குப் பள்ளிக்கூடம் திறக்கிறது. இப்படி மேய்ந்து கொண்டிருக்கிறீர்களே? ஹோம் வொர்க்கெல்லாம் முடித்துவிட்டீர்களா?"

புரிந்துகொள்ள முடியாத சப்தங்களாகச் சில எழுந்தன.

"ஊம் போங்கள். எல்லாரும் வீட்டுக்குப் போங்கள்."

சேகர் மட்டும் "மார்க் சார்" என்றான்.

"என்னது?"

"பரீக்ஷை மார்க், சார்."

"என்ன பெரிய பரீக்ஷை, சுண்டைக்காய்ப் பரீக்ஷை. எல்லாம் நாளைக்குக் கிளாசில் சொல்கிறேன்."

"சார், சார்." சேகர் கெஞ்சினான்.

"ஒன்றும் ஞாபகமில்லையடா. உனக்கு முப்பது மார்க்குக்குக் குறைச்சலில்லை சரிதானே. ஆமாம், டி.எஸ். ஸ்டிரீட் என்று தானே சொன்னாய், அங்கே வீடு ஏதாவது காலியிருக்கிறதா?"

"தெரியாது சார்."

"அங்கே ஏதோ டாக்டர் வீட்டுக்குப் பக்கத்தில் ஒரு வீடு காலியிருப்பதாகச் சொன்னான். அங்கே எவனாவது டாக்டர் இருக்கிறானா?"

"ஆமாம் சார்."

"யார்?"

"டாக்டர் ரகுராமன், பி.எஸ்.ஸி., எம்.பி.பி.எஸ்."

"அவன் வீட்டுக்குப் பக்கத்து வீடு காலியா?"

"தெரியாது, சார். நான் வேண்டுமானால் கேட்டுப் பார்க்கட்டுமா சார்?"

"கேளேன். நான்தான் வீடு மாற்ற வேண்டும்."

சேகர் உடனே கிளம்பிப் போய்விட்டான். ராமமூர்த்திக்கும் கல்யாணத்துக்கும் பாபுவுக்கும் என்ன செய்வது என்று தெரியவில்லை. வாத்தியார், "டேய் டேய், சந்திர சேகரன்! டேய் சந்திர சேகரன்," என்று கூப்பிட்டார்.

ராமமூர்த்தி ஓடிப்போய் சேகரை அழைத்துவந்தான்.

சேகர், "என்ன சார்?" என்று கேட்டான்.

"நீ போய் எங்கேயாவது பள்ளிக்கூட வாத்தியாருக்கு வீடு வேண்டும் என்று சொல்லி வைக்காதே. அப்புறம் தினம் டியூஷன் அது இது என்று ஐம்பது பையன்கள் வீட்டைச் சுற்றுவார்கள் என்று பயந்துகொண்டு இல்லை என்பார்கள். என்ன வாடகை, இதை மட்டும் தெரிந்துகொள், போதும்."

"சரி, சார்."

"ஒன்றும் அவசரமில்லை. நாளை பள்ளிக்கூடத்தில் சொன்னால் போதும்."

"இல்லை, இப்போதே உங்கள் வீட்டில் வந்து சொல்கிறேன் சார்."

"என் வீடு தெரியுமா உனக்கு?"

"தெரியும் சார். ஒரு தடவை உங்கள் புத்தகங்களைத் தூக்கிக்கொண்டு வந்தேன், சார்."

அசோகமித்திரன்

“சரி, சரி. சாயங்காலமாக வா. இப்போது நான் ஒரு இடத்துக்குப் போகிறேன்.”

“சரி, சார்.”

வாத்தியார் போய்விட்டார். கல்யாணம் சேகரைக் கேட்டான்: “என்னடா, வாத்தியாருக்கு ரொம்ப வால் பிடிக்கிறாய்?”

“போடா, அந்த வாத்தியார் நல்லவர்.”

“பின்னே ஏண்டா கிளாஸ்லே அவருக்கு அழகு காட்டறே?”

நான்கு பேரும் சேகர் வீட்டருகே வந்தவுடன் சிறிது தயங்கி நின்றார்கள். கல்யாணம், “நாளைக்குப் பள்ளிக்கூடம் போய்த்தான் ஆக வேண்டும் போல் இருக்கிறது. லீவு இல்லை,” என்றான்.

ராமமூர்த்தி, “நான் என்ன சொன்னேன்” என்றான். அப்போது ஒருவன் “கிருஷ்ணாயில்” என்று கூவிக்கொண்டு வந்தான். கல்யாணம் சேகர் முகத்தைப் பார்த்தான். ராம மூர்த்தி “வேண்டாண்டா” என்றான். அப்போது சேகரின் அம்மா உள்ளேயிருந்து வாசலருகே வந்து “இந்தாப்பா, கிருஷ்ணாயில்” என்று கூப்பிட்டாள். பிறகு பையன்களைப் பார்த்து “என்ன எல்லாரும் நடுத்தெருவில் வெய்யலில் நிற்கிறீர்கள்?” என்று கேட்டாள். பிறகு “சேகர், பாபுவை அழைத்துக்கொண்டு வா. இரண்டாந்தரம் போடுகிறேன்.” என்றாள்.

ராமமூர்த்தியும் கல்யாணமும் சேகரிடம் தலையை ஆட்டிவிட்டுக் கிளம்பினார்கள். சேகரின் அம்மா, “சேகர், அவர்களையும் கூப்பிடு,” என்றாள்.

எல்லோரும் உள்ளே சென்றார்கள். நான்கு பேர்களையும் சேகரின் அம்மா சமையலறையில் வரிசையாக உட்காரச் சொன்னாள். ஒவ்வொருவர் முன்னிலும் ஒரு வாதாம் இலையை வைத்தாள்.

ராமமூர்த்தி, “எனக்கு ஒன்றும் வேண்டாம் மாமி” என்றான்.

“என்ன ஒன்றும் வேண்டாம்?”

ராமமூர்த்தி பேசாமல் இருந்தான். சேகரின் அம்மா ஒரு பெரிய பாத்திரத்தில் பழைய அன்னத்துடன் மோரும் சிறிது உப்பும் சேர்த்துப் பிசைந்து நால்வர் இலைகளிலும் பரிமாறினாள்.

பாபு, "போதும் அத்தை, போதும் அத்தை" என்றான்.

"என்னடா போதும்? இரண்டு பிடி சாதம்கூட இல்லை. உங்கம்மா மத்தியானத்தில் சாதம் போடவே மாட்டாளா?"

"மாட்டாள்."

"பட்டினி போட்டுவிடுவாளா?"

பாபுவால் சட்டென்று பதில் தர முடியவில்லை. சேகரின் அம்மா கல்யாணத்தையும் ராமமூர்த்தியையும் பார்த்து, "நீங்களாவது இரண்டாந்தரம் சாப்பிடுகிறதுண்டா இல்லையா?" என்று கேட்டாள்.

"ஓ" என்று இரண்டு பேரும் சொன்னார்கள்

"சின்ன வயதில் வயிற்றைக் காயப் போடவே கூடாது. இப்போது காயப் போட்டால் வயதான பிறகு ஒன்றையும் தாங்கிக்கொள்ள சக்தி இருக்காது."

ராமமூர்த்தி சாதம் விழுங்க முடியாமல் திணறினான்.

"மறந்து போய்விட்டேன். காலையில் பண்ணிய கூட்டு நிறைய இருக்கிறதே," என்றாள் சேகரின் அம்மா. கூட்டுப் பாத்திரத்தைக் கையில் எடுத்துக்கொண்டு "உங்களுக்கெல்லாம் வாழைப்பூக் கூட்டு பிடிக்குமா?" என்று கேட்டாள்.

"ஊ ஹூம், வேண்டாம், பிடிக்காது" என்ற குரல்கள் அரைகுறையாகக் கிளம்பின.

"போட்டுக்கொண்டு சாப்பிடுங்கள். உடம்புக்கு ரொம்ப நல்லது." ஒவ்வொரு இலையிலும் கூட்டு நிறைய பரிமாறப் பட்டது. பையன்கள் எல்லாரும் பேந்தப் பேந்த விழித்தார்கள்.

"ஊம், சீக்கிரம் சாப்பிட்டு எழுந்திருங்கள், இலையில் சாதத்தை வைத்துக்கொண்டு உட்கார்ந்துவிடலாமோ?" என்றாள் சேகரின் அம்மா. சாப்பிட்டுவிட்டுக் கையைக் கழுவும்போது எல்லாருக்கும் சிறிது மூச்சுத் திணறியது.

சேகரின் அம்மா பேச்சைக் கேட்காமல் இருக்க முடிய வில்லை. அந்த வீட்டில் இருந்த ஒரு சின்ன காரம் போர்டை வைத்துக்கொண்டு நால்வரும் ஒரு அறையில் உட்கார வேண்டியிருந்தது. காரம் காய்கள் அதிகம் தேடாமல் கிடைத்து விட்டன.

அரைமணி நேர ஆட்டத்திற்குப் பிறகு சேகர் பாபுவை "உங்கள் வீட்டில் காரம் போர்டு இருக்கிறதா?" என்று கேட்டான்.

அசோகமித்திரன்

"இருக்கிறதே" என்று பாபு சொன்னான்.

"யார் யார் உன்னோடு விளையாடுவார்கள்?"

"அப்பாவே என்கூட ஆடுவாரே. தினம் ஒரு ஆட்டமாவது ஆடுவோம்."

"அதுதான்," என்றான் சேகர்.

"இப்போதெல்லாம் நான் அப்பாவையே தோற்கடித்து விடுகிறேன். தெரியுமா?" என்றான் பாபு.

சேகர் உடனே காரம்போர்டு காய்கள் சிலவற்றைத் தூக்கி எறிந்தான். ராமமூர்த்தியும் கல்யாணமும்கூட தோற்றுக் கொண்டுதான் இருந்தார்கள். இருந்தாலும் காய்களைத் தூக்கி எறிய வேண்டுமென்று அவர்களுக்குத் தோன்றவில்லை.

ராமமூர்த்தி திரும்ப அவன் வீட்டை அடைந்தபொழுது வாசல் கதவெல்லாம் திறந்து போட்டபடி இருந்தது. ராம மூர்த்தி வீட்டையெல்லாம் சுற்றிப்பார்த்தான். சிறிது நேரத் திற்குப் பிறகுதான் அம்மா பரபரப்புடன் வந்தாள். "ஏண்டா, சுந்து எங்கே?" என்று கேட்டாள்.

ராமமூர்த்தி "எனக்குத் தெரியாதே," என்றான்.

"குழந்தை காலையில் உன்கூட வெளியில் வரவில்லை?"

"நான் அழைத்துக்கொண்டு போகவில்லையே."

"அடப் பாவி! அப்போது குழந்தை எங்கேடா?"

ராமமூர்த்தி வெளியே ஓடி வந்தான். தெரு முனையில் திரும்பி இரண்டு வீடுகள் தள்ளி இருக்கும் பட்டாணிக் கடலைக் கடைக்கு வந்தான். அதிலே அந்தக் கடைக்காரனிடம், "இங்கே எங்கள் சுந்து வந்ததா?" என்று கேட்டான்.

"என்ன கேட்கிறே? என்றான் கடைக்காரன்.

"ஒரு சின்னப் பையன் இங்கே வந்தானா? சுந்தரேசன் என்று பெயர், நெற்றியிலே ஒரு காயம் இருக்கும்."

"என்னமோ தெரியாது, தம்பி" என்றான் கடைக்காரன்.

அப்போது கடைக்காரன் மனைவி உள்ளேயிருந்து எட்டிப் பார்த்து, "அதான் அந்த ஐயமார் வீட்டுப் பிள்ளை. இப்போது கூட ஒரு அம்மா அழுதுகொண்டு வந்து கேட்டுவிட்டுப் போகவில்லையா?" என்றாள்.

"ஓ, அந்தப் பிள்ளையா? இன்றைக்கு இந்தப் பக்கமே அது வரவில்லை. தினம் பகல் பொழுதெல்லாம் இந்த அடுப்பையும் புகைப்போக்கியையும் பார்த்தபடியே நின்று கொண்டிருக்கும். இன்றைக்கு வரவேயில்லை, தம்பி" என்றான்.

ராமமூர்த்தி பஸ் ஸ்டாண்டில் போய்ப் பார்த்தான். அங்கேயும் சுந்து இல்லை.

ராமமூர்த்தி தெருவெல்லாம் பார்த்தபடியே நடந்து சென்றான். யாரையும் ஒன்றும் கேட்கத் தோன்றவில்லை. சேகர் வீட்டு முன்னால் சேகரும் பாபுவும் நின்றுகொண்டிருந்தார்கள். ராமமூர்த்தி அவர்களிடம், "டேய், எங்கள் சுந்துவைக் காணும்டா" என்றான்.

சேகர், "சுந்துவைக் காணுமா? இன்றைக்கு நாம் உங்கள் வீட்டிலிருந்து கிளம்பும்போது வெளியே வந்தானே? என்றான்.

"ஆமாம், அப்போதிலிருந்து அவன் எங்கேயோ போய் விட்டான். நான் இனிமேல் உங்களோடு வெளியே வரப் போவதே இல்லை" என்றான்.

ராமமூர்த்தி நான்கடி எடுத்து வைத்த பிறகு சேகர் "இதைப் பார்த்தாயா?" என்று கூப்பிட்டான்.

ராமமூர்த்தி திரும்பி வந்து பார்த்தான். அது ஒரு பொம்மைக் கைக்கடிகாரம்.

"இது உன்னுடையதா?" என்று ராமமூர்த்தி கேட்டான்.

"இல்லை பாபுவுடையது."

பாபு சேகரைப் பார்த்து, "நான் ஊருக்குப் போகும்போது உனக்குக் கொடுக்கிறேன்," என்றான்.

ராமமூர்த்தி அவர்களிடம் சொல்லிக்கொள்ளாமலேயே கிளம்பி வீட்டுக்கு வந்தான். அம்மா, அக்கா, வேலைக்காரி, எதிர்வீட்டு மாமா எல்லாருமே சுந்துவைத் தேடுவதில் ஈடுபட்டிருந்தனர். அம்மா ராமமூர்த்தியைப் பார்த்து, "இந்தக் கடங்காரனைச் சுந்துவைப் பார்த்துக்கொள்ளச் சொன்னேன். பகல் முழுக்க ஊர் சுற்றிவிட்டுக் குழந்தையை எங்கேயோ விட்டுவிட்டதே!" என்றாள்.

ராமமூர்த்தி மீண்டும் வெளியே ஓடினான். தெருவில் வண்டிகள் எல்லாம் முன்விளக்குகளுடன் ஓடிக்கொண் டிருந்தன. ராமமூர்த்திக்கு ஒரு சிறு பையன் வீட்டில் கோபித்துக்

கொண்டால் எங்கேயெல்லாம் போவான் என்று நினைத்துப் பார்க்க முடியவில்லை. வரிசையாக ஐந்து பஸ்கள் ஊர்வலம் மாதிரி ஊர்ந்து சென்றன. தெருவிலும் நடைபாதைகளிலும் ஜனத்திரள் அதிகமாக இருந்தது. ராமமூர்த்தி நடந்தபடியே அந்தத் தெருவிலிருந்த ஒரு பிள்ளையார் கோயில் பக்கம் திரும்பிப் பார்த்தான். வெளியிலிருந்தே பிள்ளையார் தெரிந்தார். வெள்ளிக் கவசங்கள், விதவிதமான புஷ்பங்கள் முதலியவற்றால் அவருடைய சிறு உருவம் பெரிதும் மறைக்கப்பட்டிருந்தது. ஒரு கண்ணிமைப் போதுதான் ராமமூர்த்தி பிள்ளையாரைப் பார்க்க முடிந்தது. அப்புறம் யாரோ சன்னதியை மறைத்தபடி நின்றுவிட்டார்கள். ராமமூர்த்திக்குச் சுரமடித்து குணமாகும் போதெல்லாம் அம்மா அவனை அந்தக் கோயிலுக்குத்தான் அழைத்து வருவாள். பிள்ளையார் ரொம்ப நல்லவர் என்று தான் எல்லாரும் சொல்வார்கள். சுந்துவை அவர் கண்டுபிடித்து விடுவாரோ?

தேவி விலாஸ் ஹோட்டல் முன்னால் ஒரு சிறு பையன் நிற்பதைக் கண்டு ராமமூர்த்தி பாய்ந்து சென்றான். ஆனால் அது சுந்து இல்லை. ராமமூர்த்தித் உரக்கவே கூறினான். "பிள்ளையார் பகவானே, நீதான் காப்பாற்ற வேண்டும்; சுந்து அகப்பட வேண்டும்."

பகவான் என்றதும் ராமமூர்த்திக்கு ராமாயணம் ஞாபகம் வந்தது. ராமாயணத்தில் சீதையை ஹனுமான்தான் கண்டு பிடித்துத் தந்தார். ஆதலால் யார் காணாமல் போனாலும் ஹனுமானைக் கேட்டுக்கொண்டால் கண்டுபிடித்துத் தந்து விடுவார்.

சுந்து எங்குமே காணும். இப்படித் தெருக்களில் தேடினால் அகப்படுவான் என்று ராமமூர்த்திக்கு தோன்றவில்லை. சுந்துவை யாரோ தூக்கிக்கொண்டு போயிருப்பார்கள். யாரோ தூக்கிக்கொண்டு போய்விட்டார்கள்.

ராமமூர்த்தி வேகமாக ஓட ஆரம்பித்தான். சுந்துவை நிச்சயம் யாரோ தூக்கிக்கொண்டு போய்விட்டார்கள். தூக்கிக்கொண்டு போனவர்களுக்குப் பெரிதாக மீசை இருக்க வேண்டும். ராமமூர்த்தியால் சுந்துவை மீட்டு கொண்டு வர முடியாது. ஹனுமான்தான் சுந்துவைக் கொண்டு வர வேண்டும். ஹனுமான் என்று சொல்வது சரியில்லை. ஹனுமார் என்று சொல்ல வேண்டும். ஆனால் ஹனுமாருக்கு முன்னால் பிள்ளையாரைக் கேட்டுக்கொண்டாகிவிட்டாயிற்று. பிள்ளையார் பகவானே, என்மீது கோபித்துக்கொள்ளாதே!

தேடிக்கொண்டு வருவதில் ஹனுமார் கெட்டிக்காரர். ஹனுமாரே, என் சுந்துவை எங்கேயிருந்தாவது கொண்டு வந்துவிடு. பிள்ளையாரே. கோபித்துக்கொள்ளக் கூடாது. யாரோ மீசைக்காரன் எங்கள் சுந்துவைத் தூக்கிக்கொண்டு போய்விட்டான்.

பள்ளிக்கூடம், பார்க், கறிகாய்க் கடை மற்றும் அந்தப் பக்கத்திலிருக்கும் தெருக்களைச் சுற்றிப் பார்த்துவிட்டு முழங்கால் வரைப் புழுதியுடன் ராமமூர்த்தி வீடு திரும்பினான். ஹனுமார், பிள்ளையார், மீசை இவைதான் அவன் மூளையில் சம்மட்டிபோல அடித்துக்கொண்டிருந்தன. வீட்டில் நிறைய கலகலப்பு இருந்தது. முன் அறையிலே சுந்து ஒரு தலைகாணி மீது குதிரை சவாரி செய்வது போல் உட்கார்ந்து கால்களை ஆட்டிக்கொண்டிருந்தான். அவனைப் பார்த்தால் அவன் வீட்டிற்கு வந்து வெகுநேரம் ஆகியிருக்கும் போலிருந்தது. ஹனுமார்தான் கண்டுபிடித்துக் கொண்டுவிட்டிருக்கிறார்.

ராமமூர்த்தி சுந்து முன்னால் நின்று அவனை வெறிக்கப் பார்த்தான். சுந்து வெட்கம் கலந்த சிரிப்புடன், "நான் போலீஸுக்குப் போயிருந்தேன்," என்றான். அப்பா அம்மாவிடம் விவரமாகச் சொல்லிக் கொண்டிருந்தார்.

ராமமூர்த்திக்கு அழுகை வெடித்துக்கொண்டு வந்தது. அவன் அழுகை ஓய்ந்த போதிலும் அடிவயிற்றிலிருந்து கேவுவது வெகுநேரம் நிற்கவில்லை.

(1957)

இன்னொருவன்

அது ஒரு காண்டீன். ஒரு ரிக்ரியேஷன் கிளப் பக்கத்தில் இருப்பதனால்தான் அதைக் காண்டீன் என்று அழைக்கிறார்கள். கிளப்பில் நல்ல உடை உடுத்தவர்கள் பகலெல்லாம் சீட்டாடு கிறார்கள். இரவிலும் சிறிது நேரம் ஆடுகிறார்கள். கிளப் காரியதரிசிக்குக் குடித்தனம் குழந்தை குட்டிகள் உண்டு. அவர் கிளப் சீட்டுக் கட்டுகளை யும் சீட்டாட்டக் காய்களையும் எண்ணி எடுத்து விட்டு, கிளப் கதவையும் இழுத்துப் பூட்டாமல் வீட்டுக்குப் போக முடியாது. அதனால்தான் கிளப்பில் இரவு முழுதும் யாரும் சீட்டாட முடிவதில்லை.

நான் காண்டீனுக்குள் நுழைகிறேன். அங்கே சில மேஜை நாற்காலிகளைத் திறந்தவெளியில் போட்டிருக்கிறார்கள். நான் ஒன்றில் உட்காரு கிறேன். ஒரு சிடுமூஞ்சிப் பையன் என்னிடம் வந்து என்ன வேண்டுமென்று கேட்கிறான். நானும் சொல்கிறேன். என்னைச் சுற்றிலும் நிறையப் பேர்கள் எது எதெல்லாமோ தின்றுகொண்டிருக் கிறார்கள்.

இருவர் எனக்கு எதிரே வந்து உட்காருகிறார் கள். நான் வேறு எங்கேயாவது ஒரு மூலை கிடைக்குமா என்று பார்க்கிறேன். ஒன்றும் காலி யில்லை. வந்த இரு மனிதர்களின் மோவாய்க் கட்டையிலும் இரண்டு நாள் சொரசொரப்பு இருக்கிறது. அவர்கள் கண்கள் மங்கலாக இருக் கின்றன. அவர்கள் என்னைப் பார்க்கிறார்கள்.

அப்புறம் என்னைப் பார்ப்பதில்லை. அங்கு வருவதற்கு முன்னாலேயே அவர்கள் ஏதோ பேசிக்கொண்டிருந்திருக்க வேண்டும். பேச்சு மீண்டும் துவங்குகிறது.

"இன்னொருத்தனையும் தீர்த்துட்டாங்கன்னு உனக்குத் தெரியுமா?"

"நிச்சயமாகத் தெரியும்."

"பொணம்?"

"அதைத்தான் படுபாவிங்க எங்கேயோ ஒளிச்சிட்டாங்க."

சிடுமூஞ்சி என் காப்பியைக் கொண்டு வருகிறான். அப்படியே அந்த இருவரை என்ன வேண்டுமென்று விசாரிக் கிறான். காற்று சிலுசிலுப்பில்லாமல் இருக்கிறது. அந்த இரண்டு பேரும் அங்கே இருக்கிற கும்பலைப் போலத்தான். அவர்கள் சிடுமூஞ்சியிடம் நல்ல பெருந் தீனியாகக் கொண்டு வரச் சொல்கிறார்கள்; அந்தச் சமயத்தில் எல்லாருக்குமே பேய்ப் பசி இருக்க வேண்டும் போலிருக்கிறது.

சிடுமூஞ்சி போகிறான். கொலைப் பேச்சுப் பேசிக்கொண் டிருக்கும் அந்த இரண்டு பேர்களையும் நான் உற்றுப் பார்க் கிறேன். 'நிச்சயமாகத் தெரியும்' என்று சொன்னவனுக்கு ஒரு கண்ணில் சதை வளர்ந்திருக்கிறது.

"அவுங்க எப்போ பொணத்தைக் கொடுத்தாங்க?"

"படுபாவிங்க நேத்துதான் ஒண்ணைக் கொடுத்தாங்க. பெத்த அம்மாவாலேகூட முகத்தைக் கண்டுக்க முடியலை. ஒரு ஆள் ஓடிப்போய் அந்த நாயர் டைரக்டரைக் கூட்டிக் கிட்டு வந்தான். பையன் போலீஸ்காரங்ககிட்டே நல்லா அடிபட்டுத்தான் செத்திருக்கான்னு டாக்டரு சொல்லிட்டாரு."

"அந்த டாக்டரேதான் கம்ப்ளெயிண்டை எழுதினாரா?"

"ஆமாம், மந்திரிக்குத் தபால்லே ஒண்ணு அனுப்பிச்சுட்டு இன்னொரு கம்ப்ளெயிண்டை எடுத்துக்கிட்டு அவரே போலீஸ் ஐ.ஜி. கிட்டே போனாரு. அந்தப் பையனோட அம்மாவையும் கூட இட்டுப் போனாரு."

"டாக்டருங்களே ரொம்பக் கண்டிப்புதான்."

"சப் இன்ஸ்பெக்டரும் ஹெட்டுமா மப்டிலே வந்து டாக்டர் காலிலே விழுந்து விஷயத்தை எப்படியாவது அமுக்கிடச் சொன்னாங்க. ஆனால் டாக்டரு டில்லி மந்திரி கேட்டாக்கூட விடமாட்டேனுட்டாரு."

அசோகமித்திரன்

"டாக்டருங்க எப்பவுமே ரொம்பக் கண்டிப்புத்தான்."

சிடுமூஞ்சி இரண்டு பெரிய தட்டுகளில் எதையோ நிறையக் குவித்துக்கொண்டு வருகிறான். அந்த இருவரும் விழுந்து விழுந்து அள்ளிப் போட்டுக்கொள்கிறார்கள்.

"போலீஸ்காரப் பாவிங்களே அப்படித்தான்." என்கிறான் இரட்டைக் கண்ணன். "ஈவிரக்கமில்லாத மிருகங்க. அதுக்குத் தான் போலீஸ்காரன்னா அறுந்த கைக்குச் சுண்ணாம்பு தராதேன்னு சொல்லறாங்க."

"ஆமாம், ஆமாம். கூடவே கூடாது."

அவர்கள் இரண்டு பேரும் பேசாமல் சாப்பிடுகிறார்கள்: என் கை மணிக்கட்டும் முதுகும் மிகவும் வலிக்கின்றன. எனக்கு எழுந்திருந்து உடம்பை நீட்டி முறித்துக்கொள்ள வேண்டும் போலிருக்கிறது.

திடீரென்று இரட்டைக் கண்ணன் கேட்கிறான். "இரண்டு பேரைப் பிடிச்சு இழுத்துக்கிட்டுப் போனாங்கன்றியே, உனக்கு நிச்சயமாத் தெரியுமா?"

"என்ன கேள்வி கேக்கிறே நீ? போலீஸ்காரப் பசங்க இரண்டு பேரைத் தெருவிலே உதை உதைன்னு உதைச்சு இழுத்திட்டுப் போனதை அந்த லாண்டிரிக்காரனே கண்ணாலே பார்த்திருக்கான். அந்த இரண்டு பேர் கையையும் வேறே பின்னாலே கெட்டியா சேர்த்துக் கட்டியிருந்திருக்காங்க."

"பாவம்... அந்தக் கொலைகாரங்களைப் பிய்ச்சுப் பிய்ச்சுப் போடணும்!"

"நாயர் டாக்டர் ரொம்பத் தீவிரமா இருக்காரு. உடனேயே அந்த இரண்டு போலீஸ்காரங்களையும் சஸ்பெண்டு பண்ண வைச்சிட்டாரே!"

"எல்லாம் ஒரு வெள்ளிக் கிண்ணி காணாமே போனதுக்காக. ஹூம். அந்தக் கசாப்புக்காரங்களை உயிரோட புதைக்கணும்."

"இரக்கமே இல்லாத மிருகங்க. வெட்டிக்கு லாக்கப்பிலே இரண்டுபேரைப் பிடிச்சுப் போட்டு அடிச்சுக் கொலையும் பண்ணிட்டிருக்காங்க."

"ஆனால் அவங்க இரண்டு பேரைத்தான் இழுத்துட்டுப் போனாங்களா, உனக்குத் தெரியுமா? ஒரு பொணம் கொடுத்தவங்க இன்னொரு பொணத்தையும் கொடுத்திருப்பாங்களே?"

வாழ்விலே ஒரு முறை

“அப்படி இல்லைப்பா. நான் விவரம் சொல்றேன் கேளு. இரண்டு பேரையும் எலும்பை முறிச்சுப் கொன்னுட் டாங்க. இரண்டு பொணத்தையும் சேர்த்துக் கொடுத்தால் சந்தேகம் கிளம்பும். அதனாலே ஒண்ணைக் கொடுத்திட்டு இன்னொண்ணை எங்கேயோ புதைச்சு வைச்சிட்டாங்க. கேட்டால், எங்களண்டை இல்லை, அவன் ஓடிட்டான்னு கதை விடறாங்க.”

“கொலைக்காரப் பாவிங்க... தோலோட உரிச்சுப் புதைக்கணும்.”

“அவங்களை சஸ்பெண்ட் பண்ணிட்டாங்க. நாயர் டாக்டர் விடமாட்டாரு. அந்தக் கசாப்புக்காரங்களைத் தூக்கு மேடைக்கு அனுப்பிச்சுடுவாரு.”

“இதுக்கெல்லாம் தூக்கிலே போடமாட்டாங்க. ஜெயிலுக்குத் தான் அனுப்புவாங்க.”

இப்போது இருட்ட ஆரம்பித்துவிட்டது. காண்டீன் மிகச் சிறியதாகவும் அசிங்கமாகவும் தெரிகிறது. எனக்கு உடம்பெல்லாம் வலி பிழிந்தெடுக்கிறது.

எழுந்திருந்து பில்லைக் கட்டிவிட்டு, தட்டுத் தடுமாறிக் கொண்டு வெளியே வருகிறேன். பார்க் ஓரமாகப்போய் இடதுபுறம் திரும்பி அப்புறம் வலது கைப்பக்கம் திரும்பி, நேராக நடந்து ஒரு கால்வாயைத் தாண்டி, ஒரு தென்னந் தோப்பு வழியாகச் சென்று ரயில் பாதையை அடைந்து அதனோரமாக நடக்கிறேன். அம்மாதிரி இடத்தில் சந்தடி நிறைய இருக்க முடியாது. ஆனால் பயங்கர இரைச்சல் கேட்கிறது.

நான் வேகமாக நடக்கிறேன். நான் நினைத்தபடியே அந்தப் போலீஸ் ஸ்டேஷனைச் சுற்றி இருநூறு பேருக்கும் மேல் கூட்டம் கூடியிருக்கிறார்கள். ஆவேசத்தோடு கத்திக் கொண்டிருக்கிறார்கள். கையில் எது கிடைத்தாலும் அதை அந்த ஸ்டேஷனின் மூடியிருக்கும் கதவு, ஜன்னல்கள் மீது வீசி எறிந்துகொண்டிருக்கிறார்கள். அந்த ஸ்டேஷனுக்கு ஒரு கதவும் நான்கு ஜன்னல்களும் இருக்கின்றன. கூட்டம் வெறி பிடித்திருக்கிறது.

“வெளியிலே வாங்கடா சோமாரிங்களா!”

“உயிரோட கொல்லுங்க அவுங்களை!”

“முழியைப் பேர்த்துக் கொடு!”

"வெட்டித் தள்ளு!"

"வெட்டித் தள்ளு!"

"கொளுத்திப் போடு!"

"சுட்டுத்தள்ளு நாய்களை!"

உள்ளே இருக்கும் மேஜையடியிலும் பெஞ்சு அடியிலும் காக்கிச் சட்டை அணிந்திருக்கும் போலீஸ்காரர்கள் கிலி பிடித்து நடுங்கிக் கிடப்பதை என்னால் கற்பனைசெய்து பார்க்க முடிகிறது. அவர்களிடம் சில தடிகளும் பெல்ட்களும் இரண்டு துப்பாக்கிகளும் இருக்கின்றன. ஆனால் அதை வைத்துக்கொண்டு வெளியிலிருக்கும் கும்பலோடு சண்டை போட முடியாது. கும்பல் நிமிடமாக அவர்கள் மீது பாய்ந்து கிழித்துக் குதறிப்போட்டுவிடும். வேறு பலத்த போலீஸ் ஒத்தாசை வரும்வரை அவர்கள் அந்தச் சிறிய இருட்டறையில் கதவு ஜன்னல் எல்லாவற்றையும் அடைத்துக்கொண்டு கடவுளைப் பிரார்த்தித்த வண்ணம் இருக்க வேண்டியதுதான்.

கூட்டம் நிமிடத்துக்கு நிமிடம் விபரீதமாகப் போய்க் கொண்டிருக்கிறது. பக்கத்தில் இருந்த ஒரு கொட்டகையின் சவுக்குக் கம்பத்தை ஒருவன் பிடுங்கி வர, கூட்டம் அதை வைத்துக் கதவைப் பிளக்க எத்தனிக்கிறது. ஒவ்வொரு மோதலின்போதும் கதவு நிர்க்கதியாக அடித்துக்கொள்கிறது.

நான் கூட்டத்தினுள் இடித்துப் புகுந்துகொண்டு எப்படியோ கதவு வரையிலும் போய் "நிறுத்து!" என்று கத்துகிறேன். யாரும் என்னைக் கவனிப்பதில்லை.

கதவு அலறுகிறது. நான் இன்னும் பலமாக, "நிறுத்து! நிறுத்து!" என்று கத்தியபடி அந்தக் கம்பத்தைப் பிடித்துக் கொண்டு அவர்கள் வேகத்தைக் குறைக்கிறேன். அந்த மனிதர்கள் கண்களெல்லாம் இரத்தமாகச் சிவந்திருக்கின்றன. அவர்கள் உடையெல்லாம் சொட்டச் சொட்ட இருக்கிறது.

நான், "நிறுத்து நிறுத்து!" என்று கத்துகிறேன்.

"கொலைக்காரப் பாவிங்க, லாக்கப்பிலே இரண்டு பேரை அடிச்சுக் கொன்னுட்டாங்க! கிழச்சுப் போடுங்க அவுங்களை!"

"நிறுத்து! நிறுத்து!"

"தள்ளிப் போய்யா! கொண்டாங்க கம்பத்தை!"

"நிறுத்து! நிறுத்து!"

வாழ்விலே ஒரு முறை

“இரண்டு பேரைக் கொலை பண்ணிட்டு ஒரு பொணத்தைத் தான் கொடுத்திருக்காங்க! உம், கொண்டா அந்தக் கம்பத்தை!”

“இல்லை, இல்லை! அவுங்க ஒருத்தனைத்தான் கொன்னிருப் பாங்க. அவுங்களை வேலைலேருந்துகூட சஸ்பெண்ட் பண்ணி யாச்சு!” என்று கத்துகிறேன் நான். எவன் காதிலும் விழவில்லை.

“உம், வாங்க! கட்டிடத்துக்கு நெருப்பு வைங்க!”

“இல்லை, வேண்டாம்! வேண்டாம்! அவங்களை ஜெயிலிலே போடப்போறாங்க. அவங்களைத் தண்டிக்கப் போறாங்க!”

“கொண்டாய்யா பெட்ரோலை இங்கே! இங்கே கொண்டா!”

“நீங்க இப்படிக் கலகம் பண்ணினால் உங்களுக்கும் அவுங்களுக்கும் என்ன வித்தியாசம்?”

“உம், ஜல்தி! பெட்ரோல் கொண்டு வா! யாருய்யா இது ஏதோ உளறிட்டே இருக்கிறது? தள்ளிப் போ!”

“இல்லை, இல்லை! இது சரியில்லை! உங்களுக்கு அந்த இரண்டு பேர் யாருன்னு கூடத் தெரியாது...”

“இவன் எவண்டாவன் பினாத்திட்டே இருக்கிறது? காட்டிக் கொடுக்கிற பன்னாடையாடா நீ?”

“போடுய்யா இரண்டு இவனையும்!”

“எட்டிப் போய்யா! டாக்டரே சொல்லியிருக்காரு! கொண்டா இப்படிப் பெட்ரோலை! கதவு மேலே கொட்டு!”

“உள்ளே இன்னும் ஒரு பொணத்தை ஒளிச்சு வைச்சிருக் காங்க! ஜன்னலை உடைங்க!”

“இல்லை, இல்லை. போலீஸ் இலாகாவிலேயே அவுங்களைத் தண்டிக்கப்போறாங்க. உள்ளே பொணம் ஒண்ணும் கிடையாது!”

“ஒரு பொணம் கொடுத்தாங்க. இன்னொண்ணு அவுங்க கிட்டேதான் இருக்கு?”

“இல்லை, இல்லை.”

“அட, ஏய்யா நிக்கிறீங்க? கதவைப் பொளந்து அந்தக் கழுதைகளைக் கூறு போடுங்க!”

என் உடலெல்லாம் மிகவும் வலிக்கிறது. நான் என்னால் முடிந்தவரை குரலெழுப்பி, "நிறுத்துங்க! நிறுத்துங்க! நான் சொல்றதைக் கேளுங்க!" என்று கத்துகிறேன்.

சிறிது நேரத்தில் அவங்க நிறுத்துகிறார்கள்.

நான் கத்துகிறேன். "உள்ளே பொணம் ஒண்ணும் கிடையாது!"

கூட்டம் பதிலுக்கு அலறுகிறது. "இரண்டு பேரைப் பிடிச்சு இழுத்துக்கிட்டுப் போனாங்க! ஒரு பொணத்தைத்தானே கொடுத்தாங்க!"

நான் சொல்கிறேன். "அவங்க இரண்டு பேரையும் கொன்னிருக்க மாட்டாங்க. அதுதான் உண்மை!"

"உனக்கெப்படித் தெரியும்? உனக்கெப்படித் தெரியும்?" என்று கூட்டம் அலறுகிறது.

"நான்தான் அந்த இன்னொருத்தன்," என்று கூறிவிட்டுக் கீழே சாய்கிறேன்.

(1964)

பார்வை

கிரீச்சிடும் வெளிக்கேட்டை என் மகன் திறக்கும் போதே அவள் ஒதுங்கி நிற்பதைப் பார்த்தேன். அவன் கேட்டைத் திருப்பி அடித்துச் சாத்திவிட்டு ஆபீஸுக்கு விரைந்தபின் அவள் அதை மெதுவாகத் திறந்துகொண்டு என்னிடம் வந்தாள். ஒரு பெரிய தோல் பையை வைத்திருந் தாள். நான் இன்னமும் தாமதிக்காமல், 'போ, போ. வீட்டில் ஆண்கள் யாரும் கிடையாது. பணம் காசெல்லாம் அவர்களிடம்தான் இருக்கும்,' என்றேன். இருந்தும் அந்தப் பெண், 'நான் ஒரு புது சலவைத் தூளை மாதிரி காட்ட வந்திருக் கிறேன்,' என்றாள்.

'என்ன அது?'

'ஒரு புது சலவைத் தூள். இதைக்கொண்டு துணிமணிகள், பாத்திரம், கண்ணாடி, தரை, வாஷ் பேஸின், கார்களைக் கூடக் கழுவலாம்.'

எனக்கு ஒரு பெயர் ஞாபகத்திற்கு வந்தது. 'அதுவா?' என்றேன்.

'இல்லை. இது ஒரு புதுத் தயாரிப்பு. இப்போது தான் பதினைந்து நாட்கள் முன்பு விற்பனைக்கு வந்திருக்கிறது. இதில் சவுக்காரக் கலப்பே கிடையாது. ஆதலால் மிக உயர்ந்த துணிமணிகளைக் கூட ஒரு பயமுமில்லாமல் இதைக்கொண்டு சலவை செய்யலாம். குழாய்த் தண்ணீர், கிணற்றுத் தண்ணீர், வெந்நீர் எதுவாக இருந்தாலும் இத்தூள் உண்டுபண்ணும் நுரை துணிக்கும் அழுக்குக்கும்

நடுவே உள்ள இடைவெளியில் புகுந்து அழுக்கை அப்படியே பிரித்து எடுத்துவிடுகிறது. பாத்திரங்கள் பளபளவென்று ஆகிவிடுகின்றன. தரைமீது படியும் பாசி பிசுக்கு விநாடிப் பொழுதில் போய்விடுகிறது. இத்தூள் அழுக்கை அப்படியே கரைத்து விடுகிறது. துணிகளைத் தோய்க்க வேண்டியதில்லை. பாத்திரங்களை, தரைகளை அழுத்தித் தேய்க்க வேண்டிய தில்லை. துணிமணி, பாத்திரம் தவிர கண்ணாடி, தரை, வாஷ் பேஸின், கார்களைக் கூடக் கழுவலாம். சிறிது தண்ணீர் கொண்டு வாருங்கள்.'

தோல் பையிலிருந்து அந்தப் பெண் ஒரு சிறு அட்டைப் பெட்டியை எடுத்தாள். அவள் கறுப்பாக, ஒல்லியாக இருந்தாள். அலைந்த களைப்பு தெரிந்தது. அட்டைப் பெட்டியைக் கையில் வைத்துக்கொண்டு, 'சிறிது தண்ணீரும் ஏதாவது துணியும் கொண்டுவாருங்கள். இந்தத் தூளைக்கொண்டு எப்படிச் சலவை செய்வது என்று காண்பிக்கிறேன்.' என்றாள்.

'அதெல்லாம் எங்களுக்கும் தெரியும். மாதிரிப் பொட்டலங் கள் மூன்று கொடுத்துவிட்டுப் போ. இங்கே மூன்று குடும்பங்கள் இருக்கின்றன.'

'தயவு செய்து சிறிது தண்ணீர் கொண்டுவாருங்கள். இதற்கு ஒரு தனிமுறை இருக்கிறது.' அந்தப் பெண் மெதுவாகப் பேசினாள். ஆனால் உறுதியாகப் பேசினாள். ஏதோ வித்தை செய்வதுபோல் கட்டை விரலால் அந்தப் பெட்டியை அமுக்கி னாள். ஒரு சிறு சப்தத்துடன் பெட்டி ஒரு மூலையில் திறந்து கொண்டது. அந்த வேகத்தில் ஓட்டை வழியாகச் சிறிது பொடிப் புகையாக வெளிவந்தது. அந்தப் பெண் காத்திருந்தாள்.

'உனக்கு எவ்வளவு தருகிறார்கள்?' என்று கேட்டேன்.

'என்ன?' என்றாள்.

'உனக்கு எவ்வளவு சம்பளம் என்று கேட்டேன்.'

'சம்பளம் நூறு ரூபாய். வெளியே போக வேண்டிய நாட்களுக்குத் தினம் நான்கு ரூபாய் உண்டு.'

'தினமும் போக வேண்டியிருக்குமா?'

'வாரத்தில் நான்கு நாட்களுக்குத்தான். புதன்கிழமை களில் ஆபீஸ் வேலை உண்டு. அப்புறம் வாராந்திரப் பயிற்சி, கான்ஃப்ரன்ஸ் இவை மீதி நாட்களில்.'

'அப்படி என்றால் மாதத்திற்கு 170, 180க்கு மேல் வரும்.'

'சொல்ல முடியாது. இந்தத் தினப்படி நான்கு ரூபாயில் எல்லாவற்றையும் மிச்சம் பிடிக்க முடியாது. ஒரு நாளைக்கு இருபது வீடுகள் முடிக்க வேண்டும். சில நாட்களில் காபி, சாப்பாடு இதற்கே நான்கு ரூபாய்க்கு மேல் ஆகிவிடும்.'

'நீ எஸ்.எஸ்.எல்.சீயா?'

'பி.ஏ. பாஸ் செய்திருக்கிறேன்.'

'பி.ஏவா!'

'கொஞ்சம் தண்ணீர் கொண்டு வாருங்கள்.'

'நீ வேலையில் சேர்ந்து இரண்டு வருஷமாவது ஆகியிருக்குமா?'

'இல்லை, இல்லை. ஆறுமாதம் முன்னால்தான் எனக்கு உத்தியோகம் கிடைத்தது. முதலில் என்னை வாசனைத் திரவியங்கள் செக்ஷனில் போட்டிருந்தார்கள். போன மாதம் தான் சலவைத்தூள் செக்ஷனுக்கு மாற்றினார்கள்.'

'உன்னைக் கேட்கலாமோ, கூடாதோ. நீ என்ன ஜாதி?'

'நாங்கள் கிறிஸ்துவர்கள்.'

'நினைத்தேன்.' சிறிதுநேரம் மௌனம் இருந்தது.

அந்தப் பெண்தான் முதலில் பேசினாள். 'தயவுசெய்து சிறிது தண்ணீர் கொண்டுவாருங்கள். இதுதான் ஐந்தாவது வீடு. மணி இப்போதே பதினொன்றாகிவிட்டது.'

'அவசியமில்லை. மூன்று மாதிரிப் பொட்டலங்கள் கொடு. இந்த வீட்டில் மூன்று குடித்தனங்கள் இருக்கின்றன.'

'இப்போது இங்கே இருக்கிறார்களா? யார் யாரென்று சொன்னால் நானே நேரில் கொடுத்துவிட்டு வருவேன்.'

'அவர்கள் எல்லாரும் வெளியே போயிருக்கிறார்கள். வந்தவுடன் நான் ஆளுக்கு ஒரு பொட்டலமாகக் கொடுத்து விடுகிறேன்.'

'தண்ணீர் கொண்டு வரமாட்டீர்களா?'

'சரி, சரி! சுலோசனா! சுலோசனா!'

சிறிது பொறுத்து மீண்டும் என் மகளைக் கூப்பிட்டேன்: 'சுலோசனா!'

உள்ளேயிருந்து சுலோசனா கேட்டாள்: 'ஏன் இப்படிக் கூப்பாடு போடுகிறாய்? என்ன வேண்டும்?'

அசோகமித்திரன்

‘அந்த சின்ன பக்கெட்டில் கொஞ்சம் தண்ணீர் கொண்டு வாயேன்.’

‘எல்லாம் நீயே கொண்டுவந்துகொள்.’

‘இங்கே ஒரு பெண் சலவை பண்ணிக்காட்ட வந்திருக்கிறாள்...’

‘நீ எப்படி வேண்டுமானாலும் பண்ணிக்கொள். என்னாலே எழுந்திருக்க முடியாது.’

வந்திருந்த பெண்ணை ஓரக்கண்ணால் பார்த்தேன். அவர் சுவரில் தொங்கிய காலண்டரை வெகு கவனமாகப் படித்துக்கொண்டிருந்தாள். நான் சொன்னேன்: ‘இதோ நான் போய்க் கொண்டு வந்துவிடுகிறேன். உட்கார்ந்துகொள்.’

‘பரவாயில்லை.’

நான் ஒரு வாளியில் தண்ணீர் கொண்டுவந்தேன். அவள் வாங்கிக்கொண்டு அட்டைப் பெட்டியை ஐந்தாறு முறை குலுக்கினாள். விழுந்த பொடி நன்றாகக் கரையும்வரை தண்ணீரில் கையை விட்டுக் கலக்கிய பிறகு மேல் பரப்பில் லேசாகச் சிலுப்பினாள். நொடிப் பொழுதில் நுரை வாளி நிரம்பிக் கீழே வழிந்தது. அவள் சொன்னாள்: ‘இப்போது தோய்க்க வேண்டிய துணி ஏதாவது கொண்டு வாருங்கள்.’

‘ஒரு புடவை இருக்கிறது, பரவாயில்லையா?’

‘புடவையா?’ அவள் ஒரு கணம் தயங்கினாள். பிறகு ‘எவ்வளவு கஜம்?’ என்று கேட்டாள்.

‘ஒன்பது கஜம்.’

‘ஒன்பது கஜமா!’ என்றாள். பிறகு, ‘சரி, கொண்டு வாருங்கள்,’ என்றாள்.

நான் புடவையை எடுத்துவர உள்ளே போகக் கிளம்பிய போது அவள் சொன்னாள். ‘அப்படியே ஒரு பெரிய பக்கெட்டும் கொண்டு வாருங்கள்.’

சின்ன வாளியிலுள்ளதைப் பெரிய வாளியில் கொட்டி விட்டு அந்தப் பெண் என் புடவையை மெதுவாக அமுத்தி நனைத்தாள். அவளுக்குச் சிறிது வியர்த்துவிட்டது. நெற்றியைத் துடைத்துக்கொண்டு, ‘சாதாரணப் பருத்தி வகைகள், நைலான், பட்டு இதற்கெல்லாம் அரை வாளி வெந்நீரில் அல்லது வெறும் தண்ணீரில் ஒன்றரை டேபிள் ஸ்பூன் இந்தப் பொடியைப் போட்டு விட்டுக் கலக்கி நன்றாக நுரையெழுப்ப

வேண்டும், பிறகு அதில் துணிமணிகளைப் பதினைந்து நிமிஷங்கள் ஊற வைக்க வேண்டும்,' என்றாள்.

'உனக்குக் கல்யாணம் ஆகிவிட்டதா?'

ஒரு நொடிப்பொழுதுக்கு அவள் முகத்தில் எரிச்சல் கோடு மின்னி மறைந்தது. 'இல்லை' என்றாள்.

'உங்கள் ஜாதியில் எல்லாம் நீங்களே பார்த்துச் செய்து கொள்வதுதான், இல்லையா?'

'இல்லை. சாதாரணமாக அப்பா அம்மா பார்த்து ஏற்பாடு செய்கிற கல்யாணங்கள்தான் அதிகம். ஏதோ சில சமயங்களில் தான் அப்படியில்லாமல் போகிறது.'

'எல்லாம் சர்ச்சில்தான்.'

'ஆமாம்.'

'சர்ச்சுக்கு ஞாயிற்றுக்கிழமை ஞாயிற்றுக்கிழமைதானே போக வேண்டும்?'

'இல்லை. வேறு நாட்களிலும் போவதுண்டு. தினம் போகிறவர்களும் இருக்கிறார்கள்.'

'நாங்கள் எல்லோரும் கோவிலுக்கு வெள்ளிக்கிழமை போவதுண்டு. பண்டிகை பூஜை நாட்களிலும் போவோம்.'

'நானும் நிறையக் கோவிலுக்குப் போயிருக்கிறேன்.'

'நீ கிறிஸ்துவச்சி என்று சொன்னாயே?'

'நாங்கள் கிறிஸ்துவர்களாக மாறினோம். ஐந்து வருடங்கள் முன்னால்தான் கிறிஸ்துவர்கள் ஆனோம்.'

'சே, இருந்தபடி இருந்திருக்கக் கூடாதா?' அந்தப் பெண் சிறிது பதட்டமடைவதைக் கண்டேன். என்னைச் சல்லடை யாக்கி விடுவதுபோல் ஊடுருவிப் பார்த்தாள். பிறகு, 'ரொம்ப நாட்கள் முன்னால் என் தங்கை திடீரென்று குருடாகி விட்டாள்,' என்றாள்.

'என்ன, குருடா?'

'ஆமாம். அவளுக்குப் பத்து வயது இருக்கும். நான் பத்தாவது வகுப்பில் இருந்தேன். அப்பா சிவப்பிரகாசம் ஓ.டி.யில் ஹைஸ்கூலில் அசிஸ்டெண்டாக இருந்தார். நாங்கள் எல்லோருமே அப்போது அந்த ஊரில்தான் இருந்தோம். ஒரு நாள் பெரிய புயல் வந்துவிட்டது. இரவெல்லாம் ஒரே

இடியும் மழையும். அடுத்த நாள் காலை என் தங்கையால் ஒன்றுமே பார்க்க முடியவில்லை. அவள் பார்வை போய் விட்டது.'

'ஒரே ராத்திரியிலா? ஏன், மின்னல் எதையாவது பார்த்து விட்டாளா?'

'அவளுக்கும் ஒன்றும் சொல்லத் தெரியவில்லை. அம்மா மாதக்கணக்கில் அழுதபடியே இருந்தாள். ஒரு டாக்டர் விடாமல் எல்லாரிடமும் அப்பா என் தங்கையை அழைத்துப் போனார். ஒரு தடவை ஆஸ்பத்திரியில்கூட அவளைச் சேர்த்தது. ஆனால் பார்வை வரவே இல்லை.'

'அப்புறம்?'

'ஒன்றுமே பிரயோசனமில்லாமல் போய்விட்டது. வீடே ஒரே அழுகையாகப் போய்விட்டது. ஈ, எறும்பு ஏதாவது நசுங்கினால்கூட என் தங்கை அழுதுவிடுவாள். அவ்வளவு சாது.'

தனக்குச் சம்பந்தமே இல்லாத கட்டுக்கதை சொல்வது போல் அந்தப் பெண் சொல்லிக்கொண்டு போனாள்.

'ஐயோ, பாவம்! அப்புறம்?'

'மூன்று வருஷங்கள் குருடியாகத்தான் இருந்தாள். அதற்குள் அப்பா ரிடையர் ஆகிவிட்டார். அண்ணா உத்தியோகம் பார்க்க மதுரைக்குப் போய்விட்டான். அன்று காலை பதினோரு மணி இருக்கும். நாங்கள் தனியாக இருந்தோம். அம்மா, நான், என் தங்கை மட்டும். ஒரு கிழவர் வந்து கதவைத் தட்டிச் சோறு கேட்டார். அம்மா ஒன்றுமே கேட்காமல் உடனே சிறிது பழைய சோறும் மோரும் கொண்டு வந்து போட்டாள். கிழவர் வாசல் திண்ணையிலேயே உட்கார்ந்து சாப்பிட்டார். போகும்போது மட்டும் என் அம்மாவைப் பார்த்து, 'கர்த்தர் பெயரை ஜபி, உன் வீட்டில் மீண்டும் வெளிச்சம் ஏற்படும்', என்று சொல்லிவிட்டுப் போனார்.'

'என்ன சொன்னார்?'

'"கர்த்தர் பெயரை ஜபி" என்று சொல்லிவிட்டுப் போனார்.'

'அது என்ன ஜபம்?'

'கர்த்தர். தமிழ் வார்த்தைதான். இயேசு கிறிஸ்துவின் பெயர். கர்த்தர் என்றால் புரிகிறவன்.'

'என்ன புரிகிறவன்?'

'எல்லாமேதான். கடவுள்தான் எல்லாம் புரிகிறார். அவர் ஒருவர்தான் கர்த்தர்.'

எனக்குக் கால் வலித்தது. அப்படியும் 'கிழவர் யாரு?' என்று கேட்டேன்.

'தெரியவில்லை. கர்த்தர் ஜபம் செய் என்று சொல்லி விட்டுப் போய்விட்டார். அப்பாவுக்குச் சம்மதமே கிடையாது. ஆனால் நானும் அம்மாவும் ரகசியமாக ஜபம் செய்துவந்தோம். எப்படியாவது என் தங்கைக்குக் கண் திரும்ப வேண்டுமென்று இரவு பகலாக ஜபம் செய்தோம். கர்த்தருக்குக் கருணை இருந்தது. ஆறு மாதக் காலத்தில் என் தங்கைக்கு மங்கலாகக் கண் தெரிய ஆரம்பித்தது. அப்போது அப்பாவும் எங்களுடன் சேர்ந்துகொண்டார். ஒரு வருடம் முடிவதற்குள் அவள் பார்வை முழுக்க வந்துவிட்டது. நாங்கள் எல்லோரும் கிறிஸ்துவர்களாகிவிட்டோம்.'

ஒன்றும் பேசாமல் இருந்தோம். அந்தப் பெண்ணுக்குத்தான் வாளிப் புடவை நினைவு வந்தது. 'இப்போது சிறிது கசக்கி அலசலாம்.'

'உன் தங்கைக்கு இப்போது எப்படி இருக்கிறது?'

'அவளுக்கு எல்லாம் சரியாகிவிட்டது. டீச்சர்ஸ் டிரெயினிங் எடுத்துக்கொண்டிருக்கிறாள். இதுதான் கடைசி வருஷம்.'

'அந்தக் கிழவரை அப்புறம் பார்க்கவில்லையா?'

'இல்லை. அன்றைக்கு அப்புறம் அவர் கிடைக்கவே இல்லை. அதனால் என்ன? எங்களுக்குக் கர்த்தரைக் காட்டி விட்டாரல்லவா? ... புடவையை எங்கே அலசுவது? குழாயில் கூட இப்போது தண்ணீர் வராது. கிணற்றடிக்குத்தான் போக வேண்டும்.'

'நான் அலசிக்கொள்கிறேன். சுலோசனா!'

'வேண்டாம், அவளைத் தொந்தரவு செய்ய வேண்டாம். அலசுவதை நானே செய்துவிடுவேன். கிணறு எங்கே இருக்கிறது? சின்னத் துணியாக இருந்தால் கசக்குவது அலசுவது எல்லாம் இங்கேயே செய்துவிடலாம். ஆனால் இது புடவை.'

'பரவாயில்லை. நான் பார்த்துக்கொள்கிறேன்.'

'சரி... ஆனால் நானே செய்துவிட முடியும். நிறையத் தண்ணீர் வைத்துக்கொண்டு அலசுங்கள். அப்போதுதான் சலவை சுத்தமாக இருக்கும். இந்தத் தூள் அழுக்குக்கும்

துணிக்கும் உள்ள இடைவெளியில் புகுந்து அழுக்கை அப்படியே பிரித்து எடுத்துவிடுகிறது. இதில் திராவகக் கலப்பு எதுவுமில்லையாதலால் துணிமணிகளும் அதிக நாள் உழைக்கும். இந்தாருங்கள். இலவசப் பாக்கெட். இதைக் கொண்டு பதினைந்து இருபது துணிகளைச் சலவை செய்யலாம்.'

'இது திறந்திருக்கிறதே . . .'

'ஆமாம். இதை உங்கள் முன்னிலையில் திறந்த பிறகுதான் நாங்கள் கொடுக்க வேண்டும். எப்போதாவது நேரமிருக்கும் போது இதைப் படித்துப் பாருங்கள். மிகவும் உபயோகமான குறிப்புகள்.'

'எனக்குத் தமிழ் தவிர வேறு ஒன்றும் தெரியாது.'

'தமிழில்தான் இது இருக்கிறது. இதோ சலுகைக்கூப்பன். இதைக்கொண்டு நீங்கள் பெரிய அளவுப் பெட்டியை 90 பைசா தள்ளுபடியில் வாங்கிக்கொள்ளலாம். நான் காண்பித்த மாதிரியே உபயோகியுங்கள்.'

'இன்னும் இரண்டு மூன்று பெட்டிகள் கொடுத்துவிட்டுப் போயேன். இங்கே இன்னும் சில குடித்தனங்கள் இருக்கின்றன.'

'நானே இன்னொரு முறை வந்து அவர்களைப் பார்க்கிறேன். இந்த வீட்டு நம்பர் பதினெட்டுதானே?' அந்தப் பெண் தன் தோல் பையை மூடிவிட்டாள்.

அவள் போகும்போதும் வாசல்கேட் சப்தமே செய்யாமல் இருந்தது. அவள் கொடுத்துப் போன மாதிரிப் பெட்டியைப் பரண்மீது வைத்தேன். பிறகு இருவாளிகளையும் எடுத்துக் கொண்டு புடவையை அலசிப் போடக் கிணற்றங்கரைக்குச் சென்றேன்.

(1963)

மஞ்சள் கயிறு

செருப்பு அறுந்து போய்விட்டது. நேற்றைக்கே அறுந்து விடும் போலிருந்தது. நேற்றைக்கென்று இல்லை. இரண்டு மாதங்களாகவே அறுந்துவிடும் போல்தான் இருந்தது. இன்று அறுந்தே விட்டது. இன்றைக்குச் செருப்பு மட்டும் அல்ல. இன்னும் ஏதோ ஒன்றும் அறுந்து போய்விட்டது. என்ன அது? துணி உலர்த்துவதற்காகத் தொங்க விட்டிருக்கும் கம்பு அநேகமாகத் தினமும் அறுந்து கொண்டிருக்கிறது. இத்தனை நாட்கள் தினமும் அதை ஒரு புது முடியிட்டுத் தொங்கவிட்டாயிற்று. அந்தக் கம்பு இப்போது ஒரு பக்கமாகச் சாய்ந்து கொண்டிருக்கிறது. ஒரு நாளைக்கு ஒரு ஐந்து நிமிஷம் சிரத்தை எடுத்துக்கொண்டு அதைச் சீர்ப்படுத்துவதற்குக் கையாலாகவில்லை. அதற்கு மட்டுமேன் – எதற்குமே கையாலாகவில்லை.

கோயிலில் கூட்டம் குறைய ஆரம்பித்துவிட்டது. சன்னதிக்குப் பின்னால் மணற்பரப்பில் குண்டு சாஸ்திரிகளைச் சுற்றி ஒரு சிறு கும்பல் நின்று கொண்டிருந்தது. அறுந்த செருப்பைக் கழட்டி வைத்துவிட்டு சுப்புவும் அந்தக் கும்பலை ஒட்டிய வாறு நின்றுகொண்டார். குண்டு சாஸ்திரிகளுக்கும் ராமய்யா வாத்தியாருக்கும் ஏதோ தர்க்கம். மேற்கு மாம்பலத்தின் கோடியில் குண்டு நிலம் வாங்கிப் போட்டிருந்தார். அந்த இடத்தைச் சுற்றி இன்னும் இரண்டு மூன்று பேர்களாவது வீடு கட்ட ஆரம்பித்தால் அவரும் ஒரு சிறு வீடு கட்டிக்கொண்டு

சொந்த வீட்டில் குடித்தனம் நடத்தலாம். அதற்காக அவர் புரோகிதம் உடைய சுந்தரமய்யரை அந்தப் புது இடத்தில் மனை வாங்கி வீடு கட்டினால் மிகப் பிரமாதமாக இருக்கும் என்ற அபிப்பிராயம் கொள்ளச் செய்திருந்தார். அந்தச் சமயத்தில் ராமய்யா வாத்தியார் வேறு ஏதோ வேலையாக சுந்தரமய்யரிடம் சென்றிருக்கிறார். சுந்தரமய்யர் ராமய்யா வாத்தியாரின் அபிப்பிராயத்தையும் கேட்டிருக்கிறார். ராமய்யா வாத்தியார் மேற்கு மாம்பலத்திற்கே இன்னும் இருபது வருடத் திற்குக் குழாய், சாக்கடைக்கு விமோசனம் இல்லாதபோது மேற்கு மாம்பலத்திற்கும் தொலை மேற்கில் உள்ள அந்தப் பொட்டல் காட்டில் வீடு கட்டுவதற்குப் பதில் நாலு பசு மாட்டை வாங்கி வைத்துக்கொண்டு பால் வியாபாரம் செய்யலாம் என்று கூறியிருக்கிறார். அதன் பலனைக் கோயிலில் அந்த வெள்ளிக்கிழமையன்று அனுபவித்துக் கொண்டிருந்தார்.

பிரம்மஹத்தி வழியும் முகத்தை வைத்துக்கொண்டு கோசம்ரக்ஷணை பற்றிப் பேசுவதற்கு அவருக்கு என்ன யோக்கியதை இருக்கிறது? எந்தச் சாக்கடைவாயன் சொன்னது மேற்கு மாம்பலத்திற்குக் குழாய், சாக்கடை இருபது வருடத் திற்கு வராது என்று? இப்பொழுதே சர்க்கார் கவனம் எடுத்துக் கொள்ள ஆரம்பித்துவிட்டார்கள். இன்னும் இரண்டு வருடங் களில் மேற்கு மாம்பலத்திற்கும் காந்திநகருக்கும் வித்தியாசம் தெரியாது. குண்டு சாஸ்திரிகள் விளாசினார். மற்றவர்கள் எல்லோரும் தலையை அலைத்துக்கொண்டிருந்தார்கள். அடிக்கடி சிரித்துக்கொண்டு அவர் சொல்வதுதான் சரியென்று சொல்லிக்கொண்டிருந்தார்கள். ராமய்யா வாத்தியாருக்கு ஏனடா கோயிலுக்கு வந்தோம் என்று ஆகிக்கொண்டிருந்தது.

குண்டு சாஸ்திரிகள் ஒரு வழியாகத் தன் மனத்தாங்கலைத் தீர்த்துக்கொண்டார். ராமய்யா போய்விட்டார். சுப்பு குண்டு சாஸ்திரிகளின் கண்களில் விழ வெகுநேரமாகப் பிரயத்தனம் செய்துகொண்டிருந்தார். குண்டு சாஸ்திரிகள் அவரைக் கவனித்ததாகவே காண்பித்துக் கொள்ளவில்லை. கவனிக்கவே யில்லையென்று கூறமுடியாது. கவனித்து வேண்டுமென்றே உதாசீனம் செய்துகொண்டிருக்கிறார். ஒரு கறிகாய்க்கார னிடம் அவர் அந்த மாதிரி நடந்துகொள்ள முடியாது. ஒரு வண்ணானிடம் அந்த மாதிரி நடந்துகொள்ள முடியாது. சுப்பு மெதுவாக அவரை அணுகி, "அப்போது நான் வரட்டுமா?" என்றார். குண்டு சாஸ்திரிகள் சுப்புவை ஒருமுறை உற்றுப் பார்த்தார். பிறகு, "நீ என்ன, என்னடா நினைத்துக்கொண் டிருக்காய்?" என்றார்.

சுப்புவின் குரல் இன்னமும் தழைந்துவிட்டது. "இன்று விடியற்காலையிலிருந்து உடம்பு..." என்று ஆரம்பித்தார்.

"உன் உடம்புக்கு என்னடா கேடு வந்தது? இந்த மாதிரி சொல்லாமல் கொள்ளாமல் எப்படி நீ வீட்டிலேயே உட்கார்ந்து விடலாம்? உன்னால் ஜயராமய்யர் வீட்டுக் காரியத்தில் என் தலையேயல்லவா தூக்க முடியாமல் போவதற்கு இருந்தது!"

ஜயராமய்யர் வீட்டுக் காரியம் என்றது ஜயராமய்யருடைய அந்திமக் காரியங்கள். காலையில் சுப்பு எண்ணெயுடன் இருப்புச் சட்டியைத் தானம் பெற்றுக்கொண்டிருக்க வேண்டும். ஒருமணி நேரத்திற்குள் இருப்புச் சட்டியைக் குண்டு சாஸ்திரிகள் வீட்டில் ஒப்படைத்திருக்க வேண்டும்.

"என்னடா அயோக்கியத்தனம் பண்ணுகிறாய்..?"

கோயிலுக்கு வந்தவர்கள் பலரின் கவனம் மணற்பரப்பு மேல் நின்றுகொண்டிருந்த கும்பலிடம் சென்றது. சிலர் என்ன விஷயம் என்று அறிய நெருங்கிக்கூட வந்தார்கள்.

"உனக்கு எப்படியடா போஜனம் கிடைக்கும்? நீ உடம்பெல்லாம் புழுப்புழுவாக நெளிந்து குஷ்டரோகம் வந்தல்லவா சாகப் போகிறாய்!"

சுப்புவுக்குக் கோபமே வரவில்லை.

"அயோக்கியப் படவா! ஏதோ சோறு தண்ணிக்கு வழியில்லாத பிராமணனாக இருக்கிறானே என்று ஒரு விசேஷத்திற்கு ஏற்பாடு பண்ணினால் உனக்கு இவ்வளவு திமிரா?"

சுப்புவுக்குத் கடைசி வார்த்தைகளெல்லாம் சரியாகக் காதில் விழவில்லை. அவருக்கு ஒருவிதக் களைப்பு வந்துவிட்டது. அந்தக் கூட்டத்திலிருந்த இன்னொரு புரோகிதர் மூக்குப் பொடி போட்டுக்கொள்ள ஆயத்தங்கள் செய்துகொண்டிருந்தார். இந்தக் குண்டு சாஸ்திரிகள் இப்படிக் கத்தவில்லை என்றால் சுப்புவால் ஒரு தடவை பொடி போட்டுக்கொள்ள முடியும். அந்த மூக்குப் பொடிப் புரோகிதர் மிகவும் பெருந்தன்மை உடையவர். ஒரு சிட்டிகைப் பொடிக்குச் சிறிதளவேனும் கஞ்சத்தனமாக நடந்துகொள்ள மாட்டார்.

"என்னடா நான் சொல்லச் சொல்ல வாயை மென்று முழுங்கிக்கொண்டிருக்கிறாய்? உன்னைத் தொலைத்துவிடுகிறேன் பார்!"

குண்டு சாஸ்திரிகள் 'தொலைத்துவிடுகிறேன் பார்' என்று சொன்னால் அவர் சொல்ல வேண்டியது எல்லாவற்றையும்

சொல்லி முடித்தாகிவிட்டாயிற்று என்று புரிந்துகொள்ள வேண்டும். இப்போது அடுத்தவர் பேசலாம். எல்லோரும் மௌனமாக இருந்தார்கள். வேடிக்கை பார்க்கலாம் என்று குழுமினவர்கள் ஏமாற்றம் அடைந்தவர்களாகக் கலைய ஆரம்பித்தார்கள்.

மணி ஒன்பதுக்கும் மேலாகிவிட்டது. நவக்கிரகத்தில் குண்டு சாஸ்திரிகள் சைக்கிளை வைத்திருந்தார். அதை எடுத்துக் கொண்டு கோயில் வெளியே வந்தார். சுப்புவும் கோயில் வெளியே வந்தார். குண்டு சாஸ்திரிகள் கையில் ஒரு பெரிய பை இருந்தது. அவருடைய வேஷ்டி தடுக்கிற்று. சுப்புவைப் பார்த்து, "டேய், இதைப் பிடிடா" என்றார். சுப்பு சைக்கிளைப் பிடித்துக்கொண்டார். குண்டு சாஸ்திரிகள் வேஷ்டியின் ஒரு முனையை இடுப்பில் இழுத்துச் சொருகினார். சுப்புவுக்கு சைக்கிளைப் பிடித்து நிற்பது மிகவும் அசௌகரியமாக இருந்தது. அவருக்கு சைக்கிள் விடத் தெரியாது. சைக்கிள் விடத் தெரிந்தவர்கள் சின்னப் பையன்களாக இருந்தால்கூட வெகு லாகவமாகத்தான் சமாளிக்கிறார்கள்.

திடீரென்று குண்டு சாஸ்திரிகள் "எவ்வளவு சரடுடா திரித்துவைத்திருக்கிறாய்?" என்று கேட்டார்.

சுப்புவுக்கு ஒரு கணம் ஒன்றும் கூறத் தோன்றவில்லை. பிறகு, "நூறு இருக்கும்" என்றார்.

"நன்றாக மஞ்சளில் தோய்த்து எடுத்து வைத்திருக்கிறாயா?"

சுப்புவுக்கு நினைவு எங்கேயோ இருந்தது. "உம்," என்றார்.

குண்டு சாஸ்திரிகளின் முகம் நம்பினவர் முகமாகவே தோன்றவில்லை.

குண்டு சாஸ்திரிகள் சைக்கிளை வாங்கிக்கொண்டு அதில் ஏறப்போனார். சுப்பு நிதானமாக, "ஒரு ரூபாய் இருந்தால் கொடுங்கள். நான்கு நாட்களில் தந்துவிடுகிறேன்" என்றார்.

குண்டு சாஸ்திரிகள், "என்னது?" என்றார்.

சுப்பு, "ஒரு ரூபாய் வேண்டும்," என்றார்.

"நீ என்ன, என்னடா நினைத்துக் கொண்டிருக்கிறாய்?"

"என்னிடம் பணமே இல்லை. காலையிலிருந்து ஒன்றுமே சாப்பிடவில்லை."

"உன் உடம்புக்கு ஏதோ கேடு வந்துவிட்டது என்று சொன்னாயேடா? ஜயராமய்யர் வீட்டு விசேஷத்திற்கு ஏற்பாடு பண்ணின என்னை ஏய்த்துவிட்டு . . ."

"எனக்கு உடம்பே சரியில்லை. காலையிலிருந்து வேறு ஒன்றுமே சாப்பிடவில்லை. கையில் காலணா இல்லை."

"லங்கணம் போடுடா. அப்போதுதான் புத்தி வரும்."

குண்டு சாஸ்திரிகள் சைக்கிளில் சென்றுவிட்டார். சுப்பு ஒரு ஹோட்டலுக்குள் புகுந்தார். அவரைக் கேட்க வந்த பையனிடம், "போண்டா சட்னி கொண்டு வா," என்றார். அவர் போண்டா தின்ற பிறகு பையன், "இன்னும் என்ன வேண்டும்?" என்று கேட்டான்.

"ஒன்றும் வேண்டாம்" என்றார் சுப்பு.

சுப்பு வேஷ்டி முடிப்பு ஒன்றை அவிழ்த்தார். அதில் நான்கணா இருந்தது. அவருக்குக் காலையில் உடம்பு சரியில்லாமலிருந்தது உண்மை.

தார் ரோடு சோவென்று இருந்தது. அந்த வேளையில் தார் ரோடுகளெல்லாம் மிகமிகச் சுத்தமாக இருப்பது போலிருந்தது. ஒரு கருப்புநிறக் கண்ணாடிப் பாயை விரித்துப் போட்டு இருபது கஜ தூரத்திற்கு ஒரு விளக்காக அமைத்து விட்டால் ஏதோ கனவில் வரும் காட்சி போல்தான் இருக்கும். அப்படித்தான் இருந்தது. சுமார் அரை மணி நேரம் பெரிய பாதையில் நடந்த பிறகு சுப்பு பள்ளத்தில் இறங்கினார். அந்த ஒற்றையடிப் பாதை கண்ணுக்குத் தெரியவில்லை. ஆனால் அவர் கால்களுக்குக் கண்ணிருந்தது போலிருந்தது. ஒற்றையடிப் பாதையின் இரு புறங்களிலும் வேண்டிய முள் புதர்கள் இருந்தன. ஆனால் அவர் ஒன்றில்கூடக் காலை வைக்கவில்லை. ஒரே ஒரு இடத்தில் கல் ஒன்று தடுக்கிற்று எவனாவது முட்டாள் பகல் நேரத்தில் அவன் கை எவ்வளவு பலம் வாய்ந்தது என்று பரிசோதிக்க அந்தக் கல்லை எறிந்திருக்கலாம். அது பாதை நடுவில் விழுந்திருந்தது. யாராவது நாயைக்கூட அடித்திருக்கலாம். பாவம்; எலும்பும் தோலுமாகக் கிடக்கும் சீக்கு நாய்களுக்குத்தான் கல்லடி எப்போதும் கிடைத்துக்கொண்டிருக்கும். கல் மண்டையில் பட்டு ஒரே யடியாய் உயிர்போனாலும் பரவாயில்லை. விலாவில் படும். அல்லது காலில் படும். அந்த நாய்க்கு ஏற்பட்ட நாய் வாழ்வை நொண்டிக்கொண்டே தள்ள வேண்டும். ஒரு வீட்டில் வளர்க்கும் நாயாயிருந்தால் மேலே பாய்ந்து குதறிவிடும். தெருநாய், அதுவும் சீக்கு நாயாயிருந்தால் வாலைக் குழைத்துக் கொண்டு ஓடத்தான் செய்யும். அது ஓட ஓடத் துன்பங்களும் கற்களும் துரத்திக்கொண்டே வரும். ஆனால் நாய்களுக்கு என்ன தெரியும்? அவை பாட்டிற்கு ஓடிக்கொண்டே இருக்கும்.

நாம் மட்டுமென்ன? ஓடிக் கொண்டேதான் இருக்கிறோம். அந்தச் சீக்காளித் தெருநாயை விட மோசமாக ஓடிக்கொண்டே இருக்கிறோம். நாயாவது எப்போதாவது திரும்பி ஊளையாவது இடலாம். நாம் அதுகூடச் செய்ய முடியாது...

மங்கலாக ஒளி வீசிக்கொண்டிருந்த தெரு விளக்கில் அந்தச் சந்தில் உள்ள பத்துப் பன்னிரண்டு வீடுகளும் தூங்குகிற குட்டிப் பூதங்கள்போல் காட்சியளித்தன. ஒரு பூதத்தின் அருகில் சென்று நின்று சுப்பு இடுப்பைத் துளாவினார். வேஷ்டியின் ஒரு நுனியில் கட்டியிருந்த சாவியைக் கொண்டு கதவுப் பூட்டைத் திறந்தார். கதவு விதவிதமாக முனகிக் கொண்டு அகண்டது. பிறையிலிருந்த நெருப்புப் பெட்டியைத் தேடி எடுத்து சுப்பு அகல்விளக்கு ஒன்றை ஏற்றிவைத்தார். அந்த அறையின் மூலைகளில் மூன்று நான்கு பாத்திரங்கள், ஒரு கள்ளிப் பலகைப் பெட்டி, ஒரு தகரப் பெட்டி, ஒரு துணி மூட்டை, நெருப்பில் போட்டாலும் பொசுங்க முடியாத அளவுக்கு அழுக்கடைந்த ஜமக்காளம் தலையணை, ஒரு பழங் குடை, கூடை – இவைகளெல்லாம் கிடந்தன. அறை நடுவில் ஒரு கிழிந்த பாய் மீது ஒரு பெட்டிராட்டினம் – ஒரு கைராட்டினம் – இருந்தது. அதைப் பார்த்ததும் சுப்புவுக்கு ஞாபகம் வந்துவிட்டது. அவருடைய செருப்பு அறுந்துவிட்டது. துணி உலர்த்தும் கம்புக் கொடி அறுந்துவிட்டது. அத்துடன் கூட கைராட்டினக் கயிறும் அறுந்துவிட்டது. இப்பொழுது நன்றாக ஞாபகம் வந்துவிட்டது. பகலிலேயே சுமார் இரண்டரை மணிக்கு ராட்டினத்தில் நூல் நூற்கும்போது கயிறு அறுந்து போய்விட்டது. அப்போது போட்டுவிட்டுப் போன பஞ்சு அப்படியே சிதறிக் கிடந்தது.

ராட்டினத்துக்கு முன்னால் சுப்பு உட்கார்ந்துகொண்டார். அந்தக் குறுக்காணியில் சுற்றி வைத்திருந்த நூல் பத்து சரடு களுக்குக்கூடப் போதாது. இதுவரை ஒரு சரடு கூடத் தயாரிக்க வில்லை. நூறு தயாரிக்க வேண்டும். அதைக் குண்டு சாஸ்திரி களிடம் கொடுக்க வேண்டும். அதை அவர் ஊரிலிருக்கும் சுமங்கலிகளுக்கெல்லாம் விநியோகம் செய்வார். கல்யாணங்கள் செய்து வைப்பார். நோன்புகள் எடுத்துத் தருவார். பூஜை செய்வார். கிரகப் பிரவேசம் நடத்தித் தருவார். சுப்பு அமாவாசைத் தர்ப்பணம்தான் செய்து தரலாம். ஒரு தர்ப்பணத் திற்கு நான்கணா. பிறகு, தூக்குகிறவர்கள் நால்வரில் ஒருவராக இருக்கலாம். ஒற்றைப் பிராமணனாக இருக்கலாம். எண்ணெ யுடன் இருப்புச் சட்டியை வாங்கிக்கொள்ளலாம். மேல் துண்டைத் தாண்டிச் செல்லலாம். இவைகள் செய்யலாம். இவைகளையேதான் செய்யலாம்.

சுப்பு கைராட்டினத்தை வேகமாகச் சுற்றினார். கயிறு அறுந்து போயிருந்தாலும்கூட ராட்டினம் வேகமாகச் சுற்றிற்று. முதலில் நூல் வந்தது. பிறகு சிறிது பருமனான கயிறு வந்தது. மஞ்சள் நிறம் பூசப்பட்டே வந்தது. மஞ்சள் கயிறாகவே வந்தது. அவள் இருந்தால் அவள் கழுத்தில் அதைக் கட்டலாம். ஏற்கெனவே ஒருமுறை கட்டியாயிற்று. மூன்று முடிகள் போட்டாயிற்று. அவள் இருந்தால் இன்னொரு முறை அந்த மஞ்சள் கயிறை அவள் கழுத்தில் கட்டலாம். மூன்று முடிகள் போடலாம். எவ்வளவு அழகான கழுத்து! பட்டுப் போன்ற கழுத்து. அந்த கழுத்தின்மீது தங்கத்தினால் செய்யப்பட்டது போன்ற முகம். மிகவும் அழகான முகம். தலையில் பட்டுப் போன்ற கேசம். நீண்டு அடர்ந்து கறுத்த கேசம். ஐயோ, எவ்வளவு அழகு! ஆனால் அந்தத் தலையினுள் என்ன இருந்தது? எந்தப் பிசாசு இருந்தது? ஒரு வருடம்கூட சேர்ந்து வாழவில்லை. பிறந்தகம் போனவள் திரும்பி வரவேமாட்டேன் என்று மறுத்துவிட்டாளே. எத்தனை வருடங்கள் ஆகிவிட்டன! எவ்வளவு பேர்கள் புத்திமதி சொல்லி, பிறகு பயமுறுத்தலும் செய்தார்கள்? தானும் ஒருமுறை வெட்கத்தை விட்டு அவளைக் கெஞ்சிக் கூப்பிட்டுமல்லவா வர முடியாது, வரமாட்டேன் என்று சாதித்துவிட்டாள். திடீரென்று அந்த முகம் தோன்றிற்று. விழுந்து விழுந்து சிரித்தது. "உன்னோடு சேர்ந்து எவளால் குடும்பம் நடத்த முடியும்?" என்று கூறிற்று. மேலும் மேலும் சிரித்தது. சிரித்துச் சிரித்துக் காற்றோடு மறைந்து போயிற்று.

சுப்பு இன்னும் வேகமாக ராட்டினத்தைச் சுற்றினார். கயிறு, கயிறு, எங்கு பார்த்தாலும் கயிறு. கயிறு சிறிது சிறிதாகப் பருமனாகிக்கொண்டே வந்தது. தாம்புக் கயிறு அளவுக்கு வந்தது. இன்னமும் பெருகிக்கொண்டு வந்தது. தேர் வடம்போல் ஆயிற்று. மிகவும் மிருதுவான தேர் வடம். இந்த வடத்தைக் கொண்டு நம்மையே சுற்றிக்கொண்டால் என்ன? சுப்பு மேலே பார்த்தார். துணி உலர்த்துவதற்காகத் தொங்கவிட்டிருக்கும் மூங்கில் கம்பு கோணிக் கொண்டு இருந்தது. அது அவரோடு பேசவில்லை. சுப்பு, "சீ, நன்றி கெட்ட ஜென்மம்!" என்றார். அப்போதும் அந்த மூங்கில் கம்பு அவரோடு பேசவில்லை.

சுப்பு எழுந்திருந்து அந்தக் கள்ளிப் பலகைப் பெட்டியை அறை நடுவில் இழுத்துப்போட்டார். அதன்மீது ஏறிக்கொண்டு கையிலிருந்த தேர் வடத்தை அந்த மூங்கிலோடு சேர்த்துக் கட்டினார். வடத்தால் தன்னைச் சுற்றிக்கொண்டார். அவர் மட்டுமே சுற்றிக்கொண்டால் எப்படிப் போதும்? அந்தக் குண்டுவையும் சேர்த்துக் கட்டிக்கொண்டால்..? ஆயிற்று. குண்டு சாஸ்திரிகளையும் சேர்த்து அந்தத் தேர் வடத்தால்

சுற்றியாயிற்று. அதோ, மூலையில் குண்டுவுடைய அந்த ஓட்டை சைக்கிளும் தொங்குகிறது. இன்னும் யார் யாரைச் சேர்த்துக் கொள்ளலாம்? ஏன், அந்த ஹோட்டல் பையனைச் சேர்த்துக் கொள்ளலாம். அந்தச் சட்னி ஊசிப் போனது என்பது அவனுக்கு நிச்சயமாகத் தெரியும். இருந்தும் மிகுந்த தைரியத் துடனும் ஒன்றுமே செய்துவிட முடியாது என்ற அலட்சியத் துடனும் இரண்டு போண்டாக்களையும் ஊசிப் போனச் சட்னியில் முழுக்கத் தோய்த்துக் கொண்டு வந்து வைத்திருந்தான். அவன் முகத்தில் அளவிட முடியாத எக்காளம் ஜ்வலித்தது. அவனையும் சேர்த்துக் கட்ட வேண்டியதுதான். அவனையும் சேர்த்துக் கட்டியாயிற்று. அப்புறம்? அவளையும் சேர்த்துக் கட்ட வேண்டியதுதான். ஆமாம், அவளை விட்டுவிட முடியுமா? தொட்டுத் தாலி கட்டியாயிற்றே! அப்புறம்? அப்பு, ரங்கநாதன், மகாலிங்கம் – உலகத்திலிருக்கும் அத்தனைப் பேர்களும். ஆமாம், ஒருவரையும் விட்டுவிட முடியாது. அத்தனை பேர்களையும் சேர்த்துக் கட்டித்தான் தொங்கவிட வேண்டும். ரொம்ப ரொம்ப வேடிக்கையாக இருக்கும். முழு உலகத்தையும் தான் தயாரித்த தேர் வடத்தினால் கட்டி, தன் வீட்டு உத்திரத்தினின்று தொங்க விடுவது ரொம்ப வேடிக்கையாக இருக்கும். ரொம்பப் பொருத்தமாகவும் இருக்கும். தொங்கிக்கொண்டே சுப்பு பெட்டியை உதைத்தார். பெட்டி எட்டிப் போய் நின்றது.

சுப்பு கீழே விழுந்தார். அவர் தொங்கப்பார்த்தது தேர் வடம் இல்லை. மெல்லிய, சாதாரண கை நூற்றுக் கயிறுதான். சரியாகக் கூட முறுக்கேறவில்லை. ஆதலால் நடுவில் பஞ்சாக இருந்த இடம் நெகிழ்ந்துவிட்டது.

சுப்புவுக்குத் தலை தெளிந்துவிட்டது. பசி வயிற்றைக் கிள்ளிற்று. ஒரு பாத்திரத்தில் வைத்திருந்த நீரைச் சிறிது விழுங்கினார். அவர் நூற்று வைத்திருந்த நூலெல்லாம் பாழ். ஒரு சரடுகூடச் சரியாகச் செய்ய முடியாது. நல்ல வேளையாக அந்தத் தகரப் பெட்டியில் இயந்திரத்தில் நூற்கப்பட்ட சிட்டங்கள் வைத்திருந்தார். சுப்புவின் மூளை நன்றாகத் தெளிந்துவிட்டது. காலை நீட்டி, கட்டை விரலில் அந்த நூலை மாட்டிக்கொண்டு சரடு திரிக்க ஆரம்பித்தார்.

குண்டு சாஸ்திரிகள், “ஏண்டா, எல்லாம் கையினால் நூற்கப் பட்டது தானே?” என்று கேட்டார். சுப்பு, “ஆமாம்,” என்றார்.

“எவ்வளவு சரடு இருக்கிறது?”

“ஐம்பது இருக்கும்.”

"நேற்றைக்கே நூறு திரித்துவிட்டேன் என்றாயே?"

"இல்லை ஐம்பது என்றுதான் சொன்னேன்."

"அடப் பாவி, இப்படிப் புளுகுகிறாயே!"

"இல்லை. ஐம்பது என்றுதான் சொன்னேன்."

சுப்பு தன் கைகளைப் பார்த்துக்கொண்டார். ஒவ்வொரு விரலும் கத்தியினால் வெட்டுண்டது போன்ற காயங்களை ஏராளமாகக் காட்டின. கயிறுகளுக்குப் பூசின மஞ்சள் நிறம் இன்னமும் மறையவில்லை. சுப்பு உள்ளங்கைகள் இரண்டையும் சேர்த்துவைத்துப் பார்த்தார். பிறகு விரைந்து நடக்க ஆரம்பித்தார். காலில் செருப்பில்லை. முட்களும் கற்களும் கால்களைக் குத்தின. அதை அவர் பொருட்படுத்தவில்லை.

(1958)

கோலம்

வாசலில் கார் சத்தம் கேட்டு விஜயா ஓடி வந்து பார்த்தாள். அவளுடைய சிற்றப்பா வண்டியி லிருந்து இறங்கிக்கொண்டிருந்தார். பெட்டியை யும் படுக்கையையும் டாக்ஸிக்காரன் இறக்கிவைத்த வுடன் அவர் அவனிடம் பணம் கொடுத்தார். அவன் மிகுந்த நன்றியுடன் தன் ஆசனத்தில் அமர்ந்து காரைக் கிளப்பினான். விஜயா, "வாருங்கள், சிற்றப்பா" என்று அழைத்தாள். "வீட்டில் எல்லாரும் சௌக்கியமா?" என்று கேட்டுக்கொண்டே அவர் வீட்டினுள் வந்தார்.

சிற்றப்பா வரப்போகிறார் என்று யாருக்கும் தெரியாது. விஜயாவின் அம்மா அப்போதே முடிந்த காபிக்கடையை மீண்டும் அவசர அவசரமாகத் துவக்க ஆரம்பித்தாள். அப்பா கொல்லைப்புறம் எங்கோ போயிருந்தார். ஜமுனா பூச்செடித் தொட்டிகளைக் கொத்திக்கொண்டிருந்தாள். விஜயா சிற்றப்பாவை உட்காரச் சொன்னாள். அவர் ஒரு விநாடி உட்கார்ந்திருந்த பிறகு எழுந்து தமது பெட்டியிடம் சென்றார். விஜயா ஓடிப் போய் அப்பாவிடம் சிற்றப்பா வந்திருப்பதைச் சொன்னாள்.

எல்லாரும் குளித்து, ஆங்கிலம், தெலுங்கு தினசரிகளைப் பார்த்தாகிவிட்டது. இன்னமும் அரைமணி நேரத்தில் சாப்பிட உட்கார்ந்தாக வேண்டும். அப்பாவும் சிற்றப்பாவும் உட்கார்ந்து பேசிக்கொண்டிருந்தார்கள். விஜயா அப்பா

பக்கத்தில் நின்றாள். சிற்றப்பா "விஜயா நன்றாக வளர்ந்து விட்டாள். நான்கு வருஷத்திற்கு முந்திக்கும் இப்போதைக்கும் அடையாளமே தெரியவில்லை" என்றார்.

விஜயாவுக்குச் சிற்றப்பாவை நான்கு வருஷங்களுக்கு முந்திப் பார்த்ததாகக்கூட நினைவில்லை. அவள் அப்பாவைக் கடற்கரையில் உள்ள ஊர்களுக்கு ஒன்று மாற்றி ஒன்றாக மாற்றிக்கொண்டு வந்தார்கள். அவள் பிறந்தது காகிநாடாவில், தன் தாத்தா வீட்டில். சில ஆண்டுகள் சென்னையில். பிறகு கல்கத்தா. அப்புறம் கொச்சி. அதற்குப் பிறகு விசாகப்பட்டணம். பிறகு பம்பாய். இப்போது மறுபடியும் சென்னை. சென்னைக்கு வந்து ஒரு மாதங்கூட முழுவதும் ஆகவில்லை. இந்த ஒன்பது வருஷப் படிப்பில் ஐந்து பள்ளிக்கூடங்கள்; நான்கு வெவ்வேறு பாஷைகள். ஒன்றுகூட நன்றாக எழுதிப் பேசும் அளவுக்குத் தெரியாது, இப்போதுகூடப் பள்ளிக்கூடம் இல்லை. இன்னும் நான்கைந்து மாதங்களுக்குப் பிறகுதான் ஒரு புதுப் பள்ளிக் கூடத்தில் சேர வேண்டும்.

சிற்றப்பா மணிபர்ஸிலிருந்து சில புகைப்படங்களை எடுத்துக் காண்பித்தார். "இதுதான் சிட்டி. இதை எடுக்கும் போது பதின்மூன்று வயசுகூட இருக்காது. இப்போது படிப்பை முடித்து வீணை கற்றுக்கொண்டிருக்கிறான். இதுதான் சியாமளா. இது ரங்கராஜு. இது ராமதாஸ். நாங்கள் பத்திராசலம் போயிருந்தபோது பிறந்தவன்..." இப்படியாகக் காண்பித்துக்கொண்டிருந்தார். விஜயா சிற்றப்பாவின் தோளுக்கு மேலிருந்து பார்த்துக்கொண்டிருந்தாள். அப்பா ஒவ்வொரு படத்தையும் ஒரு முறை உற்றுப் பார்த்துவிட்டுச் சிற்றப்பாவிடம் திருப்பிக் கொடுத்துக்கொண்டிருந்தார்.

விஜயா சிற்றப்பாவின் முகத்தைப் பார்த்தாள். சிற்றப்பாவும் அப்பாவைப் போலக் கறுப்புத்தான். ஆனால் இருவருக்கும் வேறு எவ்வளவோ வித்தியாசங்கள். சிற்றப்பாவின் முகம் அகன்று பெரிதாக இருந்தது. அப்பாவுக்குச் சிறிய, ஒட்டிப் போன முகம். அப்பாவினுடைய தலைமயிரை எண்ணி விடலாம் போலிருந்தது. சிற்றப்பாவுக்கு அடர்த்தியாக, கற்றை கற்றையாகத் தலைமயிர். இருவருக்கும் நன்றாக நரைக்க ஆரம்பித்துவிட்டது. சிற்றப்பாவினுடைய முகத்தில் கறுப்புடன் சில இடங்களில் பச்சை, ஊதா நிறங்கள்கூட இருப்பது போலிருந்தது. அப்பாவுக்கு ஆனாலும் மிகவும் ஒட்டிய கன்னங்கள். விடாமல் சிகரெட் குடிப்பதனால் இருக்குமோ? விஜயாவுக்குத் தன் அப்பா ஓயாமல் சிகரெட் குடிப்பது பற்றிச் சிறிது வருத்தந்தான். அதிலும் நாற்றமாக

நாறும் ‘சார்மினார்’ சிகரெட். சிற்றப்பா இந்த விஷயத்தில் எவ்வளவோ மேல்.

ஜமுனாவும் அவர்கள் இருக்கும் இடத்துக்கு வந்தாள். சிற்றப்பாவைப் பார்த்து, “ரங்கராஜு, சியாமளா எல்லாரும் நன்றாகப் படித்துக்கொண்டிருக்கிறார்களா?” என்று கேட்டாள். சிற்றப்பா, “ஊம், சியாமளா ஆறாவது பாரம், ரங்கராஜு இரண்டாவது, இல்லை, மூன்றாவது பாரம். ராம்தாஸ், சின்னப் பையன்; இப்போதுதான் நாலாவது வகுப்பு” என்றார். பிறகு அப்பாவைப் பார்த்து, “சிட்டியும் ஜமுனாவும் ஒரே வயசு தானே?” என்று கேட்டார்.

அப்பா ஒரு நிமிஷம் யோசித்தார். பிறகு, “ஜமுனா சிட்டியைவிடப் பெரியவள் இல்லையா? சிட்டி எந்த வருஷம்?” என்று கேட்டார்.

“ஆயிரத்துத் தொள்ளாயிரத்து முப்பத்தொன்பது. அவன் பிறந்த அடுத்த வாரம் யுத்தம் ஆரம்பித்தது.”

“ஜமுனா முப்பத்தெட்டு ஜூன். சிட்டியைவிட ஒரு வயசு பெரியவள்.”

விஜயாவுக்குச் சிரிப்பு வந்துவிடும் போல் இருந்தது. அப்பா தயக்கமில்லாமல் ஜமுனாவுக்கு இருபது வயசு என்று ஒப்புக்கொண்டுவிடுகிறார். அம்மாவானால் நிச்சயம் இரண்டு மூன்று வயசாவது குறைத்துத்தான் சொல்லுவாள். அம்மாவுக்கு உலகத்தில் இருக்கும் எல்லாப் பையன்கள் பெண்களும் தன் குழந்தைகளைவிட வயசில் அதிகமானவர்கள்.

உள்ளே யாரோ “உஸ், உஸ்” என்று பூனையை விரட்டிக் கொண்டிருந்தார்கள். விஜயா எட்டிப் பார்த்தாள். யாரும் பூனையை விரட்டவில்லை. அவள் அம்மாதான் பெண்களில் யாராவது ஒருவரைக் கூப்பிட்டுக்கொண்டிருந்தாள். விஜயா அம்மா அருகே சென்றாள். அம்மா தணிந்த குரலில், “இந்தப் பக்கமாகப் போய் இரண்டு வாழையிலை வாங்கிக்கொண்டு வா” என்றாள். விஜயா சில்லறையை வாங்கிக்கொண்டு கொல்லைப் புறமாகக் கடைக்குச் சென்றாள். போகும்போது ஒரு முறத்தில் வைத்திருந்த உலர்ந்த பச்சை அகத்திக் கீரையை மீண்டும் வெயிலில் உலர்த்திவிட்டுச் சென்றாள்.

சாப்பாடான பிறகு அப்பா காரியாலயத்துக்குப் போய் விட்டார். அதற்குள் அம்மாவுடன் தாராளமாகப் பேசும் அளவுக்குச் சிற்றப்பா பழகிவிட்டார். அவரை எதைப் பற்றிக் கேட்டாலும் எப்படியோ சிட்டி, சியாமளா, ரங்கராஜ,

ராம்தாஸ் இவர்களைப் பற்றி நான்கு வார்த்தையாவது தம்முடைய பதிலில் சேர்க்காமல் இருக்கமாட்டார். சிட்டி வீணை கற்றுக்கொள்ள ஆரம்பித்து இரண்டே வருஷங்கள் ஆகின்றன. அதற்குள் கீர்த்தனங்களை நன்றாக வாசிக்கிறான். கேட்டவர்கள் எல்லாரும் ராஜமகேந்திரவரம் சத்தியநாராயண மூர்த்தியே மறுபிறப்பு எடுத்துவிட்டாரோ என்று அதிசயிக் கிறார்கள். ராம்தாஸ் படிப்பில் வெகு கெட்டிக்காரன். ரங்கராஜுவுக்குப் பதின்மூறு வயசு முடியவில்லை. அதற்குள் மேஜைக் கடிகாரத்தைப் பிரித்துப் போட்டுப் பிறகு ஒன்று சேர்த்துவிடுகிறான். மிகவும் கூர்மையானவன்.

விஜயாவுக்குக் கொட்டாவி வந்தது. சிற்றப்பா அவளிடந் தான் பேசிக்கொண்டிருந்தார். அம்மா சாப்பாடான பிறகு கூட விசேஷமாகச் சமையலறையில் வேலையாக இருந்தாள். ஜமுனாதான் விஜயாவுக்கு நினைவு தெரிந்ததிலிருந்து யாரிடமும் அதிகம் பேச்சு வைத்துக்கொள்வதில்லை. அதிலும் இப்போது சிறிது நாட்களாக மகா மோசம். கிட்டத்தட்ட உம்மணா மூஞ்சியாகவே மாறிவிட்டாள். விஜயா, "இதோ வந்துவிட்டேன், சிற்றப்பா" என்று சொல்லிவிட்டு உள்ளே சென்றாள். சென்று கிணற்றருகே வெயிலில் வைத்திருந்த முறத்தைத் துழாவினாள். கீரை நன்றாக உலர்ந்திருந்தது. வேலைக்காரி இரும்பு உரலில் இடிக்க அம்மா அதில் இடிபடும் கொத்தமல்லியையும் மிளகாய்வற்றலையும் புரட்டிப் போட்டுக்கொண்டிருந்தாள். விஜயா அம்மாவிடம், "அம்மா, இது ஆனபிறகு இந்த அகத்திக்கீரையையம் சிறிது பொடி பண்ணித் தரச் சொல்கிறாயா?" என்றாள். அம்மா, "இது என்ன வேலையற்ற வேலை? பொழுது போகவில்லை யென்றால் அகத்திக்கீரையையும் கத்தரிக்காயையுமா பொடி பண்ணிக்கொண்டிருப்பது? இன்னும் எவ்வளவோ வேலை இருக்கிறது" என்றாள். விஜயா, "அம்மா, அம்மா" என்று கெஞ்சினாள். "இந்த ஒரே ஒரு தடவைதான் அம்மா" என்றாள்.

இதுவரையில் அவள் அறியாத ஒரு வாசனை விஜயாவின் மூக்கைத் துளைத்தது. விஜயா வாசல் அறையில் எட்டிப் பார்த்தாள். சிற்றப்பா கோணலும் மாணலுமாகச் சுற்றிய ஒரு சுருட்டைப் புகைத்துக்கொண்டே ஒரு கட்டு முழுப் புகையிலையைச் சுற்றி ஒரு துணிப் பையில் வைத்துக்கொண்டி ருந்தார். அவரைச் சுற்றிக் கீழே புகையிலை நரம்புகள் சில சிதறிக் கிடந்தன. அந்த நாற்றம் வயிற்றைக் குமட்டியது. சிற்றப்பா வுக்குச் சார்மினார் கீர்மினார் எல்லாம் சரிப்படாது. ஒவ்வொரு தடவையும் ஒரு புகையிலையை நரம்பு விலக்கி அவ்வப் போதுக்குச் சுருட்டுத் தயார் செய்துகொண்டு புகை பிடிக்க

வேண்டும். அவருடைய கறுத்து அகன்ற முகத்தை அந்தச் சுருட்டுடன் பார்த்தபோது விஜயாவுக்கு அவர் பட்டணவாசி யாகத் தோன்றவில்லை. அப்பா மேல். எவ்வளவோ மேல்.

சிற்றப்பா குறட்டை விட்டுத் தூங்கிக் கொண்டிருந்தார். பாவம் ரெயிலில் வந்த அலுப்பு. விஜயா அவர் பெட்டி வைத்திருந்த மூலையில் எதையோ தேடினாள். பிறகு மெதுவாக அந்தப் பெட்டியை நகர்த்தினாள். அந்தக் கோடியில் ஒரு காகிதப் பொட்டலம் இருந்தது. ஏதோ தெலுங்கு வாரப் பத்திரிகை ஒன்றின் இதழில் மஞ்சள் பொடிப் பொட்டலம் கட்டியிருந்தது. அந்தக் காகிதம் குறைந்தது ஒரு வருஷப் பழையது ஆனபடியால் இரண்டோர் இடங்களில் பொத்த லிட்டிருந்தது. விஜயா வெகு ஜாக்கிரதையாக மஞ்சள் பொடியை இன்னொரு காகிதத்தில் மாற்றிப் பொட்டலம் கட்டி வைத்தாள். அந்தப் பத்திரிகைக் காகிதத்தை வெளியே எறியப் போனாள். ஆனால் ஏதோ தோன்றி, அதைப் பிரித்து, ஒரு வரி விடாமல் படித்தாள் அவளுக்கு நன்றாகத் தெரிந்த பாஷைகள் தெலுங்கும் ஆங்கிலமுந்தான். அந்தக் காகிதத்தில் ஒரு சிறுகதையின் பிற்பகுதி மட்டும் இருந்தது. அதைப் படித்தாலே கதையைப் புரிந்துகொண்டு விடலாம். ஆனால் அவ்வளவு சிரத்தையுடன் படித்ததற்குக் கதை நன்றாகவே இல்லை. விஜயா மறுமுறை அந்தக் காகிதத்தைக் கசக்கி உருண்டையாக்கித் தூர எறிந்தாள். அது தார் ரோடு நடுவில் போய் விழுந்தது. அவர்கள் வீட்டு வாசலுக்கும் வீட்டு வெளிச்சுவருக்கும் இடையில் நான்கடிகூட இராது. வெளிச் சுவர் கேட் தாண்டின உடனேயே தார் ரோடு ஆரம்பித்து விடும். விஜயா தார் ரோடைக் கூர்ந்து கவனித்தாள். அவர்கள் வீட்டு வாசல் எதிரே அவள் அன்று விடியற்காலை போட்டிருந்த கோலம் முக்கால் வாசிக்கும்மேல் அழிந்துபோய் மிகவும் மங்கலாகத் தெரிந்தது. இரண்டு நாட்களாகவே விஜயா விடியற்காலையில் எழுந்து, தார் ரோடை ஒரு பத்தடிச் சதுரத்துக்குத் தண்ணீர் தெளித்து அந்தப் பெரிய கோலத்தைப் போடப் பழகிக்கொண்டிருந்தாள். நேற்றைக்கு இன்று கை மிகவும் திடமாக, நடுக்கமில்லாமல் இருந்தது. நாளைக்கு இன்னமும் நன்றாக இருக்க வேண்டும். சங்கராந்தி அல்லவா ?

விஜயா சுவரோரமாகச் சென்று கிணற்றங்கரையை அடைந்தாள். அந்த வீட்டில் நிலப் பரப்பே மிகவும் குறைவு. நிலத்தில் அதிக இடைவெளியே விடாமல் வீட்டைக் கட்டி விட்டார்கள். ஆனால் அந்தச் சிறிய இடைவெளியில்கூட ஒரு மாதத்துக்குள் ஐம்பது செடிகளை ஜமுனா ஏற்படுத்தி

விட்டாள். பாதிக்குமேல் அவை சிறுசிறு தொட்டிகளில் வைக்கப்பட்டிருந்தன. எப்போதோ பெரியனவாகிப் பூக்கப் போகின்றன. ஆனால் தினம் தவறாமல் அவற்றுக்குத் தண்ணீர் விட்டு வளர்க்க வேண்டும். கிணற்றருகில் ஒரு தவலையில் பாதி தண்ணீர் இருந்தது. விஜயா அதை எடுத்து ஐந்தாறு தொட்டிகளுக்கு நிரவித் தண்ணீர் விட்டாள். ஜமுனாவுக்கு எவ்வளவோ உதவியாக இருக்க வேண்டுமென்று அவளுக்கு மிகுந்த ஆவல். ஆனால் ஜமுனா அவளை எந்தவித ஒத்தாசைக்கும் கூப்பிட்டதில்லை. ஜமுனா ஏன் நாளுக்கு நாள் இந்த மாதிரி மாறிக்கொண்டு போகிறாள்? அவளுக்கென்று, பாவம், வரும் வரன்களெல்லாம் தட்டிக்கொண்டே போகின்றன.

மத்தியான்ன வெயில் சுளீரென்று அடித்தது. விஜயா உள்ளே சென்று, இடித்து வைத்திருந்த அகத்திக்கீரைப் பொடியைப் பார்த்தாள். நல்ல பச்சையாகத்தான் இருந்தது. ஆனால் ஒரு சீரான பொடியாக இல்லை. ஒரு பழைய வெள்ளைத் துணித்துண்டை வைத்துக்கொண்டு விஜயா அந்தப் பொடியைச் சலித்தாள். சலித்த பொடியைவிட வண்டல் தான் அதிகமாக இருந்தது. அதைப் போட்டு உரலில் இடித்தாள். எல்லாமாகச் சேர்ந்து இரண்டு கைப்பிடியளவு பொடியாயிற்று. அதைப் பொட்டலம் கட்டிவைத்தாள். பிறகு அடுப்புக் கரியைப் பொடி செய்தாள். அதையும் தனியாகப் பொட்டலம் கட்டி வைத்துக் கையைத் தேய்த்துக் கழுவினாள்.

உள்ளே ஜமுனா பூரி இட்டுப்போட அம்மா பொரித்து எடுத்துக்கொண்டிருந்தாள். விஜயாவைப் பார்த்தவுடன், "என்ன, உரலைக் குட்டிச்சுவராக்கி விட்டாச்சோ இல்லையோ?" என்று கேட்டாள். விஜயா ஒரு பூரியை எடுக்கப் போனாள். அம்மா, "போடு அதை. சிற்றப்பாவுக்குக் கொடுத்த பிறகு நீ தின்னலாம்" என்றாள். விஜயா சிற்றப்பாவிடம் சென்று பார்த்தாள். பிறகு அம்மாவிடம் வந்து, "சிற்றப்பா இன்னமும் தூங்கிக்கொண்டிருக்கிறார் அம்மா" என்றாள். "சரி, நீ உட்கார்" என்றாள் அம்மா.

விஜயா ஒரு தட்டைப் போட்டுக்கொண்டு உட்கார்ந்தாள். இரண்டு பூரியை எடுத்து அம்மா அந்தத் தட்டில் போட்டாள். அப்படியே, "கொஞ்சம் சாதம் சாப்பிடுகிறாயா?" என்று கேட்டாள்.

"வேண்டாம்" என்றாள் விஜயா.

"அப்படியெல்லாம் சாப்பிட்டால்தான் உன் உடம்பு நன்றாக இருக்குமே" என்றாள் அம்மா. விஜயா தன் உடம்பைப் பார்த்துக்கொண்டாள். அது நன்றாகத்தான் இருந்தது.

86 அசோகமித்திரன்

அப்பாவும் சீக்கிரம் காரியாலயத்திலிருந்து திரும்பி விட்டார். அப்பா, சிற்றப்பா, விஜயா எல்லாரும் கடைத்தெருவுக்குக் கிளம்பினார்கள். சிற்றப்பா விடாமல் பேசிக்கொண்டே வந்தார். பாஷையென்று பார்த்தால் எல்லாம் ஒரே தெலுங்கு தான். ஆனால் அவர் பேசுவது என்னவோ வேறு மாதிரியாக இருந்தது. ஒவ்வொரு வார்த்தையையும் ராகம் போட்டு உச்சரித்தார். சில சமயங்களில் பரவாயில்லை. சில சமயங்களில் சிரிப்பு வந்தது. விஜயா அவர் முகத்தைப் பார்த்தபடியே நடந்து வந்தாள். அப்பா அன்று ஏகப்பட்ட கறிகாய்களை வாங்கினார். பழம், பூ எல்லாம் சிறிது அதிகப்படியாகவே. நான்கு கடைக்கு ஒரு கடை கரும்பும் மஞ்சள் கொத்துமாக வைத்திருந்தார்கள். அப்பா பெரிய கரும்பாக இரண்டு வாங்கினார். எல்லாவற்றையும் அவராலே தூக்க முடியவில்லை. விஜயா ஒரு கரும்பை வாங்கிக்கொண்டாள். இன்னொன்றைச் சிற்றப்பா தூக்கிக்கொண்டார். கடைகளெல்லாம் தாண்டி வந்தபிறகு அப்பா திடீரென்று, "மறந்தே போய்விட்டேனே!" என்றார். எல்லாருமாக ஒரு மளிகைக் கடைக்குப் போனார்கள். அப்பா கடைக்காரனைப் புது வெல்லம் இரண்டு வீசை கட்டச் சொன்னார். கடையுள் ஒரு மூலையில் ஒரு பையன் நின்றுகொண்டிருந்தான். விஜயா அவனிடம் சென்று, தயக்கத்துடன், "இங்கே ரங்கோலி வர்ணம் இருக்கிறதா?" என்று கேட்டாள்.

பையன் உரத்த குரலில், "என்னது?" என்று கேட்டான்.

"ரங்கோலி வர்ணம்." பம்பாயில் எல்லாம் அப்படித்தான் சொல்லுவார்கள்.

"அப்படியென்றால்?"

பம்பாயில் கேட்டவுடனே ஒரு பெரிய காகிதப்பையை எடுத்துத் தருவான். அதில் குறைந்தது ஆறு வர்ணங்களாவது தனித்தனிப் பொட்டலமாகக் கட்டியிருக்கும். விஜயா "ஒன்றும் இல்லை" என்று சொல்லி அப்பா பக்கம் நகர்ந்தாள்.

இதற்குள் அப்பா வெல்லத்தைக் கையில் வாங்கிக்கொண்டு, "என்ன, என்ன?" என்று கேட்டார்.

விஜயா, "ஒன்றும் இல்லை" என்றாள்.

கடைக்காரன், "என்ன வேண்டும்?" என்று கேட்டான்.

பையன், "ஏதோ கோலி வேண்டுமாம்," என்றான்.

அப்பா மறுபடியும், "என்ன வேண்டும், விஜயா?" என்று கேட்டார்.

வாழ்விலே ஒரு முறை

விஜயா, "ஒன்றும் இல்லை. ரங்கோலி வர்ணம் கிடைக்குமா என்று பார்த்தேன்" என்றாள்.

"கிடைக்காமல் என்ன? ஏம்பா, ரங்கோலி வர்ணம் இருக்கிறதா?" என்று அப்பா கேட்டார்.

கடைக்காரன், "அது என்னாங்க?" என்று கேட்டான்.

"அது தானப்பா, ரங்கு ரங்காக இருக்கும்."

கடைக்காரன் விழித்தான். விஜயா, "வேண்டாம், அப்பா" என்றாள். கடையிலிருந்து இரண்டடிகூட வைக்கவில்லை. சிற்றப்பா விஜயாவைக் கேட்டார், "அது என்னது?"

"அதுதான் வர்ணம் வர்ணமாகக் கோலம் போடுவது" என்றாள் விஜயா. சிற்றப்பா, "ஓகோ" என்றார்.

கடைக்காரன், "பஞ்சவர்ணக் கோலங்களா?" என்று கேட்டான். விஜயா அப்பாவின் முகத்தைப் பார்த்தாள். அப்பா கடைக்காரனைக் கேட்டார்: "அது என்னப்பா அது?"

"அதுதானுங்க, கோலத்திலேயே பச்சை நீலம் வர்ணம் போடுவது. அப்போதே கேட்கக் கூடாதா? டேய் பையா, அந்த ஓரத்து டப்பா நாலையும் எடு."

அம்மா கறிகாய்களைப் பிரித்துக் காம்பு ஆய்ந்து வைத்தாள். ஜமுனா வீடு முழுக்க மாக்கோலம் இட்டுக்கொண்டிருந்தாள். விஜயா அந்த நான்கு பொட்டலங்களையும் பிரித்துப் பார்த்தாள். வர்ணங்கள் அவ்வளவு ஒன்றும் சுவாரசியம் இல்லை. அந்தப் பச்சைக்கு இவள் இடித்துவைத்திருந்த அகத்திக்கீரைப் பொடி எவ்வளவோ மேல். பம்பாயிலானால் வர்ணங்கள் பளிச்சென்று இருக்கும். சிறிது ஜிகினாப் பொடியையும் தூவி இருப்பார்கள்.

ஜமுனாவும் அம்மாவும் படுத்துக் கொண்டாகிவிட்டது. வாசற்படி தாண்டி இருக்கும் நான்கடி இடைவெளியில் அப்பாவும் சிற்றப்பாவும் ஒரு பெஞ்சைப் போட்டுக்கொண்டு பேசிக் கொண்டிருந்தார்கள். விஜயா சிறிது நேரம் படியில் உட்கார்ந்தபடி கேட்டுக்கொண்டிருந்தாள். சிற்றப்பாவின் மாமனாரின் தங்கை தவறிப் போய்விட்டாள். ஆதலால் சித்தி, சிட்டி, சியாமளா, ரங்கராஜு எல்லாரும் அங்கே போயிருந்தார்கள். சிற்றப்பாவின் மாமனார் வீடு ஒரு சுத்தப் பட்டிக்காடான கனகலப்பள்ளியில் இருந்தது. சிற்றப்பாவுக்குப் பட்டிக்காடென்றால் கொஞ்சங்கூடப் பிடிக்காது. ஒரு நடை சென்னைக்குத்தான் வந்து அண்ணா, மதனியையெல்லாம் பார்த்துவிட்டுப் போகலாமே என்று வந்தார். சிற்றப்பாவுக்குப்

அசோகமித்திரன்

பட்டிக்காடென்றால் கொஞ்சமும் பிடிக்காது. சிட்டியின் வீணை வாசிப்பைக் கேட்டால் ராஜமகேந்திரவரம் சத்திய நாராயணமூர்த்தி வாசிப்பதைக் காட்டிலும் நன்றாக இருக்கும். சியாமளாவுடைய பரிசுகளை வைக்க வீட்டில் இருக்கும் அலமாரியெல்லாம் போதவில்லை. ரங்கராஜு பெரிய 'மெக்கானிக்'. மோட்டார் காரைக்கூடச் சரி செய்துவிடுவான். சிற்றப்பாவுக்குப் பட்டிக்காடென்றால் கட்டோடு பிடிக்காது.

விஜயாவுக்குக் கொட்டாவி மேல் கொட்டாவியாக வந்தது. அப்பாவுடைய 'சார்மினாரு'ம் சிற்றப்பாவினுடைய முழுப் புகையிலைச் சுருட்டும் கடுமையான மேகமண்டலங் களை உற்பத்தி செய்துகொண்டிருந்தன. விஜயா உள்ளே சென்றுபடுத்தாள். படுப்பதற்கு முன் அலாரம் கடிகாரத்துக்குச் சாவி கொடுத்தாள். அலாரம் ஐந்து மணிக்குப் பொருத்தி யிருந்தது. விஜயா அதை நான்கரையாகச் செய்தாள். படுத்த ஒரு நிமிஷத்துக்குள் தூங்கிவிட்டாள்.

விஜயாவுக்குக் கண் விழிப்புக் கொடுத்தபோது என்ன நேரமென்று தெரியவில்லை. அப்பாவும் அம்மாவும் சிற்றப்பா வும் வெவ்வேறு விதமாகக் குறட்டை விட்டுக்கொண்டிருந் தார்கள். விஜயாவுக்கு நாம்கூடக் குறட்டை விடுகிறோமோ என்ற சந்தேகம் ரகசியமாக உண்டு. சில சமயங்களில் பிறர் குறட்டைவிடும் சப்தம் பெரும்பயத்தை உண்டாக்குவதாக இருக்கும். ஆனால் இப்போது ஒன்றும் பயம் தோன்றவில்லை. ஆதலால் கட்டாயம் நடுராத்திரியைத் தாண்டியாயிற்று. விஜயா படுத்தபடியே கடிகாரத்தை உற்று நோக்கினாள். அந்தக் கடிகாரத்துக்கு இருட்டிலும் தெரியக்கூடியது என்றுதான் பெயர். ஆனால் சிறிது நேரம் பிரயத்தனம் செய்தால்தான் அதன் முட்கள் இருக்கும் இடம் லேசாகத் தெரியும். அதற்குள் கண்கள் வலிக்க ஆரம்பித்துவிடும். அதற்குள் விளக்கைப் போட்டுக்கொண்டு வெளிச்சத்திலேயே பார்க்கலாம். ஆனால் விளக்குப் போட்டால் அநேகமாக வீட்டிலுள்ளோர் எல்லாரும் எழுந்துவிடுவார்கள். அவர்கள் ஒவ்வொருவராக "என்ன? என்ன?" என்று கேட்கும் கேள்விக்கு மறுபடியும் மறுபடியும் காரணம் கூறவேண்டும்.

விஜயா கடிகாரத்தைப் பார்த்தாள். அதன் சத்தம் நன்றாகக் கேட்டது. சிறிது நேரத்துக்குப் பிறகு நேரமும் பார்க்க முடிந்தது. அப்போது நான்கு அடித்து இருபத்தைந்து நிமிஷங்கள் ஆகியிருந்தன. இந்த மாதிரி விழிப்புக் கொடுக்கும் என்று தெரிந்திருந்தால் கடிகாரத்தைப் பொருத்தி வைத்திருக்க வேண்டிய அவசியம் இல்லை. விஜயா கண்ணை மூடிக்

கொண்டு சாயிபாபாவை நினைத்துக்கொண்டாள். இரண்டு முறை, “நான் இருக்கப் பயமேன்? நான் இருக்கப் பயமேன்?” என்று கூறிக்கொண்டாள். அது ஒரு மந்திரமாக அவளுக்குத் தோன்றவில்லை. ஆனாலும், சாயிபாபா வில்லை எல்லா வற்றிலும் அந்த எழுத்துக்கள் காணப்பட்டன. ஒரு வேளை தமிழில் எதைச் சொன்னாலும் மந்திரமாகிவிடும் போலிருக்கிறது.

கடிகாரம் வெடித்துவிடுவது போல் மணி அடிக்க ஆரம்பித்தது. விஜயா ஒரு நொடியில் எழுந்து அதன் தலையில் உள்ள ஒரு பொத்தானை அமுக்கினாள். அது உடனே நிசப்த மாயிற்று. அதை எடுத்து மேஜைமேல் வைத்தாள். அவளுக்கு அன்று காலை மிகத் தெளிவாக இருந்தது.

என்றும் இல்லாத நாளாக, சொல்லி வைத்திருந்தபடி வேலைக்காரியும் அன்று சீக்கிரமாகவே வந்துவிட்டாள். ஒரு வாளி நிறையத் தண்ணீர் எடுத்து வந்து வாசல் முன்னால் தார் ரோடைக் கழுவினாள். தெருவில் அநேகமாக எல்லா வீடுகளிலும் விளக்கு எரிவது தெரிந்தது. பொழுது அப்பொழுது தான் விடிய ஆரம்பித்திருந்தது. கீழ்வானத்தில் தோன்றிய வர்ணங்கள் கிறுகிறுப்பை உண்டாக்கின. விஜயா ஒரு நிமிஷம் அப்படியே அதைப் பார்த்து லயித்தபடி நின்றாள். பிறகு தெருவில் கழுவிவிட்ட பரப்பில் கோலப் பொடியால் புள்ளியிட ஆரம்பித்தாள். வரிசை வரிசையாக இட்ட நூற்றுக் கணக்கான வெண்புள்ளிகள் ஒரு கோட்டைப்போல் தோற்றம் அளித்தன.

பொழுது இன்னமும் சிறிது புலர்ந்தது. விஜயா புள்ளி களைச் சேர்த்துக்கொண்டிருந்தாள். எங்கோ இருக்கும் ஒரு புள்ளியிலிருந்து ஆரம்பித்த கோடு ஏதேதோ புள்ளிகளைத் தொட்டுக்கொண்டு எங்கோ போய் முடியும். வலப்புறமும் இடப்புறமும் ஒரே மாதிரி; மேலும் கீழும் ஒரே மாதிரி. தெருவில் சிறிது நடமாட்டம் ஆரம்பமாகிவிட்டது. விஜயா வெகு வேகமாகக் கோலத்தை முடித்தாள். ஓர் இடத்திலும் கோணவில்லை. ஓர் இடத்திலும் புள்ளி பிசகவில்லை.

வர்ணங்களைக் கொண்டுவர விஜயா திரும்பினாள். கேட்டருகே சிற்றப்பா ஒரு வேப்பங்குச்சியுடன் உட்கார்ந் திருந்தார். அவர் சில நிமிஷங்களாகவே அங்கு மிகக் கவனமாக உட்கார்ந்திருக்க வேண்டும். விஜயாவைப் பார்த்தவுடன், “சியாமளாவால்கூட இவ்வளவு அழகாகப் போட முடியாது” என்றார். விஜயா சிற்றப்பாவின் முகத்தை ஒருமுறை உற்றுப்பார்த்தாள். பிறகு வர்ணப் பொட்டலங்களைக் கொண்டு வர உள்ளே சென்றாள். அவள் மறுபடியும் வெளியே

வந்தபோது சிற்றப்பா நின்றுகொண்டிருந்தார். பால்காரன் மாட்டுடன் வந்திருந்தான். அவன் தினமும் கேட்டுக் கம்பி ஒன்றில் மாட்டைக் கட்டிக் கறப்பான். இன்று சிறிது தூரம் தள்ளி ஒரு லாந்தல் கம்பத்தில் மாட்டைக் கட்டிக்கொண் டிருந்தான். சிற்றப்பாதான் ஏதாவது சொல்லியிருக்க வேண்டும்.

கோலத்தின் வெளிப்புறக் கரைக்குப் பச்சை வர்ணம். அதற்கடுத்து இரண்டு பட்டைகள் ஒன்றையொன்று ஊடுருவிக் கொண்டு சென்றன. அவற்றுக்காக முதலில் ஏதோ வர்ணம் எடுத்த விஜயா மீண்டும் பச்சையையே எடுத்துக்கொண்டாள். அதன் பிறகு சிவப்பு வர்ணத்தைப் பரப்பினாள். சிற்றப்பா இப்போது அவள் பக்கத்திலேயே வந்து நின்று பார்த்துக் கொண்டிருந்தார். அந்த இரு பட்டைகளும் ஒரே சீராக முறுக்கிவிட்ட கயிறுபோல் காட்சியளித்தன. அப்புறம் சிறியது பெரியதாக எத்தனையோ தீவுகள்: வெள்ளை, கறுப்பு, மஞ்சள், நீலம், மீண்டும் பச்சை, சிவப்பு.

இப்போது நன்றாக வெளிச்சமாகிவிட்டது. பனிதான் லேசாகப் பெய்ய ஆரம்பித்திருந்தது. கோலத்துக்கு வர்ணம் பரப்புவது பாதியளவு பூர்த்தியாகியிருந்தது. விஜயாவுக்கு முதுகும் கழுத்தும் வலித்தன. முதுகைச் சிறிது பின்புறமாக வளைத்தபடி நின்று கோலத்தைப் பார்த்தாள். கோலம் அவள் கண்ணுக்கே பொறாமை எழுப்பும்படி இருந்தது. மிகவும் அழகாக இருந்தது. அதைப் பூர்த்தி செய்துவிட்டால் எங்கே அழகு குறைந்துவிடுமோ என்ற தயக்கம் தோன்றிற்று.

அந்தப் பதினெட்டாம் எண் வீட்டுப் பையன் காக்கி உடை அணிந்துகொண்டு வேலைக்குக் கிளம்பிவிட்டான். பண்டிகையன்றுகூட விடுமுறை அளிக்காத ஒரு தொழிற்சாலை யில் பயிற்சி போலிருக்கிறது. சிற்றப்பாவுக்கு வாயில் இருப்பதைத் துப்ப வேண்டும். அங்கும் இங்கும் பார்த்தார். பிறகு அவ்வளவு தூரம் போய்க் கொல்லைப் புறத்தில் துப்பினார். அந்தப் பையனுடைய பூட்ஸுகள் 'கொட், சறுக், கொட், சறுக்' என்று சப்தம் போட்டன. விஜயா சிறிது தள்ளி நின்றாள். அவன் அவளைத் தாண்டிச் சென்று விட்டான். கோலம் இரண்டு இடங்களில் பூட்ஸ் காலால் மிதிபட்டு வர்ணம் சிதைந்து உருக்குலைந்து இருந்தது.

விஜயாவின் மூக்கும் உதடுகளும் துடித்தன. அழுகை வெடித்துக்கொண்டு வரும்போல் இருந்தது. அந்தச் சமயம் அந்தப் பக்கம் வந்த வேலைக்காரி விஜயா நிற்பதைப் பார்த்து விட்டுப் பதறிப்போய், "என்ன என்ன?" என்று ஓடிவந்தாள். சிற்றப்பாவும் வந்துவிட்டார். கோலத்தைப் பார்த்து ஒன்றும்

புரியாமல் நின்றார். வேலைக்காரி, "பாவம்! குழந்தை எவ்வளவு ஆசையாகப் போட்டது!" என்றாள். சிற்றப்பாவின் கண்கள் வெகுண்டு புடைத்திருந்தன. தெருவில் பார்த்தார். அந்த இளைஞன் இருபது கஜ தூரங்கூடத் தாண்டியிருப்பான். சிற்றப்பா தம் பெருத்த உடலைப் போட்டுக்கொண்டு ஒரே பாய்ச்சலாக ஓடினார். அந்தப் பையனைத் தரதரவென்று இழுத்து வந்தார். அவனுக்கு இருபது வயசு இருக்கும். நன்றாகவே வளர்ந்திருந்தான். கோலத்தருகே வந்தவுடன் சிற்றப்பா, "ஏமிராதி!" என்றார். அவர் போட்ட சத்தம் விஜயாவுக்கும் தூக்கி வாரிப்போட்டது. அப்பாவும் ஜமுனாவும் வெளியே வந்துவிட்டார்கள்.

சிற்றப்பா மறுபடியும் அவனை, 'ஏமிராதி?' என்றார். அவன் பிரமித்துப் போயிருந்தான். அவனுக்குத் தெலுங்கும் புரியாது. சிற்றப்பாவின் முகம் பயங்கரமாக இருந்தது. அப்பா மிரண்டு போய், "அவரை விட்டுவிடு, சுப்பு. அவரை விட்டுவிடு சுப்பு" என்று சிற்றப்பாவைக் கெஞ்சினார். சிற்றப்பா உலகத் திலிருக்கும் வெறுப்பையெல்லாம் வாயில் அடக்கிக்கொண்டு, "உனக்குக் கண்ணில்லை? அறிவு இல்லை?" என்று அந்தப் பையனிடம் கேட்டார். பிறகு அவனை உதறித் தள்ளினார். யாருக்கும் ஒன்றும் பேசத் தோன்றவில்லை. அந்தப் பையன் ஆடு போலப் போய்விட்டான்.

சிற்றப்பா, "விஜயா, நீ கோலத்தை முடித்து விடம்மா," என்றார். விஜயா கலைந்துபோன கோலத்தைச் சீர்ப்படுத்த ஆரம்பித்தாள். பால்காரன் மாட்டை அவிழ்த்துக்கொண்டு அந்தப் பக்கமாகவே போய்விட்டான். விஜயா கோலத்தை முடித்துவிட்டு மையத்தில் இருந்த மஞ்சள் வட்டத்து நடுவில் ஒரு சிவப்புப் பூவை வைத்தாள். வெகு நேரம் சிற்றப்பா கோலத்தின் பக்கத்திலேயே நின்றுகொண்டிருந்தார்.

வழக்கம்போலப் புரோகிதர் நேரம் கழித்துத்தான் வந்தார். சூரிய பூஜை, சந்திர பூஜை எல்லாம் முடிந்தன. அப்பா, அம்மா, சிற்றப்பா, ஜமுனா, விஜயா எல்லாருமாகக் கோயிலுக்குப் போய்விட்டு வந்தார்கள். எல்லாரும் சாப்பிட் டாயிற்று. அப்பாவும் சிற்றப்பாவும் மீண்டும் பேசிக்கொண் டிருந்தார்கள். உள்ளே அம்மா கரும்பை வெட்டிச் சீவிச் சிறு துண்டங்களாக நறுக்கிக்கொண்டிருந்தாள். விஜயா இரண்டு துண்டங்களை எடுத்து வாயில் போட்டுக் கொண்டாள். மிகவும் நன்றாக இருந்தது. அம்மா ஒரு

வெள்ளித்தட்டு நிறையத் துண்டங்களைப் பரப்பி, "இதை அவர்களிடம் கொண்டுபோய்க் கொடு" என்றாள்.

விஜயா அப்பாவுக்கும் சிற்றப்பாவுக்கும் நடுவிலிருந்த ஒரு காலி நாற்காலியில் தட்டை வைத்தாள். அவளை யாரும் கவனித்ததாகத் தெரியவில்லை. விஜயாவுக்கு வாய் சிறிது வலித்தது. அந்த இரண்டு கரும்புத் துண்டங்களை வேண்டிய அளவு மென்றாகிவிட்டது. அப்போது அவளுக்குச் சட்டென்று ஒன்று ஞாபகம் வந்தது. கோயிலுக்குப் போய்விட்டு வரும் போது கோலத்தைச் சிறிதும் கவனியாமல் உள்ளே வந்து விட்டது நினைவுக்கு வந்தது. விஜயா வெளியே வந்து வாயிலிருந்த சக்கையைத் தெருவில் துப்பினாள். அப்போது கோலம் இட்ட இடத்தைப் பார்த்தாள். வர்ணங்கள் எல்லாம் ஏகமாக அழிந்துபோய், எல்லாம் ஒன்றாகக் கலந்து, ஒன்றும் உருத் தெரியாமல் இருந்தது. பூவையும் காணவில்லை. எவரும் அந்த இடத்தில் சில மணி நேரம் முன்பு ஒரு பெரிய நுணுக்கமான ரங்கோலிக் கோலம் இருந்தது என்பதையே நம்ப முடியாதபடி இருந்தது. ஆனால் விஜயாவுக்கு எந்தவித உணர்ச்சி மாறுபாடும் ஏற்படவில்லை. அவள் உள்ளே சென்று இன்னும் இரண்டு கரும்பு துண்டங்களை வாயில் போட்டுக் கொண்டாள்.

(1958)

எல்லை

வெயில் தழைய ஆரம்பித்த உடனேயே வழக்கம் போலப் பத்மநாபனுக்கு நிலை கொள்ள வில்லை.

"காண்டீன் போய்விட்டு வரலாமா?" என்று ராவ் கேட்டான். பத்மநாபன் இரண்டு கைகளை யும் தலைக்கு மேல் உயர்த்தி உடம்பை முறுக்கிக் கொண்டு, "சரி" என்றான்.

ராவ் தன் கைகளிலிருந்த ஈயக் கம்பியையும், ஈயப்பற்று வைக்கும் மின்சார 'ஸால்டரிங் ஐர'னை யும் மேஜைமேல் உரிய இடங்களில் வைத்தான். அந்த அறையில் திரும்பின இடமெல்லாம் ஒலி பெருக்கி, ஒலிப்பதிவு சாமான்களாய்க் கிடந்தன. எப்போதும் மூடியேயிருக்கும் ஒரு ஜன்னல் விளிம்பில் ஒரு கட்டுத் தாள்களும் இரண்டு புத்தகங்களும் தூசி படிந்து கிடந்தன.

"உன் புத்தகங்களை ரொம்ப நாளாகத் தொட வில்லை போலிருக்கே?" என்றான் ராவ், அறைக்கு வெளியே வந்து கொண்டே.

"இந்தத் தடவை நான் பரிக்ஷைக்குப் பணம் கட்டவில்லை" என்றான் பத்மநாபன்.

"ஐயயோ! இந்த வருஷத்திலேயும் உனக்கு அடுத்த கிரேட் கிடைக்காதே", என்று சொல்லி ராவ் வருத்தப்பட்டுக்கொண்டான். பத்மநாபன் அறைக் கதவை இழுத்துப் பூட்டினான். குழந்தையை அழைத்துக்கொண்டு அவனையே வரும்படி டாக்டர் கோபித்துக்கொண்டார் என்று அவன் மனைவி சொல்லியிருந்தாள். அவன் குழந்தைக்குச் சிறுநீர் கழிக்குமிடத்தில் ஒரு ஆபரேஷன் தேவைப் பட்டது. அத்துடன் இரண்டு நாட்கள் முன்பு

வந்திருந்த ஒரு கடிதமும் பத்மநாபனை அவ்வப்போது உறுத்திக்கொண்டிருந்தது.

காரியாலயக் காண்டீனில் ஏற்கெனவே ஜயராமன், தாமு இருவரும் ஏதோ சாப்பிட்டுக்கொண்டிருந்தார்கள். ராவும் பத்மநாபனும் அவர்கள் பக்கத்தில் போய் உட்கார்ந்தார்கள். காண்டீன் பையன் "என்ன வேண்டும்?" என்று கேட்டான்.

"என்ன இருக்கு?"

"காபி."

"இதுக்குக் கேள்வி என்ன வேண்டியிருக்கு? கொண்டுவா", என்றான் ராவ்.

தாமு "இது வேணுமா?" என்று அவன் சாப்பிட்டுக் கொண்டிருந்த ரொட்டி வில்லையைக் காண்பித்தான்.

ராவ் "வேண்டாம்", என்றான்.

பத்மநாபன் மட்டும் பாதி வில்லையை எடுத்துக் கொண்டான்.

காபி வந்தது.

"என்னப்பாது ஒரே கறுப்பாக இருக்கு? ஓய் ஐயர், இது என்ன காபியா நீ தரே?" என்றான் ராவ்.

"இந்தக் காபி இவ்வளவுதான்", என்றான் பத்மநாபன். அவனுக்கு ஒரு குதூகலம் வந்திருந்தது.

கோபித்துக் கொண்டாலும் ராவ் காபியை நிதானமாக ருசித்துச் சாப்பிட்டான். பத்மநாபன் ஜயராமனைப் பார்த்துக் கொண்டே இருந்தான்.

"என்ன பத்து, என்னையே ஒரேயடியாப் பாத்திண்டிருக்கே?" என்றான் ஜயராமன்.

"என்னன்னு கேக்கிற அளவுக்கு வந்துடறது", என்றான் பத்மநாபன்.

"கோவிச்சுக்காதேம்மா. உனக்கு இரண்டு ரூபாய் தரணும். அதுதானே?" என்றான் ஜயராமன்.

"நானும் இரண்டு தரணும்", என்று தாமு ஒத்துக் கொண்டான். அப்புறம் "நீ எவ்வளவு அப்?" என்று கேட்டான்.

"என்ன ஒரு இரண்டு ரூபாய் இருக்கும்," என்றான் பத்மநாபன்.

“நம்ம பத்து என்னிக்குமே அப்புத்தான், டௌனே கிடையாது” என்றான் ஐயராமன்,

ராவ் “நேத்திச் சீட்டாட்டமா?” என்றான். உடனே அவன் அவர்களுடனேயே இருந்தாலும் ஒரு தனியனாகிப் போனமாதிரி இருந்தது. மற்ற மூவர் கண்களில் ஜ்வலித்த ஒரு ஒளி அவனிடம் இருக்கவில்லை.

“ராவ், நீ போ. நான் பத்து நிமிஷத்திலே வந்துடறேன்” என்று சொல்லிக்கொண்டே பத்மநாபன் போய்விட்டான்.

ராவுடன் தாமு வந்தான். ராவ் சிகரட் பற்றவைத்துக் கொண்டான். தாமுவும் ஒன்று எடுத்துக்கொண்டான். அந்தத் திசையில் அவர்களைச் சங்கடப்படுத்துகிற மாதிரி எந்த ஆபீஸரும் வரமாட்டார்.

“ஒரு லோன் ஒண்ணு எழுதணும்”, என்றான் ராவ்.

“இன்னும் எழுதிக்கொடுக்கலியா?” என்றான் தாமு.

“இல்லைப்பா, ஏதோ எழுதி எழுதிப் பார்த்தேன், சரியாவே வரலை.”

“இதெல்லாம் எழுதறதுக்கு அவன்தான் மன்னன்.”

“யாரைச் சொல்லறே?”

“சேஷாத்ரி.”

“ஆமாம் ஆமாம். அவன் வேலையை விட்டுப் போனப்போ ஒண்ணும் தெரியலே. இப்பத்தான் எது எதுக்கோ அவன் இல்லாதது ரொம்பக் கஷ்டமாயிருக்கு.”

“அவன் லோன்னு இல்லே, எதுக்கு எழுதிக் கொடுத்தாலும் கட்டாயம் நடந்திடும். எங்கே இருக்கானோ இப்போ!”

“நான் நாலு மாசம் முன்னாலே பார்த்தேன். வேலை ஒண்ணும் இல்லை மாதிரித்தான் பட்டது.”

“இங்கே இருந்த வரைக்கும் என்ன வேலை பண்ணினாலும் பண்ணாவிட்டாலும் பத்மநாபனுக்கு மணிக்கணக்கிலே கணக்கு சொல்லிக் கொடுத்தான்.”

“கடைசியிலே இந்த ஆளு பரிக்ஷைக்கே போகலையாம்.”

பத்மநாபன் வந்து சேர்ந்துகொண்டான். தாமு பத்மநாபனைக் கேட்டான். “இப்போ சேஷாத்ரி எங்கேயிருக்கான் தெரியுமா?”

“தெரியாதே!”

“உனக்கும் அவனைப் பத்தி ஒண்ணும் தகவல் கிடையாதா?”

“ஊஹூம்.” இது சொன்னபோது பத்மநாபனுக்குப் பையில் இருந்த கடிதம் சிறிது கனத்தது.

“இன்னிக்கு பாங்க் குவார்ட்டர்ஸ்தானே,” என்று தாமு கேட்டான்.

“இன்னிக்கு வியாழக்கிழமை”, என்றான் பத்மநாபன்.

“ஓ.”

“என்ன அவ்வளவு சோகம்? இன்னிக்கு ஆட்டம் கிடையாதா?” என்று ராவ் சிறிது வேடிக்கையாகக் கேட்டான்.

“ஜயராமன் அவன் அண்ணாவோடு குவார்ட்டர்ஸ்லே இருக்கான். வியாழக்கிழமை அவர் சாயிபாபா பூஜை பெரிசா பண்ணுவார். அதனாலே அவர் ஆடமாட்டார்.”

“அதுனாலே நீங்க யாரும் ஆட முடியாது” என்று முடித்தான் ராவ்.

“ஆமாம்” என்றான் தாமு.

தாமு அவன் வேலை செய்யுமிடத்துக்குப் போய்விட்டான். ராவும் பத்மநாபனும் பாதியில் அவர்கள் விட்டுப்போன ஆம்ப்ளிஃபயரை மீண்டும் எடுத்துக்கொண்டார்கள். ராவ் மிகவும் நேர்த்தியாக ஈயப்பற்று வைத்துக்கொண்டிருந்தான். பத்மநாபனுக்கும் அந்த வேலையெல்லாம் நல்ல பழக்கம் உண்டானாலும் ஈயப்பற்று வைக்க வேண்டிய வேலையை ராவிடம் கொடுத்துவிடுவான். ராவ் சிறிதும் தயக்கம், தடுமாற்றம் இல்லாமல் பொட்டு பொட்டாகக் கம்பிகளை இணைத்து ஈயப்பற்று வைப்பான். அதைப் பார்ப்பதற்கே மிகவும் அழகாக இருக்கும்.

ஆம்ப்ளிஃபையர் வேலை முடிந்துவிட்டது. ஆனால் கையெழுத்துப் போட்டு வெளியே போக ரிஜிஸ்டரை இன்னும் கால்மணி நேரத்திற்கப்புறம்தான் கொண்டுவந்து வைப்பார்கள். ராவ் நாற்காலியில் சாய்ந்து கொண்டு ஒரு சிகரட்டைப் பற்றவைத்துக்கொண்டான். பத்மநாபன் அறைக் கதவைப் பாதி சாத்திவிட்டுத் தானும் ஒரு சிகரட்டை எடுத்துக் கொண்டான். இருவரும் மௌனமாக உட்கார்ந்துகொண் டிருந்தார்கள். கால் மணி நேரத்திற்குப் பிறகு இருவரும் அறையைப் பூட்டிவிட்டுக் கிளம்பினார்கள். பத்மநாபன் சைக்கிளை எடுத்துக்கொண்டு ராவுடன் பஸ் ஸ்டாண்டுவரை வந்தான். பஸ் ஸ்டாண்டு கலகலப்பாக இருந்தது. ராவ் போகும் பஸ் உடனேயே வரவில்லை. வேறு ஏதோ பஸ்தான்

வந்தது. அதில் ஏற விரைந்தவர்களில் சிலர் பத்மநாபனின் சைக்கிளில் இடித்துக்கொண்டார்கள். பத்மநாபன் சைக்கிளை நடைபாதையில் ஏற்றித் தள்ளிக்கொண்டு, சிறிது ஒதுக்குப் புறமாக நின்றான். ராவ், "நீ காத்திண்டிருக்க வேண்டாம்பா. ஆறு இரண்டு பஸ்ஸைவிட்டா எனக்கு அப்புறம் ஆறரை மணிக்குத்தான்" என்றான்.

"பரவாயில்லை" என்றான் பத்மநாபன்.

"உன் குழந்தைக்குத் தேவலையா?" என்று ராவ் கேட்டான்.

"உம்" என்றான் பத்மநாபன். பிறகு, "ஒண்ணும் முடியலை. ஒவ்வொரு மாசமும் இழுத்துப் பறிச்சுண்டு இருக்க வேண்டி யிருக்கு. தேதி பதினெட்டு, இன்னும் பால்காரன் பாக்கி, டாக்டர் பில் இரண்டையும் கொடுக்க முடியலை. கடலெண்ணெய் மூணேகால் ரூபாய் வித்தால் என்ன பண்ண முடியும்? ஒண்ணும் முடியலை" என்றான்.

"ரொம்பக் கஷ்டமாத்தான் போயிடுத்து" என்றான் ராவ். அப்புறம், "நீ கடலெண்ணெய் வாங்கி எவ்வளவு மாசம் இருக்கும்?" என்று கேட்டான்.

"ஏன், போன வாரம்கூட வாங்கினேன்."

"கடலெண்ணெய் விலை நாலு ரூபாய்க்கு மேலே போய் மூணு மாசம் ஆறது."

பத்மநாபன் சிறிது நேரம் பேசவில்லை. பிறகு, "லோன் எழுதிட்டயா?" என்று கேட்டான்.

"இல்லை. நாளைக்காவது எழுதிக்கொடுத்து விடணும்."

"அது வந்தா ஒரு இருபத்தஞ்சு தர முடியுமா?"

"லோன் முதல்லே முழுக்கக் கிடைச்சுடட்டும், பார்க்கலாம்."

"நான் வாங்கின லோன் அடுத்த மாசம்தான் முடியறது. இன்னும் ஆறுமாசத்துக்கு ஆபீஸிலிருந்து நான் ஒண்ணும் எதிர்பார்க்க முடியாது."

"நீ சேஷாத்திரிக்குப் பணம் ஏதாவது பாக்கியா?" என்று ராவ் கேட்டான்.

பத்மநாபன் திடுக்கிட்டுப் போனான். "இல்லையே" என்றான்.

"சும்மாக் கேட்டேன்," என்றான் ராவ்.

"நான் வரேன்", என்று பத்மநாபன் கிளம்பினான்.

பத்மநாபன் கிளம்புவதற்குள் ராவின் பஸ் வந்துவிட்டது. ராவும் போய்விட்டான். பத்மநாபனுக்குச் சந்தேகம் வந்து விட்டது. பணத்தைத் திருப்பிக்கேட்டு சேஷாத்ரி கார்டில்தான் எழுதியிருதான். ராவ் சாதாரணமாக ரொம்பக் கண்ணியமாக நடந்துகொள்வான். ஆனால் இந்த ஒரு சமயம் அவனுக்கு என்றில்லாத பிறர் கடிதத்தை எடுத்துப் படித்துவிட்டான்!

படிக்காமலும் இருந்திருக்கலாம் என்று பத்மநாபனுக்குத் தோன்றியது. அந்த சேஷாத்ரி ஒரேயடியாக ஐம்பது ரூபாய் திருப்பிக் கேட்கிறான்.

பத்மநாபன் துர்காபவனுக்குப் போய் ஒரு காபி சாப்பிட்டான். அங்கே இன்னமும் பதினெட்டு பைசாதான் வைத்திருந்தார்கள். மணி ஏழுகூட ஆகவில்லை. வீட்டுக்குப் போக முடியவில்லை. குழந்தையை டாக்டரிடம் அழைத்துப் போகக் காலை நேரம்தான் சரி. சாயிபாபா பூஜை செய்வதாகத் தடபுடல் செய்வது நம்மை நாமே ஏமாற்றிக் கொள்வதாகும். இது நன்றி கெட்டதனம். ஒவ்வொரு நாளும் அந்த வீட்டில் பத்து பத்தரைமணிவரை கூத்தடித்துவிட்டு இப்படியும் எண்ணம் வைத்திருக்கக் கூடாது.

பத்மநாபனால் அவ்வளவு சீக்கிரம் வீட்டுக்குப் போகவே முடியவில்லை. ஒரு மூன்று மாடிப் பள்ளிக்கூடத்தின் பக்கத்துச் சந்தில் இருந்த ஒரு ரிக்ரியேஷன் கிளப்புக்குப் போனான். எவ்வளவு ஜன்னல்கள் இருந்தனவோ அவ்வளவு கண்கள் படைத்த கபந்தன்போல் அந்த கிளப் இருந்தது. அந்தத் தெரு முனைக்கு மட்டும் ஒரு தெருவிளக்கு இருந்தது.

சைக்கிளைக் காம்பவுண்டு உள்ளே ஒரு ஓரமாகப் பூட்டி வைத்துவிட்டுப் பத்மநாபன் முதல் ஹாலுக்குள் போய்ப் பார்த்தான். அங்கே நான்கு மேஜைகள் இருந்தன. அவன் தேடிய முகம் இல்லை. கீற்றுக் கொட்டகை போட்டிருக்கும் மாடிக்குப் போனான். அங்கே அவனுக்குத் தெரிந்தவர் இருந்தார். அவர் வாயில் ஒரு பக்கத்தில் வெற்றிலை–புகையிலை அடைபட்டிருந்தது. அவருடைய கண்களும் சிந்தனையும் ஒரே நிலையில் அழுத்தி வைக்கப்பட்டு இருப்பதை முகம் காட்டிற்று. அங்கே உட்கார்ந்திருந்தவர்கள் எல்லாருமே ஒருவர் மாதிரி ஒருவராகத்தான் இருந்தார்கள். பத்மநாபன் சிறிது தள்ளியே நின்றான். ஐந்து நிமிஷத்திற்குப் பிறகு நண்பர் வந்தார். அவர் போட்டுக்கொண்டிருந்த ஷர்ட்டே எழுபது ரூபாய் பெறும்.

“என்ன பத்மநாபன்?” என்று கேட்டுக்கொண்டே அவர் வாயில் உள்ளதைத் துப்ப ஒரு மூலைக்குப் போனார். ஒரு

பையன் அவர் சைகை தெரிந்து ஒரு டம்ளர் தண்ணீர் கொண்டு சென்றான். அவர் வாயைக் கொப்பளித்துவிட்டுப் பத்மநாபனிடம் வந்தார். வந்தவர் பையனைக் கூப்பிட்டு, "டேய், நெய் அடை இரண்டும் காபியும் வாங்கிண்டு வா," என்றார்.

பத்மநாபன் "எதுக்கு?" என்றான்.

அவரையறியாமல் அவர் நாக்கு நுனி பல்லுக்கிடையில் சிக்கியிருப்பவையைத் தேடி அகற்றுவதில் முனைந்திருந்தது. அவர், "பத்மநாபன், இங்கே இப்போ மினிமமே ரொம்ப ஜாஸ்தி பண்ணிட்டாங்க," என்றார்.

"அப்படியா?" என்றான் பத்மநாபன்.

"ஆமாம் இந்த முதல்தேதி வரை கீழ்க்கோடி டேபிள் பாயிண்டுக்கு ஒரு அணாதான். ஆறு பைசா. இப்போ பாயிண்டுக்குப் பத்துப் பைசா பண்ணிட்டாங்க."

"அதெல்லாம் பரவாயில்லை."

"நான் முன்னாலியே சொல்லிவிடணும் பாரு... அந்த மார்த்தாண்டம், ரகுபதி இரண்டு பேரும்தான் உனக்கு முன்னாலேயே தெரியும்... கொஞ்சம் இரு. இப்போ இடம் எதாவது காலியிருக்குமான்னு பாத்துட்டு வரேன்," என்று அவர் கீழே இறங்கிப்போனார்.

மேலே கீற்றுக் கொட்டகையில் இரண்டு மேஜைகள்தான் இருந்தன. அங்கே சீட்டாடிக் கொண்டிருந்தவர்கள் எல்லாமே பெரிய புள்ளிகள்.

கீழே இறங்கிப்போனவர் வந்துவிட்டார். "ஏற்பாடு பண்ணி விட்டேன். செக்ரட்டரி ரூமுக்குப்போய் அவன்கிட்டே இருபது ரூபாய் கொடுத்தால் டோகன்கள் தருவான்," என்றார்.

"சரி" என்று பத்மநாபன் கீழே இறங்குவதற்கு இருந்தான். "காபி வந்துடும். சாப்பிட்டுப்போ" என்று அவர் சொன்னார்.

பத்மநாபன், "அப்பா எப்படி இருக்கிறார்?"என்று கேட்டான்.

"அப்படியேதான் இருக்கார். சொன்னாக் கேட்கமாட்டேன் கிறார். வெளியிலே போய்விடுகிறார். ராத்திரியெல்லாம் மூச்சு விட முடியாதபடி திணறிண்டிருக்கார். ரொம்பக் கஷ்டமா யிருக்கு." பத்மநாபன் தலையை ஆட்டினான். அவனுக்கு அவர் சொல்வது விளங்கவில்லை.

அடை சாப்பிடுவதற்குச் சௌகரியமாகப் பையன் ஸ்டூல், தண்ணீர் எல்லாம் கொண்டுவந்து கொடுத்தான். பத்மநாபன் சீக்கிரம் சாப்பிட்டுவிட்டுக் கீழே போனான். நண்பர் வீட்டுக்குக்

கிளம்பிவிட்டார். பத்மநாபனுக்குப் பத்துபைசா மேஜை முற்றிலும் தெரியாததல்ல. ஆனால் தாமு, ஜயராமன் கோஷ்டியுடன் விளையாடும்போது காலை நீட்டிக்கொள்ள முடிந்தது. சகஜமாக அவர்களிடமிருந்து சிகரட் எடுத்துக்கொள்ள முடிந்தது. கையிலுள்ள பணம் முடிந்துபோனால் கணக்கு சொல்லிக்கொள்ள முடிந்தது. இங்கு அதெல்லாம் முடியவில்லை. பத்துமணி ஆனவுடன் கிளப் செக்ரட்டரி ஒவ்வொரு கதவாக மூடித்தாளிட ஆரம்பித்துவிட்டார். பத்தேகாலுக்கெல்லாம் எல்லா மேஜைகளும் கலையத்தான் வேண்டியிருந்தன. பத்மநாபன் 'விருந்தாளி' புத்தகத்தில் ஒரு கையெழுத்து போட்டுவிட்டு வர வேண்டியிருந்தது. அந்த இடத்தில் ஒருநாள் ஆடினால் நிச்சயம் தோற்கத்தான் வேண்டும். தொடர்ந்து ஒரு வாரம் பத்து நாட்கள் ஆடினால் சரிக்கட்டி விடலாம். அதற்குப் பணப்புழக்கம் இருக்க வேண்டும். இருபத்தைந்து ரூபாய் கட்டி அந்தக் கிளப்பின் அங்கத்தினனாகச் சேர வேண்டும். இருபத்தைந்து ரூபாய் இருந்தால் சேஷாத்ரிக்கு இருபது ரூபாயாவது கொடுக்கலாம். சேஷாத்ரிக்கு என்று எடுத்துவைக்கும் பணம்தான் நிமிஷமாக எங்கேயோ போய் விடுகிறது. சேஷாத்ரி மூன்றாவது கடிதம் எழுதியிருந்தான். அந்தக் கடிதத்தைப் பையிலேயே வைத்துக்கொண்டு ஊர் பேர் தெரியாதவர்களிடம் இருபது ரூபாய்ச் சில்லரையைப் பங்குபோட்டுக் கொடுத்திருக்க வேண்டாம்.

வெளியே சைக்கிள் சப்தம் கேட்ட அவன் மனைவி கதவைத் திறந்துவிட்டாள். குழந்தை வாயிற்படியருகே தூங்கியபடி புரண்டு வந்திருந்தான். பத்மநாபன் முழு சைக்கிளையும் இரு கைகளில் தூக்கிக்கொண்டு மெதுவாகக் குழந்தையைத் தாண்டிப் போய் சுவரில் சாத்திவைத்தான். மனைவி பக்கத்து அறையான சமையலறையில் விளக்குப்போட்டாள். குழந்தை வீரிட்டு அழ ஆரம்பித்தான்.

பத்மநாபன் "அழாதேடா, கண்ணா" என்று தட்டினான். குழந்தை கண்களைத் திறக்கவில்லை. ஆனால் உடம்பை அப்படியும் இப்படியுமாக முறுக்கிக்கொண்டு பயங்கரமாக அழுதான். அவன் மனைவி அதைப் பார்த்தபடி அப்படியே நின்று கொண்டிருந்தாள். பத்மநாபன் மட்டும் "அழாதே, அழாதேடா கண்ணா" என்று சொல்லிச் சமாதானப்படுத்தப் பார்த்தான். குழந்தை கதறி அழுது தொண்டை கட்டிப்போய், உடம்பில் நான்கைந்து இடங்களில் சிராய்த்துக்கொண்ட பிறகு ஓய்ந்தான். அப்போதுதான் அவன் மனைவி ஒரு துணியைக் கொண்டுவந்து குழந்தையடியில் தரையைத் துடைக்க வேண்டியிருந்தது.

“நாளைக்கு டாக்டரிடம் கட்டாயம் அழைத்துக்கொண்டு போகிறேன்,” என்று சொல்லியபடி பத்மநாபன் சாப்பிட உட்கார்ந்தான். அவன் மனைவி பதில் பேசவில்லை. அவனுக்குத் தலைக்குள் இரத்தம் குப்பென்று ஏறியது. ஆனால் தாங்கிக்கொள்ள முடிந்தது. குழம்பும் விட்டபிறகு அவள் பொறித்த அப்பளம் ஒன்று போட்டாள்.

“எண்ணெய் ஏது?” என்று கேட்டான்.

அவள் பதில் ஒன்றும் தரவில்லை. அவன் சிறிது உரக்க, “உன்னைத்தான் கேட்டேன்” என்றான்.

“மத்தியானம் சலாம் கடையிலே வாங்கினது,” என்றாள்.

மறுபடியும் தலைக்குள் ரத்தம் பெருக்கெடுத்தது. சலாம் கடைக்காரன் கடனுக்குத் தருகிற சாக்கில் ஒவ்வொரு பண்டத்திற்கும் விலை நிறைய வைத்துத் தீட்டிவிடுவான்.

அவன் சாப்பிட்டு முடிந்ததும் ஒரு கடிதத்தை மட்டும் அவனிடம் கொடுத்துவிட்டு ஒன்றும் பேசாமல் அவள் குழந்தையின் பக்கத்தில் படுத்துக்கொண்டுவிட்டாள். அது சேஷாத்ரி எழுதிய இன்னொரு கடிதம். அவன் நேரிலேயே வீடு தேடி வந்து, பத்மநாபனைப் பார்க்க முடியாததால் கடிதம் எழுதிக்கொடுத்துவிட்டுப் போயிருக்கிறான். நல்ல வேளை, நேரே வீட்டுக்கு வராமலிருந்தது. ஆனால் நேரே வீட்டுக்கு வந்திருந்தால் பாதிக்கடனாவது தீர்ந்திருக்கும். எப்போதோ படித்து மறந்துபோன உப்புசப்பற்ற கணக்குகளை யெல்லாம் ஞாபகப்படுத்திக்கொண்டு தனக்குச் சொல்லிக் கொடுத்து தொண்டை வரண்டவனுக்குச் சிறிதாவது ஒத்தாசையாக இருந்திருக்கலாம்.

“அவன் எதாவது சொல்லிவிட்டுப் போனானா?” என்று கேட்டான்.

படுத்திருந்தவள் பதில் சொல்லவில்லை.

இந்தத் தடவை அவன் இரைந்தபோது குழந்தைக்கே கூடத் தூக்கத்தில் ஒருமுறை தூக்கி வாரிப்போட்டது. ஆனால் அவள் தலையை மட்டும் வேறு பக்கம் திருப்பி வைத்துக் கொண்டாள்.

இப்போது தலையில் ரத்தம் பெருக்கெடுத்த போது அவளைக் கொன்றுவிடுவான் என்று அவன் நினைத்தான். ஆனால் இந்த முறையும் கோபத்தை அடக்கிக்கொள்ள முடிந்தது. இனிமேல் அவன் என்றென்றும் கோபத்தை அடக்கிக்கொள்ளத்தான் வேண்டும் என்று தோன்றியது.

(1967)

இந்திராவுக்கு வீணை கற்றுக்கொள்ள வேண்டும்

இந்திராவுக்கு வீணை கற்றுக்கொள்ள வேண்டும் என்று ஆசை.

இந்திரா தன்னுடைய ஆசையை அம்மாவிடம் சொன்னாள். அம்மா அதை அப்பாவிடம் சொல்லச் சொன்னாள். அப்பாவோ, "இந்த வருஷம் உனக்கு எஸ்.எஸ்.எல்.சி. பரீட்சை. சரியாகப் படித்துப் பாஸ் பண்ணு, பிறகு பார்த்துக்கொள்ளலாம்..." என்று சொல்லிவிட்டார். இரண்டு நாட்களுக் கெல்லாம் அவர் வேலை செய்துகொண்டிருந்த கம்பெனியின் சரக்குகளை விற்பனைக்கு ஏற்பாடு செய்ய இன்னொரு சுற்றுப் பிரயாணத்துக்குக் கிளம்பிவிட்டார். பார்த்தசாரதிக்கும் நளினிக்கும் "அழுத மூஞ்சி சிரிக்குமாம், கழுதைப்பாலைக் குடிக்குமாம்" என்று பாடிச் சிரிக்கச் சந்தர்ப்பம் கிடைத்தது. இந்திரா விம்மல்களுக்கிடையில் அவர்களைப் பார்த்து, "நீங்கள் எனக்குத் தம்பி தங்கைகளே இல்லை" என்று அறிவித்தாள்.

சித்திரை மாத வெயிலையும் பொருட் படுத்தாமல், பழைய மாம்பலத்திலிருந்த சித்தி அன்று பகல் வந்திருந்தாள். பொழுது சாயும் வேளையில் தன் வீட்டுக்குப் புறப்படும்போது இந்திராவினுடைய அம்மாவிடம், "அம்புஜம், கோதண்டராம ஸ்வாமி கோயிலில் உத்ஸவம் நடக்கிறது. இன்று யாரோ சினிமா ராமச்சந்திரன் கச்சேரியாம். குழந்தைகளை அழைத்துக்கொண்டு

வாயேன். ராத்திரி அங்கேயே வீட்டில் தங்கிவிட்டுக் காலையில் திரும்பி வந்துவிடலாம்" என்று சொல்லிவிட்டுப் போனாள். அவள் போன பிறகு அம்மா, இந்திராவைப் பார்த்து, "அது யார் சினிமா ராமச்சந்திரன்?" என்று கேட்டாள்.

"அவர் ஒரு பெரிய டைரக்டர். ஒரு படத்திற்கு லட்ச ரூபாயோ இரண்டு லட்ச ரூபாயோ..."

"எதற்கு?"

"ஒரு படத்திற்கு."

"பாட்டு நன்றாக இருக்குமோ?"

"ஓ, கட்டாயம் நன்றாக இருக்கும். அவர் ரொம்பப் பெயர் போன டைரக்டர்."

அம்மா சிறிது யோசித்தாள். பிறகு "சரி, அப்படியானால் சாப்பாடான பிறகு சக்கரவர்த்தியை வீட்டைப் பார்த்துக் கொள்ளச் சொல்லிவிட்டு, நாம் எல்லோரும் போகலாம்" என்றாள்.

இந்திரா, "ஆமாம். சக்கி பதினோரு மணிக்கு முன்னால் வந்துவிடுவானாக்கும். இந்த ஊரில்தான் ஐம்பது சினிமாக் கொட்டகைகள் இருக்கின்றனவே" என்று முணுமுணுத்தாள்.

ஆனால் சக்கி அன்று ஏழரை மணிக்கு வீட்டில் இருந்தான். "நீ போய்விட்டு வா, அம்மா. நான் வீட்டுக்குக் காவல் இருக்கிறேன்" என்றான். அவனாகவே "காலையில் பால் நான்கு ஆழாக்குதானே வாங்க வேண்டும்?" என்று விசாரித்து வைத்துக்கொண்டான். அம்மா பின்புறம் போயிருந்த சமயம், இந்திரா சக்கியிடம் மெதுவாக "என்ன இன்று உன் சகாக்க ளோடு இங்கே சீட்டுக் கச்சேரி ஏதாவது போடப்போகிறாயா?" என்று கேட்டாள். "உன் பல்லை உடைத்துவிடுவேன்" என்றான் சக்கி. அப்போது வெளியில் "சக்கரவர்த்தி!" என்று சக்கியுடன் இரண்டு மூன்று வருஷங்களாகப் பி.ஏ. பரீட்சை எழுதிக் கொண்டிருக்கும் ரங்கநாதன் குரல்கேட்டது. சக்கி இந்திராவின் முகத்தைப் பாராமலே வாயிற் பக்கம் விரைந்தான்.

பழைய மாம்பலத்தில் இரவில் அந்த வேளையில் ஏதோ வாசனை மூக்கைக் கடுமையாகச் சோதித்தது. சித்தப்பா விளக்குப் போட்டுக்கொள்ளாமல், வெளி வராந்தாவில் சாய்வு நாற்காலியில் காலை நீட்டிப் படுத்துக்கொண்டிருந்தார். இந்திரா, இந்திராவினுடைய அம்மா எல்லோரும் வீட்டி னுள்ளே நுழைந்தவுடன், "என்ன கச்சேரிக்கா... உம்...?"

என்று கேட்டார். பாச்சாதான், "ஆமாம்" என்று பதிலளித்தான். உள்ளே சித்தி தன மூத்த பெண் வேதாவை "ஏண்டி முண்டம்! உன்னை யார் குழம்பையும் ரசத்தையும் சேர்த்துக் கொட்டி வைக்கச் சொன்னது? நாளைக்கு வேலைக்காரியிடம் இதைக் கொடுத்தால் திருப்பி உன் முகரக் கட்டையில் கொட்ட மாட்டாள்?" என்று கேட்டுக்கொண்டிருந்தாள். இந்திரா வினுடைய அம்மா, "ஏன் குழந்தையைத் திட்டுகிறாய்? குழம்பையும் ரசத்தையும் சேர்த்துக்கொட்டினால் ஊசிப் போயாவிடும்?" என்று கேட்டாள்.

சித்தி விரக்தியுடன், "இன்றைக்குக் குழம்பு மோர்க்குழம்பு," என்றாள்.

பெரியவர்கள் சிறியவர்களாக ஒரு பத்து நபர்கள் அந்த வீட்டிலிருந்து கச்சேரிக்குக் கிளம்பினார்கள். சித்தி வாயிற் கதவை இழுத்துப் பூட்டிக்கொண்டு வந்தாள். தெரு முனை திரும்பியவுடன் இந்திராவினுடைய அம்மா சித்தியை "அவர் வெளியில் படுத்துக்கொண்டிருக்க நீ இப்படிக் கதவைப் பூட்டிக்கொண்டு வந்துவிட்டாயே. அவருக்குத் தாகம் கீகம் எடுத்தால் என்ன செய்வார்?" என்று கேட்டாள்.

"பக்கத்து வீட்டில் கேட்டு வாங்கிச் சாப்பிட்டுக்கொள்வார்" என்றாள் சித்தி.

கோயிலில் நல்ல கூட்டம் குழுமியிருந்தது. வந்திருந்தவர்கள் எல்லோரும் அங்கேயே சுற்றுப்புறத்தில் இருப்பவர்கள். இரவு உணவை முடித்துவிட்டு, ஆற அமர இருந்தார்கள். கொட்டாவி கள் சிறிது அதிகமாகவே இருந்தன. இந்திராவும் அவள் குடும்பத்தாரும் பெண்கள் பிரிவில் இடித்து நெருக்கிக்கொண்டு தான் உட்கார வேண்டியிருந்தது. ஒரு வழியாக அமர்ந்தவுடன் இந்திராவின் அம்மா இந்திராவிடம், "இப்போது பாடிக் கொண்டிருப்பதுதான் ராமச்சந்திரனா?" என்று கேட்டாள்.

"இல்லை அம்மா" என்றாள் இந்திரா.

"அப்படியானால், இது யார்?"

"யாரோ தெரியாது."

"ஒருவேளை இதுதான் ராமச்சந்திரனோ என்னவோ?"

"இல்லை... இல்லை... இல்லை! ராமச்சந்திரன் வீணை வாசிக்கிறவர். இவன் எவனோ பாடிக்கொண்டிருக்கிறான், பார்த்தால் தெரியவில்லையா?"

“அதைச் சாதாரணமாகச் சொல்லேன். பல்லைக் கடித்துக் கொண்டுதான் சொல்ல வேண்டுமா?”

மணி ஒன்பதுக்கும் மேலாகிவிட்டது. எட்டரை மணிக்கே எதிர்பார்க்கப்பட்ட ராமச்சந்திரன் இன்னமும் வரவில்லை. யாராரோ மேடைமீது வந்தேறி அவர்களுக்குத் தோன்றியபடி பாடிவிட்டுப் போனார்கள். நடு நடுவில் ஒருவர், “எல்லோரும் அமைதியாக இருங்கள். ராமச்சந்திரன் வந்துகொண்டிருக்கிறார். இன்னும் சில நிமிஷங்களில் வந்தேவிடுவார்” என்றெல்லாம் அறிவித்துக்கொண்டிருந்தார். அத்துடன் பெயர் சொல்லத் தெரியாத குழந்தைகள் இரண்டு, பெயர், வீட்டு விலாசம் எல்லாம் சொல்லத் தெரிந்த குழந்தைகள் இரண்டு – ஆக நான்கு குழந்தைகள் மேடைக்குப் பின்னால் இருப்பதாகவும் குழந்தைகளைத் தாய் தந்தையர் அழைத்துக்கொண்டு போகலா மென்றும் தெரிவித்தார். குழந்தைகள் அழுதுகொண்டே இருந்தனவாம்.

ஒன்பதே முக்காலுக்கு ராமச்சந்திரன் வந்தார். அவர் சினிமாவில் சம்பந்தப்பட்டதனாலோ என்னவோ வயதாகி உடல் தளர்ந்திருந்தவர்கள் கூட அவரைப் பார்ப்பதற்குச் சிறிது விசேஷப் பிரயத்தனங்கள் எடுத்துக்கொண்டார்கள். ராமச்சந்திரன் தனது பக்க வாத்தியக்காரர்களுடன் கூட்டத்தின் நடுவே புகுந்து மேடைக்குச் சென்று உட்காரும் வரை இந்திரா கண் கொட்டாமல் பார்த்துக்கொண்டிருந்தாள். அப்பொழுது அம்மா யார் யாரோ தவறான நபர்களைக் குறிப்பிட்டு, “இவன்தான் ராமச்சந்திரனா? இவன்தான் ராமச்சந்திரனா?” என்று விசாரித்தாள். இந்திராவுக்கு வேறு எங்கேயாவது போய் உட்கார்ந்து விடலாமாவென்று இருந்தது.

ராமச்சந்திரன் ஒருமுறை சபையைப் பார்வையிட்டார். பிறகு பளபளவென்றிருந்த தன் வீணையை எடுத்து வைத்துக் கொண்டு தந்திகளை மீட்ட ஆரம்பித்தார். சில நிமிஷங்கள் அலட்சியமாக ஸ்ருதி சேர்த்துக்கொண்டிருந்தவர் திடீரென்று ஒரு பாட்டைத் துவக்கினார். எங்கும் நிசப்தம் நிலவிற்று.

இந்திரா அசைவற்று உட்கார்ந்திருந்தாள். அவளுக்குச் சங்கீதத்தின் நெளிவு, சூட்சமங்கள் எதுவும் புலப்படவில்லை. ராமச்சந்திரனின் வீணை கணம் தவறாமல் ஒலித்துக்கொண்டே இருந்தது. அதில் பெரும்பகுதி அவள் காதில் விழவில்லை. வீணை மட்டும் அவள் பார்வையை விட்டு அகலாமல் இருந்தது. ராமச்சந்திரன் டைரக்ட் பண்ணின சினிமாப் படங்களின் கதாநாயகிகள் எல்லோரும் சினிமாவில் ஒரு காட்சியிலாவது வீணையை வைத்துக்கொண்டு பாடினார்கள்.

அநேகமாக எல்லாத் தமிழ்ப் படங்களின் கதாநாயகிகளும் வீணை வாசிக்கத் தெரிந்தவர்களாகத்தான் இருந்தார்கள்.

"ஏண்டி ஜடம்! இந்தச் சனியன்கள் படுத்துத் தூங்க ஆரம்பித்துவிடும், கையுடன் இரண்டு சவுக்கத்தைக் கொண்டு வா என்று சொன்னேனே? உனக்குப் புத்தி எங்கே போயிற்று?" இந்திரா திரும்பிப் பார்த்தாள். சித்திதான் வேதாவை விசாரித்துக் கொண்டிருந்தாள். குழந்தைகள் எல்லாம் கோணலும் மாணலு மாக மணலில் தூங்கிக்கொண்டிருந்தன. ஏதோ ஞாபகம் வரவே இந்திரா தன் அம்மா பக்கம் திரும்பிப் பார்த்தாள். அம்மா உட்கார்ந்தபடியே வாயைத் திறந்துகொண்டு தூங்கிக் கொண்டிருந்தாள். அப்படியே சாய்ந்து கீழே விழ இருந்தவள் திடீரென்று விழித்துக்கொண்டாள். இந்திரா அம்மாவிடம் "அம்மா, நான் கட்டாயம் வீணை கற்றுக்கொள்ள வேண்டும்" என்றாள்.

○

எதிர் வீட்டு சரோஜா இந்திராவிடம் இன்னொரு தடவை யும் கூறிவிட்டாள்; வைத்தீசுவரன் கோவில் சகோதரர்கள் போன்ற பாட்டு வாத்தியார்கள் இந்த உலகத்திலேயே கிடையாது. அவர்கள் வாய்ப்பாட்டு, வயலின், வீணை மூன்றும் கற்றுக்கொடுத்தார்கள். சங்கீதத்தில் அவர்களுக்கு மிஞ்சி இந்தியாவில் யாரும் கிடையாது. ஆனால் அவர்களுக்கு விரோதிகள் அதிகம். அதனால்தான் சங்கீத சபைகளில் அவர்கள் கச்சேரி அடிக்கடி நிகழ்வதில்லை. ரேடியோவில் மட்டும் மூன்று மாதத்திற்கு ஒருமுறை தவறாமல் அவர்கள் கச்சேரி உண்டு. யார் என்ன சொன்னாலும் சரோஜாவுக்கு அவர்கள் கச்சேரி மிகப் பிரமாதமாகத்தான் இருக்கும்.

இந்திரா "வீணை ராமச்சந்திரன் எப்படி?" என்று கேட்டாள்.

சரோஜா, "அது யார், வீணை ராமச்சந்திரன்?" என்றாள்.

"ஒன்றும் தெரியாதவள் போல் கேட்கிறாயே, டைரக்டர் ராமச்சந்திரன் பெயரை நீ கேள்விப்பட்டதேயில்லையா?"

"ஓ, அந்தச் சினிமாக்காரனா. அவனுக்குப் பாட்டைப் பற்றி ஒன்றும் தெரியாதென்று எங்கள் வாத்தியார் அப்போதே சொல்லிவிட்டாரே."

"ஊ ஹூம்?" என்றாள் இந்திரா. அவளுக்கு நம்பிக்கை ஏற்படவில்லை. "நீ கேட்டிருக்கிறாயா?" என்றாள்.

"எல்லாம் கேட்டிருக்கிறேன். ஒரு வாத்தியம் என்றால் அதனிடம் மரியாதை, பக்தி வேண்டாம்? குரங்கை ஆட்டிக் காண்பிப்பது போலவா வீணையை வாசிப்பது?"

இந்திரா சரோஜாவைக் கூர்ந்து பார்த்தாள். சரோஜா ஒரு கணம் தயங்கினாள். பிறகு சிறிது மாறுபட்ட குரலில், "அப்படித்தான் எங்கள் வாத்தியாரும் சொன்னார்" என்றாள்.

இந்திரா, "சரி, இவர் பீஸ் எவ்வளவு? என்று கேட்டாள்.

"எதற்கு?" என்று கேட்டாள் சரோஜா.

"வீணை கற்றுக்கொள்வதற்குத்தான்."

"வீணையா? அவர்கள் வீட்டுக்குப் போய் கற்றுக்கொள்வ தாயிருந்தால் இருபத்தைந்து ரூபாய் இருக்கும், அவர்கள் நம் வீட்டுக்கு வந்து சொல்லித்தர வேண்டுமானால், எவ்வளவு கேட்பார்களோ தெரியாது. ஐம்பது, நூறு கூட இருக்கலாம்."

"அவ்வளவு இருக்குமா?" என்று கேட்டாள் இந்திரா.

சரோஜா, "ஆமாம். இந்தக் காலத்தில் வெறும் வாய்ப் பாட்டுக்கே அவ்வளவு வாங்கிவிடுகிறார்கள். வீணை என்றால் லேசா?" என்றாள். இந்திரா யோசனையில் மூழ்கினாள்.

மாலை வெயில் பட்ட இடத்தையெல்லாம் பொன்னாகச் செய்துகொண்டிருந்தது. வருடப் பரீட்சைகள் முடிந்து முடிவு களையும் தெரிவித்தாகிவிட்டது. கண்ணில் பட்ட சிறுவர் சிறுமியர் எல்லோரும் எவ்விதப் பீதியுமற்றுத் தெளிவான முகத்துடன் இருந்தார்கள். இந்திரா, வீட்டு வாயிற்படி அருகே நின்றுகொண்டிருந்தாள். சரோஜாவின் வீட்டில் யாரோ விருந்தினர்கள் வந்திருந்தார்கள். அவர்களைச் சாக்கிட்டு அந்த வீட்டினர் அனைவரும் சென்னையில் பார்க்க வேண்டிய இடங்கள் எல்லாவற்றையும் இன்னொரு முறை பார்வையிடக் கிளம்பிப் போயிருந்தார்கள். பக்கத்து வீட்டுக் காமாட்சியை என்ன காரணமோ காணோம். அவள் இல்லாமலிருந்தும் நன்றாகத்தான் இருந்தது. எந்த விஷயமானாலும், "நீங்கள் எல்லாரும் ஐயங்கார். எங்கள் வீட்டு வழக்கம் என்ன வென்றால் . . ." என்று ஆரம்பித்துவிடுவாள்.

இந்திரா மெதுவாக உள்ளே சென்று பார்த்தாள். அம்மா மூக்கின் நுனியில் ஒரு மூக்குக் கண்ணாடியைத் தொத்த வைத்துக்கொண்டு, ஏதோ ஒரு புத்தகத்தைத் தட்டுத் தடுமாறி வாசித்துக்கொண்டிருந்தாள்.

வெளியே வந்து, நான்கு வீடுகள் தள்ளி இருக்கும் ஒரு வீட்டில் திறந்த வெளியில் விளையாடிக்கொண்டிருந்த

நளினியைக் கூப்பிட்டாள் இந்திரா. நளினி முகத்தைச் சுளித்துக்கொண்டு வந்தாள். இந்திரா, "உன்னைக் கால் புண் ஆறும்வரையில் பாண்டி ஆட வேண்டாம் என்று அம்மா சொல்லவில்லை?" என்று கேட்டாள். அவளுக்கே அந்தக் கேள்வியைக் கேட்டிருக்க வேண்டாமென்று பிறகு தோன்றிற்று.

நளினி ஏதோ முணுமுணுத்துக்கொண்டே காலைத் தேய்த்தாள்.

இந்திரா, "ரங்கநாதன் தெரு வரைக்கும் போய்வரலாம், வருகிறாயா?" என்று கேட்டாள்.

"எதற்கு?" என்று நளினி கேட்டாள்.

"ஒரு வேலை இருக்கிறது" என்றாள் இந்திரா.

"யாருக்கு?" என்றாள் நளினி.

"யாருக்காயிருந்தால் உனக்கு என்ன?"

"அப்படியானால் நான் வரவில்லை."

"இரு இரு, அம்மாவிடம் சொல்கிறேன்."

"சொல்லேன், எனக்கென்ன பயமோ? நானும் சொல் கிறேன் – நீ மறுபடியும் பேனாவைத் தொலைத்துவிட்டா யென்று."

"யாருடி பேனாவைத் தொலைத்தது?"

"நீதான், எனக்குத் தெரியாதென்று நினைத்தாயா? போடி?"

"தெருவிலே கத்தாதே."

"நான் கத்துவேன். நீ யார் கேட்கிறதுக்கு?"

இந்திரா விடுவிடு என்று அங்கிருந்து விலகினாள். அவளைச் சின்னவர்கள் பெரியவர்கள் எல்லாரும் அலட்சியம் செய்தார்கள். அவள் மிகவும் துரதிர்ஷ்டம் பிடித்தவள். அவளுக்குப் பேனாக்கள் அடிக்கடி தொலைந்து போய்க் கொண்டிருந்தன.

சாஹப் ரோடைத் தாண்டி ரங்கநாதன் தெருவுக்கு வந்தவுடன் இந்திராவுக்குச் சிறிது பயம் ஏற்பட்டது. அப்போது தான் விளக்கு ஏற்றத் தொடங்கி இருந்தார்கள். அஸ்தமன வெளிச்சமும் இருந்தது. இருந்தபோதிலும் அவளுக்கு அந்த வேளையில் துணையில்லாமல் தனியாகப் போவது சிறிது பயத்தைக் கொடுத்தது. சில நாட்களாக அந்த மாதிரி ஒரு

பயம் ஏற்பட்டிருந்தது. நளினியானால் நெஞ்சில் துளிக்கூட ஈரமில்லாமல் வரமாட்டேன் என்று சொல்லிவிடுகிறாள்.

ரங்கநாதன் தெருவில் ஒரு பழக்கடையை அடுத்தாற் போல் இருந்த வாயிற்படிமேல் 'சங்கீத வித்யாலயம் – வைத்தீசுவரன் கோவில் பிரதர்ஸ்' என்று ஒரு பலகை மாட்டப் பட்டிருந்தது. கதவு பாதி திறந்திருந்தது. இந்திரா தன்னைக் குறுக்கிக்கொண்டு, திறந்திருந்த பாதிக் கதவு வழியே உள்ளே புகுந்தாள். உள்ளே யாரும் இல்லை. அது ஒரு ஒற்றை அறை. அதை ஒரு மூங்கில் தட்டி இரண்டாகத் தடுத்துக் கொண்டிருந்தது. அந்த முழு அறைக்குமாக இருந்த மிகக் குறைந்த வெளிச்சமுடைய மின்சார விளக்கில், அங்கே கிடந்த பெட்டிகள், துணிமணிகள், வேஷ்டியாலும் துப்பட்டி யாலும் போர்த்தப்பட்ட சில சங்கீத வாத்தியங்கள் எல்லாம் தெரிந்தன. இந்திரா ஒரு நிமிஷம் அப்படியே நின்றாள். மூங்கில் தட்டிக்குப் பின்னால் யாரோ ஊதுகுழல் வைத்து அடுப்பை ஊதும் ஓசை கேட்டது. இந்திரா மெதுவாக, "ஸார் ஸார்" என்று கூப்பிட்டாள். தட்டிக்குப் பின்னாலிருந்து ஒல்லியாக நரைத்த தலையுடன் ஒரு துண்டு மட்டும் கட்டி யிருந்த ஒருவர் வெளிப்பட்டார். அவர் இடுப்பில் ஒரு குழந்தை இருந்தது. இந்திராவைப் பார்த்து அவர் "யாருடீ குழந்தை, என்ன விஷயம்!" என்று கேட்டார்.

❍

அம்மா ஏகமாக வைய ஆரம்பித்துவிட்டாள். "எங்கேடீ போயிருந்தே!" என்று கத்தினாள். இந்திரா கிலி பிடித்து "பாட்டு வாத்தியாரிடம் போயிருந்தேன்" என்றாள்.

"உன்னை யார் சொல்லாமல் கொள்ளாமல் போகச் சொன்னது? ஒன்றும் புரியாமல் தெரியாமல் யார் வயிற்றில் நெருப்பைக் கட்டிக்கொண்டு தவிக்கிறது?"

"நளினியிடம் சொல்லிவிட்டுப் போனேன்..."

"நளினி என்ன உன் மாமியாரா, நாத்தனாரா? வீட்டுப் பிள்ளைகள்தான் அர்த்த ராத்ரி வரையில் தலை காட்டாமல் ஊர் சுற்றுகிறது என்றால் நீங்களுமா இப்படி ஆரம்பித்து விட்டீர்கள்?"

"நான் ஒன்றும் ஊர் சுற்றப் போகவில்லை." அதற்கு மேல் இந்திராவினால் பேச முடியவில்லை. மூலையில் அடுக்கி வைத்திருந்த படுக்கையில் முகத்தைப் புதைத்துக் கொண்டாள்.

அவள் அழும்படி நேரிட்டதற்காக வீட்டு வேலைகளைச் செய்யாமல் இருக்க முடியவில்லை. இரவு சாப்பாட்டுக்கு அவள்தான் அப்பளம் சுட வேண்டியிருந்தது. எல்லாரும் சாப்பிட்டு எழுந்த பிறகு, அவள்தான் இலை எடுத்துச் சுத்தி செய்ய வேண்டியிருந்தது. படுக்கை போட்டுக்கொள்ளும் போது மட்டும் சாதாரணமாக அவள் படுக்கைக்கும் அம்மா வின் படுக்கைக்கும் இடையிலிருக்கும் ஒரு சாண் அகலத்தை இரண்டு சாணாக அதிகப்படுத்த முடிந்தது. அவ்வளவுதான்.

படுத்த உடனே குறட்டை விட ஆரம்பிக்கும் அம்மா அன்றைக்கு என்னவோ சப்தமே செய்யவில்லை.

இந்திரா தலையணையை ஒரு தட்டுத் தட்டிவிட்டுப் படுத்தாள். அப்போது அம்மா, "இந்திரா" என்று கூப்பிட்டாள்.

இந்திரா பதில் அளிக்கவில்லை.

"இன்று எங்கேயம்மா போயிருந்தாய்?" என்று கேட்டாள் அம்மா.

"எங்குமில்லை போ" என்று சொன்னாள் இந்திரா.

"யார் அந்தப் பாட்டு வாத்தியார்? எனக்குச் சொன்னால் தானே தெரியும்!" என்றாள் அம்மா.

இந்திரா சிறிது நேரம் மௌனமாக இருந்தாள். பிறகு "சரோஜாவுக்குச் சொல்லித் தந்த வாத்தியார்" என்றாள்.

"நல்ல வாத்தியார்தானே?" என்று கேட்டாள் அம்மா.

"ரேடியோவில் மூன்று மாதத்திற்கு ஒரு முறை கச்சேரி உண்டு என்றால் நல்ல வாத்தியார் என்றுதானே அர்த்தம்?" என்று பதில் சொன்னாள் இந்திரா.

"அப்படியானால், சரிதான்."

சிறிது நேரம் பொறுத்து இந்திரா, "அம்மா" என்று அழைத்தாள்.

"ஏன்?"

"ஒன்றுமில்லை."

அம்மா பேசாமலிருந்துவிட்டாள். இந்திரா மறுபடியும் "அம்மா" என்றாள்.

"என்னம்மா?"

"நான் இன்றைக்குப் பாட்டு வாத்தியாரிடம் போனே னல்லவா..."

"உம் . . ."

"என்னை ஒரு பாட்டுப்பாடச் சொன்னபிறகு 'உனக்கு இதற்கு முன்னால் யார் பாட்டு கற்றுக்கொடுத்தது' என்று கேட்டார்."

"உம்."

"நான் யாரிடமும் கற்றுக்கொள்ளவில்லை, பிறர் பாடுவதைக் கேட்டுக் கேட்டுப் பாடுகிறேன் என்று சொன்னேன். ரொம்ப வெட்கமாக இருந்தது அம்மா. பாட்டெல்லாம் கற்றுக்கொள்ளாமல் எப்படியம்மா வரும்?"

அம்மா ஒன்றும் பதிலளிக்கவில்லை.

"இவ்வளவு வயது வரைக்கும் ஒன்றுமே கற்றுக்கொள்ளவில்லை என்று சொல்ல வெட்கமாக இருக்கிறதம்மா. அப்பா என்னவென்றால் இப்போது கூட வேண்டாமென்கிறார்."

"நீ இந்த வாத்தியாரிடம் சொல்லிக்கொள்ளம்மா."

"அம்மா" என்று அழைத்தாள் இந்திரா.

"என்னம்மா?"

"அம்மா, இவரும் எனக்கு நல்ல சங்கீத ஞானம் இருக்கேன்னு சொன்னார். நல்ல வீணையாக அவரே பார்த்து வாங்கித் தருகிறேன் என்று சொன்னார். சம்பளம் இருபது ரூபாய்."

அம்மா சட்டென்று "இருபது ரூபாயா?" என்றாள்.

"ஆமாம். எல்லாரும் வாரத்திற்கு நான்கு நாட்கள் தான் சொல்லித் தருகிறார்கள். இவர் ஐந்து நாட்கள்."

"இருபது ரூபாயா?"

"ஆமாம்!" இந்திரா உடனே நிறுத்திக்கொண்டாள். அம்மா கொத்தமல்லிக்குப் பேரம் பேசுவது போல அல்லவா கேட்கிறாள்?

அம்மா கொத்தமல்லிக்குப் பேரம் பேசுவாள். அவள் எது வாங்கினாலும், பேரம் பேசி வாங்காமல் இருக்கமாட்டாள். அவளுடைய மூக்குக்கண்ணாடியில், ஒரு வில்லை குறுக்கே விரிந்துபோய் எத்தனையோ வருடங்கள் ஆகிவிட்டன. அப்படியேதான் அதை மாட்டிக்கொண்டு தடுமாறுகிறாள். காலணா பச்சை மிளகாய்க்குப் பேரம் பேசி இல்லாத ஏச்சு வார்த்தைகள் எல்லாம் வாங்கிக் கட்டிக்கொள்வாள்.

இப்படியிருந்தும் மாதக் கடைசியில் அக்கம் பக்கத்திலிருப்பவர் களிடமிருந்து இரண்டோ ஐந்தோ கடன் வாங்க அவள்தான் போவாள். அவளுடைய பிள்ளைகளும் பெண்களும் வீட்டுக்குத் தெரிந்தும் தெரியாமலும் எதெதிலோ பணத்தைச் செலவழிப் பார்கள். போன வாரம் கூட சக்கி ஒரு ஆங்கிலப் படத்திற்கு இரண்டு ரூபாய்க்கு மேல் செலவழித்துப் பார்த்துவிட்டு வந்திருந்தான். இந்திராவுக்கு நன்றாகத் தெரியும்.

இந்திரா, "நான் பாட்டுக் கற்றுக்கொள்ளவில்லை அம்மா" என்றாள்.

அம்மா திடுக்கிட்டு, "ஏம்மா?" என்று கேட்டாள்.

இந்திரா சிறிது தயங்கி, "அப்பா ஏதாவது..."

"அப்பா சொல்லுகிறதென்ன? இரண்டு வருடம் போனால் உனக்கு வரன் தேட வேண்டும், நான்கு பாட்டுகள் கூடத் தெரியாமல் இருந்தால் எப்படி? நீ நாளைக்கே சேர்ந்துவிடு."

"வீணையெல்லாம் வாங்க வேண்டியிருக்கும்... ரொம்பச் செலவாகும்."

"வாங்கினால் போயிற்று. வீடுகட்ட வேண்டுமென்றால் செங்கல், சுண்ணாம்பு வாங்கித்தான் ஆகவேண்டும். செலவென்ன? அசடுமாதிரி பேசாதே. நாளைக்கே போய்ச் சேர்ந்துவிடு."

இந்திரா சிறிது நேரம் பேசாமலிருந்து, மறுபடியும், "அப்பா கோபித்துக்கொள்வார்" என்றாள்.

"ஒன்றும் கோபித்துக்கொள்ளமாட்டார், நான் சொல்லு கிறேன்."

வெகுநேரமாகியும் இந்திராவுக்குத் தூக்கம் வரவில்லை. ஒரு முறை புரண்டு அம்மாவை அணைத்தவாறு படுத்தாள். அப்போது அம்மாவின் உடம்பு குலுங்கிக்கொண்டிருப்பதை அவள் உணர முடிந்தது. அழுதால்தான் உடம்பு அவ்வாறு குலுங்கும். அம்மா சப்தமே எழுப்பாமல் அழுவதற்கு எப்போது கற்றுக்கொண்டாள் என்று இந்திராவுக்குப் புரியவில்லை.

(1959)

ஒரு ஞாயிற்றுக் கிழமை

பேபி தலையையும் போர்த்திக்கொண்டு படுத்திருந்தாள். அவளை எழுப்ப முயன்று கொண்டிருந்த தன்னுடைய மனைவியை முத்து சுவாமி ஐயர் கோபித்துக்கொண்டார். "அவள் தான் ஞாயிற்றுக்கிழமைகளில் ஏழு மணிக்கு முன்னால் குரல் கொடுக்க வேண்டாம் என்று சொல்லி இருக்கிறாளே. இன்றைக்கு ஒரு நாள் தானே குழந்தையால் இப்படித் தூங்க முடியும்?" என்றார்.

"குழந்தை! கையில் ஒன்று, இடுப்பில் ஒன்றாக நான்கு குழந்தைகள் இருக்க வயசாயிற்று" என்று சொல்லிவிட்டு அவர் மனைவி உள்ளே சென்றாள்.

முத்துசுவாமி ஐயர், "பேபி, பேபி" என்று கூப்பிட்டார். பேபி படுத்தபடியே, "இதென்னப்பா தொந்தரவு" என்றாள்.

முத்துசுவாமி ஐயர் சட்டென்று நிறுத்திக் கொண்டார். அவர் மனைவி, "அடுப்பில் வைத்திருக்கும் பால் பொங்கி வழிந்துவிடாமல் பார்த்துக்கொள்ளுங்கள். நான் குளித்துவிட்டு வந்துவிடுகிறேன்" என்றாள். ஒரு மூங்கில் குச்சி நுனியில் மடிப் புடைவையை வெந்நீர் அரைக்குக் கொண்டு சென்றவள், "அப்படியே வாசலில் கறிகாய்க்காரன் போனால் கூப்பிட்டு, குழம்புக்கு ஏதாவது வாங்குங்கள்" என்றும் சொன்னாள். முத்துசுவாமி ஐயர் கரண்டிகொண்டு பாலைக் கிளறினார். வெளி வராந்தாவில் 'டொக்' என்று

அசோகமித்திரன்

ஒரு சப்தம் கேட்டது. அவர் வராந்தாவுக்கு வந்தார். அங்கே செய்திப் பத்திரிகை கிடந்தது. தினத்தை விட அன்று அதிகப் பக்கங்கள். விளம்பரத் துணுக்குகள் இரண்டாம் பக்கம் நிரம்ப இருந்தன; மூன்றாம் பக்கத்திலும் பாதிக்குமேல் இருந்தன. முத்துசுவாமி ஐயர் விவாகப் பகுதியில் வந்திருந்த விளம்பரங்களை முதலில் பார்வையிட்டார். அவை எல்லா வற்றையும் பார்த்த பிறகு, 'அப்பாடா! இன்று ஒன்றும் எழுதிப் போட வேண்டியதில்லை' என்று நினைத்துக்கொண்டார்.

குளித்துவிட்டு வந்த அவர் மனைவி, "பாலில் போட்டிருந்த கரண்டி எங்கே?" என்று கேட்டாள். முத்துசுவாமி ஐயர் உள்ளே விரைந்து, "இதோ" என்றார்.

"வாசலில் கறிகாய்க்காரனை நிறுத்திவைத்திருக்கிறீர்களா?"

"இல்லையே!"

"இப்போது ஒருவன் தெருவிலே கூவிக்கொண்டு போனானே!"

"நான் கவனிக்கவே இல்லையே!"

அப்போது பேபி எழுந்து வந்தாள். "என் டூத் பேஸ்டை யார் எடுத்தார்கள்?" என்று கேட்டாள்.

"மேலே விழாதே. உன் விவகாரங்களுக்கு யார் வருகிறார் கள்?" என்று அம்மா சொன்னாள்.

முத்துசுவாமி ஐயர், "வெந்நீர் அறையில் ஒன்றைப் பார்த்தேன். நேற்றைக்கு நீ மறந்து போய் அங்கேயே வைத்து விட்டு வந்தாயோ என்னவோ!" என்றார். பேபி அங்கே சென்று பார்த்தாள். அதற்கு அப்புறம் அவள் பேசவில்லை.

"அப்படியே குளித்துவிட்டும் வந்துவிடேன். வெந்நீர் வீணாகப் போகிறது" என்று அம்மா சொன்னாள். பேபி அவள் சொன்னதைக் கேட்டாள்.

புடைவையின் மடிப்புகளைச் சரிப்படுத்திய வண்ணம் பேபி வராந்தாவுக்கு வந்தாள். முத்துசுவாமி ஐயர் அவளிடம் பத்திரிகையைக் கொடுத்துவிட்டு அவளை ஒருமுறை முகத்தில் இன்னமும் குழந்தைக் களை இருந்தது. முத்துசுவாமி ஐயர், "இந்தப் புடைவை எப்போது வாங்கினது?" என்று கேட்டார்.

பேபி, "உம்" என்றாள். பிறகு, "ஓகோ உங்களிடம் நான் இதைக் காட்டவில்லையா? போன மாதம் வாங்கினது" என்றாள்.

வாழ்விலே ஒரு முறை

முத்துசுவாமி ஐயர் சிறிது நேரம் மௌனமாக இருந்தார். பிறகு, "வருகிற முதல் தேதி வீட்டு வரிக்காரனை வரச்சொல்லி இருக்கிறேன், அம்மா. உன் சம்பளம் வந்துதான் கட்ட வேண்டும்" என்றார்.

பேபியின் உதடுகள் சிறிது அதிகமாக நீண்டன. "இரண்டு அண்ணாக்கள் இருக்கிறார்கள்! பணம் அனுப்பினால் என்னவாம்? இந்த மாதமும் ரிஸ்ட் வாட்சு வாங்கிக்கொள்ள முடியாது" என்றாள்.

முத்துசுவாமி ஐயர் ஒன்றும் பதில் அளிக்கவில்லை. திடீரென்று பேபி, "நேற்றைக்கு இண்டர்வ்யூ என்ன ஆயிற்று அப்பா?" என்று கேட்டாள்.

முத்துசுவாமி ஐயர் விழித்தார்.

"அதுதான் அப்பா, ஏதோ கப்பல் கம்பெனி; ரிடயர் ஆனால் பரவாயில்லை, அனுபவம் வேண்டும் என்று விளம்பரம் செய்திருந்தார்களே!"

"அது நாளைக்கு. இருபத்தெட்டாம் தேதிக்கு."

"இருபத்தாறு இல்லை? உங்களுக்கு வந்த கடிதத்தில் இருபத்தாறு, சனிக்கிழமை என்றுகூட எழுதி இருந்தது போல் இருக்கிறதே?"

முத்துசுவாமி ஐயர் உள்ளே சென்று மேஜையின் அடி அறையில் வைத்திருந்த ஒரு கடிதத்தைப் பிரித்துப்பார்த்தார். அந்தக் கம்பெனியார் அவரை இருபத்தாறாம் தேதியன்று தான் வரச்சொல்லி இருந்தார்கள்.

அவருடைய மனைவிதான் அதிகமாக அயர்ந்துவிட்டாள். முத்துசுவாமி ஐயர், "நாளைக்குப் போய்ப் பார்த்தால் போகிறது" என்றார். அவள் சமாதானம் அடையவில்லை. "இப்படி முக்கியக் காரியங்களில் எல்லாம் மறதி இருந்தால் என்ன செய்வது? இன்றைக்கு ஸேட் காலனிக்காவது ஞாபகமாகப் போய்விட்டு வாருங்கள்" என்றாள்.

முத்துசுவாமி ஐயர், "சரி" என்றார்.

"மூன்றரை மணிக்கே கிளம்பிவிடுங்கள். அப்போதுதான் ராகுகாலத்துக்கு முன்னால் அவர்கள் வீடு போய்ச் சேரலாம்."

"சரி, சரி."

"ஜாதகத்தைச் சரியாகக் குறித்துக்கொண்டு ஞாபகமாகக் குங்குமம் தடவிக்கொண்டு போங்கள்."

"எல்லாம் எனக்குத் தெரியும்." ஆனால் அவர் குரல் அவ்வளவு கணீரென்று இல்லை.

ஜாதகப் புத்தகத்தை அலமாரியில் தேட வேண்டியிருந்தது. அந்தப் புத்தகத்தில் முத்துசுவாமி ஐயரின் தகப்பனார் காலத்திலிருந்து குடும்பத்தினர் எல்லோருடைய ஜாதகங்களும் குறித்து வைக்கப்பட்டிருந்தன. முத்துசுவாமி ஐயர் பேபியின் ஜாதகத்தைத் தனியாக ஒரு காகிதத்தில் எழுத ஆரம்பித்தார். தாது ௵ வைகாசி மீ 13உ . . . அதற்கான ஆங்கிலத் தேதியும் புத்தகத்தில் இருந்தது. முத்துசுவாமி ஐயர் அதை எழுதிக்கொள்ளவில்லை. இராசி, அம்சக் கட்டங்கள் எழுதிய பிறகு பாரத்வாஜ கோத்திரம், சௌ. விசாலாட்சி என்று எழுதினார். அதற்கு கீழே தம் பெயரையும் ஓய்வு பெற்றபோது வகித்த உத்தியோகம், வீட்டு விலாசம், எல்லாவற்றையும் எழுதினார். ஆள்காட்டி விரல் நுனியை நனைத்துக்கொண்டு அதில் துளி குங்குமத்தை ஒத்தி எடுத்துக்கொண்டார். அதைக் கட்டை விரலுடன் சேர்த்துப் பசைப்படுத்திக்கொண்டு ஜாதகத்தின் நான்கு மூலைகளிலும் தடவினார். ஜாதகப் புத்தகத்தைத் திரும்ப அலமாரியில் எடுத்து வைத்த பின் சிறிது நேரம் யோசித்தார். பிறகு தனியாக ஒரு துண்டுக்காகிதத்தில் 'விவரங்கள்' என்று எழுதி, "தஞ்சாவூர் ஜில்லா, இரண்டு தமையன்கள், ஒரு தமக்கை – மூன்று பேருக்கும் கல்யாணமாகிவிட்டது. விசாலாட்சி கடைசிப் பெண். ஹிந்தி விசாரத், டைப்ரைட்டிங் ஹையர்; இரண்டு வருஷமாக உத்தியோகத்தில் இருக்கிறாள்" என்று எழுதினார்.

பதினொன்றரை மணிக்குச் சாப்பாடாயிற்று. சாப்பாடானவுடன் பேபி தன் சிநேகிதி ஒருத்தியுடன் சினிமா பகல் ஆட்டத்துக்குப் போவதாகக் கிளம்பிவிட்டாள். முத்துசுவாமி ஐயர் சாய்வு நாற்காலியில் உட்கார்ந்து கொண்டு செய்திப் பத்திரிகையை முழுக்க வாசித்து முடித்தார். இமைகள் கனத்தன. மூக்குக் கண்ணாடியைக் கழற்றி, கையில் வைத்தபடியே கண் அயர்ந்தார்.

அவர் மறுபடியும் விழித்துக்கொள்ளும் போது மணி மூன்று அடித்துவிட்டது. முத்துசுவாமி ஐயர் கொல்லைப் புறம் சென்று முகத்தைக் கழுவிக்கொண்டு வந்தார். அவர் மனைவி காபி கலந்துவிட்டு, அடை தட்டிக்கொண்டு இருந்தாள். முத்துசுவாமி ஐயரைப் பார்த்ததும், "இலையைப் போடட்டுமா?" என்று கேட்டாள். அவர், "உம்" என்றார். இலையின் முன் உட்காரும்போது அவருக்குத் தலை லேசாக வலித்தது.

முதல் அடையையே அவரால் முழுவதும் உண்ண முடியவில்லை. தலைவலி அதிகரித்துக்கொண்டே போயிற்று. "எனக்குக் காபி மட்டும் கொண்டுவா, போதும்" என்று எழுந்துவிட்டார். காபி சூடாக இருந்தது. ஆனால் தலைவலி குறையவில்லை.

முத்துசுவாமி ஐயர் நாற்காலியில் சாய்ந்துகொண்டு "எனக்குத் தலையை வலிக்கிறது" என்று மனைவியிடம் தெரிவித்தார். அவள் பதறி வந்து நெற்றியைத் தொட்டுப் பார்த்தாள். பிறகு காரமான தலைவலி மருந்து ஒன்றை அவர் நெற்றியில் அழுத்தித் தேய்த்தாள். முத்துசுவாமி ஐயர், "என்னது, நான் கிளம்பும் காரியம் ஒவ்வொன்றிற்கும் ஏதாவது தடங்கல் வந்துகொண்டே இருக்கிறதே" என்றார். அந்த ஸேட் காலனி ஜாதகம் அவர் கைக்கு வந்து இரண்டு வாரங்கள் ஆகிவிட்டன. அது பேபியின் ஜாதகத்துடன் பொருந்துவதாக ஜோசியர் கூறிவிட்டார். சம்பிரதாயப்படி முத்துசுவாமி ஐயர் பிள்ளை வீட்டாரிடம் சென்று பெண் ஜாதகத்தைக் கொடுத்து விட்டு, பையனின் ஜாதகத்தை வாங்கிக்கொண்டு வர வேண்டும்.

முத்துசுவாமி ஐயர் எழுந்திருந்து வெள்ளை வேஷ்டி ஒன்றை எடுத்துக்கட்டிக்கொள்ள ஆரம்பித்தார். அவர் மனைவி கஷாயம் போட்டுக்கொண்டு வந்தாள். அவளிடம் அவர், "நான் போய்விட்டு வருகிறேன். இப்போது சிறிது தேவலை" என்றார். மணி நான்கு அடிக்க ஐந்து நிமிஷம் இருந்தது. அதிகத் தாமதம் ஏற்படாமல் ஒன்பதாம் நம்பர் பஸ் கிடைத்து விட்டால் நாலரை மணிக்குள் ஸேட் காலனிக்குப் போய் விடலாம்.

உடனே பஸ் கிடைக்கவில்லை. நாலேகாலுக்குத்தான் ஒரு பஸ் ஸ்டாண்டைவிட்டுக் கிளம்பியது. நுங்கம்பாக்கம் அடையும்போது ஒரு பிரயாணிக்கும் கண்டக்டருக்கும் பெரிய வாக்குவாதம். கடைசியாக டி.பி. ஆஸ்பத்திரி அருகில் முத்து சுவாமி ஐயர் பஸ்ஸை விட்டு இறங்கியபோது ராகுகாலம் ஆரம்பித்துப் பத்து நிமிஷங்கள் ஆகிவிட்டன.

அவர் தொடர்ந்து, போகலாமா வேண்டாமா என்று யோசித்தார். கடிகாரத்தைப் பார்த்தபோதுதான் ராகு காலம் வந்திருக்கிறது என்று தெரிந்தது. ராகு காலந்தான் என்று வைத்துக்கொண்டாலும் அது ஆரம்பித்துச் சில நிமிஷங்களே ஆகியிருந்தன. ஆதலால் அது அதிகக் கடுமை இல்லாததாக இருக்கலாம்.

முத்துசுவாமி ஐயர் அந்தத் தெருவில் இருக்கும் வீடுகளின் எண்களை வரிசையாகப் பார்த்தபடியே நடந்தார். பதினெட்டு,

பதினேழு, பதினாறு – பி, பதினாறு – முத்துசுவாமி ஐயர் பதினாறாம் எண் கொண்ட வீட்டு வெளிச்சுவர் கதவைத் திறந்துகொண்டு உள்ளே சென்றார். "ஸார்" என்று கூப்பிட்டார்.

வயதான ஒருவர் வெளியே வந்தார். "என்ன?" என்று கேட்டார்.

முத்துசுவாமி ஐயர், "நாகராஜ சர்மா?" என்றார்.

வயதானவர், "எங்கிருந்து வருகிறீர்கள்?" என்று கேட்டார்.

"மாம்பலத்திலிருந்து. என் பெயர் முத்துசுவாமி. நாகராஜ சர்மாவைப் பார்க்க வேண்டும். அவருடைய பிள்ளை ராம மூர்த்தி பற்றி."

"நான்தான் நாகராஜ சர்மா."

முத்துசுவாமி ஐயரும் சில விநாடிகள் பேசாமல் நின்று கொண்டிருந்தார். நாகராஜ சர்மா, "வாருங்கள்" என்று உள்ளே அழைத்தார்.

முன் அறையில் வந்தவர்கள் உட்காருவதற்கென்று சோபாக்களும் நாற்காலிகளும் ஒழுங்காகப் போட்டிருந்தன. ஒரு மூலையில் உயரமான மேஜைமேல் ரேடியோ ஒன்று இருந்தது. சுமார் பத்து வயது மதிப்பிடக்கூடிய பெண் அதற்கு வெகு சமீபத்திலேயே நின்று அது பாடுவதைக் கேட்டுக் கொண்டிருந்தாள். சர்மா முத்துசுவாமி ஐயரைப் பார்த்து, "உட்காருங்கள்" என்று சொன்னார். முத்துசுவாமி ஐயர் உட்கார்ந்துகொண்டார்.

"என்ன விஷயம்?" என்று சர்மா கேட்டார்.

"போர்ட் டிரஸ்ட் சுந்தரராமன்தான் உங்கள் ஸ்ரீராமமூர்த்தி ஜாதகத்தைக் கொடுத்தார். வீட்டுக்கு ஒரு சாஸ்திரிகள் வருவார். அவரும் அதே ஜாதகத்தைக் கொடுத்தார்."

ரேடியோ கேட்டுக்கொண்டிருந்த பெண் உள்ளே சென்றாள்.

முத்துசுவாமி ஐயர் தொடர்ந்து பேசினார்: "என்னுடைய கடைசிப் பெண்ணுக்குத்தான். பொருத்தம் பார்த்ததற்குப் பேஷாகச் செய்யலாம் என்று சொன்னார்கள்."

"எந்த சாஸ்திரிகள் கொடுத்தார்?"

"அவர் பெயர் என்னவோ தெரியாது. நிறைய ஜாதகங்கள் கையில் வைத்திருப்பார். உங்களை நன்றாகத் தெரியும் என்று சொன்னார்."

வாழ்விலே ஒரு முறை

"அப்படியா?" நாகராஜ சர்மா சிறிது யோசித்தார். "நீங்கள்?" என்றார்.

முத்துசுவாமி ஐயருக்கு விளங்கவில்லை.

நாகராஜ சர்மா, "சுந்தரராமன் வேறு ஒன்றும் சொல்லவில்லையா?" என்று கேட்டார்.

"ஒன்றும் சொல்லவில்லையே! அவர் மைத்துனிக்குப் பொருந்தவில்லை என்று ஜாதகத்தை என்னிடம் கொடுத்தார்."

"வேறு ஒன்றும் சொல்லவில்லையா?"

"குலம் கோத்திரம் பற்றி ஒன்றும் விசாரிக்கவே வேண்டாம், ரொம்ப நல்ல இடம் என்று சொன்னார்."

"ஊஹூம்" என்றார் சர்மா. பிறகு திடீரென்று, "நீங்கள் வடமர்தானே?" என்று கேட்டார்.

"வட தேசத்து வடமன்; நன்னிலம் அருகில்."

"எந்த இடமோ?"

"போலகம்."

"போலகமா?" என்றார் சர்மா. பிறகு மறுபடியும் யோசித்த படி உட்கார்ந்திருந்தார். அவர் முகத்தில் ஓர் எரிச்சல்குறி படர்ந்தது. "கீதா!" என்று இரைந்து கூப்பிட்டார்.

அந்தப் பத்து வயதுப் பெண், "என்னப்பா?" என்று கேட்டுக்கொண்டு வந்தாள்.

"இந்தச் சனியன் என்ன கத்துகிறது? மூடி வை!" என்றார். கீதா ரேடியோவை மூடி வைத்துவிட்டுப் போனாள். சர்மா, "கடைசிப் பெண் என்றுதானே சொன்னீர்கள்?" என்றார்.

"ஆமாம். எனக்கு இரண்டு பெண்ணும் இரண்டு பிள்ளைகளும். இவள்தான் கடைசிக் குழந்தை. ஜாதகத்தை மாற்றிக் கொண்டு போகலாம் என்று வந்தேன்."

"அதற்கென்ன?" என்றார் சர்மா. முத்துசுவாமி ஐயர் பேபி ஜாதகத்தை அவரிடம் கொடுத்தார். சர்மா அதை வாங்கிக்கொண்டு திரும்பி அவர் தலைக்கு மேல் பார்த்தார். அங்கே சுவரில் ஒரு கடிகாரம் தொங்கியது.

முத்துசுவாமி ஐயர், "பஸ் சரியாகக் கிடைக்கவில்லை" என்றார்.

"அதற்கில்லை. இதெல்லாம் ஆயிரம் காலத்துப் பயிர் என்பார்கள்" என்றார் சர்மா. பிறகு முத்துசுவாமி ஐயர் கொடுத்த ஜாதகத்தையும் எழுதியிருந்த விவரங்கள் எல்லாவற்றையும் நிதானமாகப் படித்தார். அப்புறம், "கீதா!" என்று கூப்பிட்டார்.

கீதா வந்து நின்றாள்.

சர்மா, "அண்ணா மாடியிலே இருக்கிறானா?" என்று கேட்டார்.

"ஒரு அண்ணாவும் வீட்டில் இல்லை. எல்லாரும் வெளியில் கிளம்பியாயிற்று."

"அப்போது நீதான் என் ஆபீஸ் அறையைத் திறந்து, அதில் அந்தக் கறுப்புப் பெட்டியிலிருந்து ராமு ஜாதகம் ஒன்று கொண்டுவா."

கீதா ஒரு காகிதத்தைக் கொண்டுவந்து சர்மாவிடம் காட்டி, "இதுதானே?" என்று கேட்டாள்.

"எங்கே? ஆமாம்." சர்மா அதை வாங்கிக்கொண்டார். பிறகு இரண்டு கையாலும் அதை முத்துசுவாமி ஐயருக்குக் கொடுத்தார். ஜாதகம் மஞ்சள் காகிதத்திலேயே அச்சடித்திருந்தது.

"நாங்கள் பொருத்தம் பார்த்துவிட்டோம். நீங்களும் பாருங்கள்" என்றார் முத்துசுவாமி ஐயர்.

"உம், பார்க்கிறேன்" என்று இழுத்தாற்போல் சொன்னார் சர்மா. பிறகு ஒரு தீர்மானத்துக்கு வந்தவர் போல, "நான் பார்க்கிறேன். சுந்தரராமன் வந்திருந்த போதே ராமமூர்த்தி சொல்லிவிட்டான், இந்த வருஷம் அவனுக்குக் கல்யாணம் இல்லை என்று."

"ஓகோ" என்றார் முத்துசுவாமி ஐயர். அவருக்கு ஏதோ ஒரு பளு குறைந்தது போலத் தோன்றியது.

"எனக்குக் கல்யாணத்துக்கு ஒரு பெண் இருக்கிறாள். ஒன்று என்ன, இரண்டு பேர் இருக்கிறார்கள். தங்கைகளுக்கு முதலில் முடித்துவிடு என்று சொல்கிறான்."

"ஓகோ."

"நானும் ஏதேதோ சொல்லிப் பார்த்தேன், அதற்கும் இதற்கும் என்ன சம்பந்தம் என்று. அவன் அதுதான் முக்கியம் என்கிறான்."

"ஊஹூம்."

"ஏதோ நான் மறுபடியும் சொல்லிப் பார்க்கிறேன். சரி என்று சொன்னானானால் உங்களுக்குத் தகவல் அனுப்புகிறேன்."

"நான் வருகிற வாரம் வந்து பார்த்துவிட்டுப் போகிறேன்."

"வேண்டாம். ஏதாவது இருக்குமானால் உங்களுக்கு ஒரு கார்டு எழுதிப் போட்டுவிடுகிறேன். உங்களை ஏன் வீணாக அலைக்கழிக்க வேண்டும்?"

முத்துசுவாமி ஐயர் வெளியே வந்தபோது தெருவில் பால்காரர்களும் பூ விற்பவர்களும் நிறையத் தென்பட்டார்கள். தலைவலி தம்மை விட்டுப் பூரணமாக விலகிவிட்டதை அவரால் உணர முடிந்தது. அடுத்த தெருவுக்கு வந்தார். அதன் ஒரு கோடியில் அவர் நண்பர் ஒருவர் இருந்தார். அவர் வீட்டில் சனி ஞாயிறு இரு நாட்களிலும் மாலை ஆறரை மணியிலிருந்து ஏழரை வரை ஒரு பண்டிதர் உபநிஷத் சாரம் கூறுவார். ஏழெட்டுப் பேர்கள் நெருங்கி உட்கார்ந்து கொண்டு அதைக் கேட்பார்கள். முத்துசுவாமி ஐயர் நண்பரிடம் பல விஷயங்களைப் பற்றிப் பேசிக்கொண்டிருந்தார். அவருக்கு ஒரு தம்ளர் காபியும் கிடைத்தது. சீக்கிரமே உபநிஷத் விளக்கம் ஆரம்பமாயிற்று. முத்துசுவாமி ஐயரும் இருந்து அதைக் கேட்டார். பண்டிதர், "ஓங்கார உச்சாரணத்துடன் அறிந்தவர் அறியாதவர் என்ற இருவகையினரும் கர்மங்களைச் செய் கிறார்கள். அறிவும் அறியாமையும் வெவ்வேறு. ஆகையால் தத்துவ ஞானத்துடனும் சிரத்தையுடனும் யோக முறையை அநுசரித்தும் எது செய்யப்படுகிறதோ அதுவே மிகுந்த வீரிய முடையதாகும்" என்று சொன்னார்.

உபந்நியாசம் முடிந்தவுடன் முத்துசுவாமி ஐயர் பஸ் ஸ்டாண்டுக்குக் கிளம்பினார். உபந்நியாசத்துக்கு வந்தவர் ஒருவர் தம் காரில் அவரை எழும்பூர் ஸ்டேஷனில் விட்டு விட்டுச் சென்றார்.

எழும்பூர் ஸ்டேஷனில், மின்சார ரெயிலுக்கு டிக்கெட் வாங்குவதற்கு நின்று கொண்டிருந்தவர்களின் வரிசையில் அவரும் நின்றுகொண்டார். அவர் முறை வந்தபோது டிக்கெட் ஜன்னலின் சின்னத் துவாரம் வழியாக ஒரு ரூபாய் நோட்டை நுழைத்து, "ஒரு மாம்பலம்" என்றார். பத்தொன்பது பைசா டிக்கெட் ஒன்றுடன் பாக்கிச் சில்லறை அரை ரூபாய், பத்துப் பைசா, இரண்டு பைசா, அப்புறம் அணாக்களாக மூன்று அவரிடம் கொடுக்கப்பட்டது. "அயோக்கியத்தனம்" என்று சொல்லிக்கொண்டே முத்துசுவாமி ஐயர் மேல் பாலத்தின்

மாடிப்படி ஏறினார். அந்த வேளையில் மின்சார ரெயிலுக்காக அதிகக் கூட்டம் காத்திருக்கவில்லை. முத்துசுவாமி ஐயர் பிளாட்பாரத்தை அடைந்தவுடன் அங்கே இருந்த வெற்றிலைப் பாக்குக் கடையைத் தாண்டிச் சென்றார். அதற்குச் சிறிது தள்ளி இருக்கும் பெஞ்சு ஒன்றில் மூட்டை முடிச்சுகளுடன் உட்கார்ந்திருந்த சில பெண்மணிகளுடன் பேபியும் உட்கார்ந் திருந்தாள். அவள் எங்கேயோ ஆகாயத்தைப் பார்த்த மாதிரி விறைத்து உட்கார்ந்திருந்தாள், அவள் எதிரிலே பார்த்தவுடன் அருவருப்பும் பயமும் எழக்கூடிய உடையும் பாவனையும் கொண்ட நான்கு இளைஞர்கள் சிகரெட் குடித்துக்கொண்டு உரக்கச் சிரித்தும் பாடிக்கொண்டும் இருந்தார்கள்.

முத்துசுவாமி ஐயர் அவரை அறியாமல் பேபியின் கண்ணில் படமுடியாத இடமாகப் பார்த்து ஒதுங்கிக் கொண்டார். அவர் செய்யக்கூடியது ஒன்றும் இல்லை. அந்தப் பையன்களுக்கு அவர் இணை அல்ல. அவர் ஏதாவது செய்யவோ சொல்லவோ போனால் அவர்கள் நால்வரும் பக்கத்துக்கு ஒருவராக அவரைப் பிய்த்துவிடுவார்கள்.

சக்தியற்றவராகப் போனதால் முத்துசுவாமி ஐயருக்கு ரத்தம் கொதித்தது. அந்தப் பையன்களை ஒன்றுமே செய்ய முடியாது. "நீ யார் கேட்பதற்கு?" என்பார்கள், "இங்கே நிற்பதற்கு எனக்கு உரிமை இருக்கிறது" என்பார்கள். பையன்கள் என்ன? வயசானவர்கள், கல்யாணமாகி நான்கைந்து குழந்தைகள் பெற்றவர்கள் கூடப் பெண்கள் நடமாட்டம் இருக்கும் இடத்தில் ஏதோ மாதிரிதான் நடந்துகொள்கிறார்கள்.

முத்துசுவாமி ஐயருக்கு ஒரேயடியாக வியர்த்தது. பேபி பகல் காட்சிக்குப் போகிறேன் என்றவள் இப்போதுதான் வீடு திரும்புகிறாள் போல் இருக்கிறது. தினமும் அவள் வீடு திரும்பும்போது இருட்டிவிடுகிறது. அப்படி என்றால் தினமும் இம்மாதிரி எண்ணற்ற ஆபத்துக்களுக்கிடையில் ஒருவிதப் பாதுகாப்புமின்றி அவள் போய்விட்டு வருகிறாள். ரெயில்வே பிளாட்பாரமாவது பரவாயில்லை. நிறைய மனிதர்கள் இருப் பார்கள்; எல்லாம் ஓர் அளவுக்கு மீறிப் போகாது. ஆனால் மற்ற இடங்களில்? அவள் வேலைக்கென்று போகிறாளே, அந்த இடத்திலேயே எதற்கும் அஞ்சாத அயோக்கியர்கள் இருந்தால்? அவளுக்குக் கல்யாணம் என்று ஒன்று செய்து விட்டிருந்தால் இந்தத் துடிப்புக்குச் சந்தர்ப்பமே இருந்திருக்காது. இதற்குத்தான் பத்து வயதிலும் பன்னிரண்டு வயதிலும் பெண்களுக்குக் கல்யாணம் செய்து வைத்தார்களோ? மங்களத் துக்கும் தனக்கும் கல்யாணமாகும்போது மங்களத்துக்குப் பத்து வயது நிரம்பவில்லையே!

ரெயில் ஒன்று வந்து நின்றது. பேபி கூட்டத்துடன் கலந்துபோய் வண்டியில் ஏறிக்கொண்டாள். முத்துசுவாமி ஐயர் பின்தங்கியே நின்றார். இரண்டு முறை ஊதல் ஊதிய வுடன் ரெயில் கிளம்பிப் போய்விட்டது. முத்துசுவாமி ஐயர் பிளாட்பாரத்திலேயே அடிமேல் அடிவைத்து நடந்தார். அவருடைய மூத்த பெண்ணுக்கு வெகு நாட்களுக்கு முன்பு அவள் எட்டாவது வகுப்பில் இருக்கும்போதே வெகு சுலபமாகக் கல்யாணம் நடந்துவிட்டது. ஒரே ஒரு ஜாதகந்தான் முத்து சுவாமி ஐயரிடம் வந்தது. அது பொருந்தியிருந்தது. பிள்ளைக்குப் பெண்ணைப் பிடித்துவிட்டது. கல்யாணம் நடந்துவிட்டது. அவருடைய பிள்ளைகளுக்கும் மனைவிகள் வந்து ஒருவன் ஹைதராபாத் ஒருவன் பம்பாய் என்று போய்விட்டார்கள். பேபிக்குத்தான் வருஷக் கணக்கில் பாடுபட்டு வரன் தேடுகிறார்; இன்னும் ஒன்றும் கிடைக்கவில்லை. இன்றைக்குச் சென்ற இடங்கூட இல்லை என்கிற மாதிரிதான். பேபி ஏன் இவ்வளவு அதிருஷ்டக் கட்டையாகிவிட்டாள்?

பேபிக்கு அதிருஷ்டம் இல்லையா அல்லது அவருக்குத் தான் கையாலாகவில்லையா? முத்துசுவாமி ஐயருக்குத் தாம் பிற்பகல் அரைமணி முன்னதாகவே கிளம்பி இருக்க வேண்டு மென்று தோன்றியது. ராகு காலத்துக்கு முன்பே போயிருந்தால் ஒரு வேளை இந்த அஸிஸ்டண்ட் புரொபசர் ராமமூர்த்தியே நிச்சயமாகி இருக்கலாம். பெண்ணைக் கண்ணை மூடிக் கொண்டு கொடுக்கலாம் என்று போர்ட் டிரஸ்ட்காரர் சொல்லியிருந்தார். ஏன் சொல்லிவைத்தாற்போல் சமயத்துக்குத் தலைவலி வர வேண்டும்? இந்த வரனும் இல்லை என்றவுடன் அது பறந்து போய்விட்டது. பேபி கல்யாணமாகிப் போவதில் தமக்குச் சிரத்தையே இல்லை. எதையும் சிரத்தையுடன் செய்தால்தானே பலன் இருக்க முடியும்? விவாக விளம்பரங் களைப் படித்துவிட்டு, ‘இன்று ஒன்றும் இல்லை’ என்று நிம்மதி அடைந்துவிட்டால் போதுமா?

முத்துசுவாமி ஐயருக்குப் பேபியின் கல்யாண விஷயத்தில் தமக்குச் சிரத்தையே இல்லாமல் இருக்கக் கூடும் என்பதை நம்ப முடியவில்லை. பேபி அவருக்கு வெகு நாட்கள் கழித்துப் பிறந்த குழந்தை. அவர் அவளிடம் மிகவும் அன்பாக இருந்தார். அவளுக்கு நிறையச் சலுகைகள் கொடுத்தார். அவள் என்ன பிடிவாதம் பிடித்தாலும் கோபித்துக்கொள்ளமாட்டார். அவளுக்காகப் பரிந்துகொண்டு அவள் அம்மாவுடன் நிறையச் சண்டைபோடுவார். அவள் எப்போது வேண்டுமானாலும் எழுந்திருக்கலாம், எங்கே வேண்டுமானாலும் போகலாம்,

எப்படி வேண்டுமானாலும் பேசலாம். முதல் தேதி வந்தவுடன் சம்பளத்தை மட்டும் அவர் கையில் கொடுத்துவிட்டால் போதும்.

முத்துசுவாமி ஐயர் ஸ்தம்பித்து நின்றார். பேபியிடம் அவர் காட்டும் பரிவும் சலுகையும் எதற்காக என்று இப்போது தெரிந்துவிட்டது. இவையே அவளுக்குப் பிற்காலத்தில் மிகுந்த சங்கடத்தையும் துக்கத்தையும் தரலாம். ஆனால் யார் எப்படிப் போனால் என்ன? அவருக்கு இன்னும் மிஞ்சி இருக்கும் சில ஆண்டுகளை அதிகம் உடல் அலட்டிக் கொள்ளாமல் காலம் தள்ள வேண்டும். பேபி கணவன் வீட்டுக்குப் போய் விட்டால் மாதம்மாதம் நூற்று முப்பத்தேழு ரூபாய்க்கு எங்கே போவது? பிள்ளைகளைக் கேட்டு எழுதுவதற்குத் தைரியம் இல்லை. அப்புறம் எவனாவது வேலை தருகிறேன் என்று கூப்பிட்டால் மறக்காமல் கொள்ளாமல் அவன் கூப்பிட்ட வேளைக்கு அவன்முன் போய் நிற்க வேண்டும்.

முத்துசுவாமி ஐயர் நடுங்கிப் போய்விட்டார். "ஈசுவரா என்னை என்னிடமிருந்து காப்பாற்று" என்று சொல்லிக் கொண்டார். இரண்டு மூன்று பேர்கள் அவரைத் திரும்பிப் பார்த்தார்கள். அவர் உரக்கப் பேசி இருக்க வேண்டும்.

(1959)

வெறி

சத்யன் குமாரை முஷ்டியால் ஓங்கி ஒரு முறை குத்திவிட்டேன். இடது தாடையைத் தடவிக் கொண்டு அவன் எழுந்தவுடன் நான் இன்னொரு முறைக்குத் தயாராக இருந்ததும் உண்மைதான். அதற்குள் ஸ்டுடியோவில் என்னோடு வேலை செய்பவர்கள் என்னைப் பிடித்துக்கொண்டார்கள். நான் ஏன் சத்யன் குமாரைத் தாக்கினேன் என்று யாருக்கும் தெரியாது. சத்யன் குமாருக்கே கூடத் தெரியாது. என்னை நன்றாகத் தெரிந்தவர்கள் எல்லாருக்கும் பெரிய ஆச்சரியம், நான் எப்படி என் கையை உயர்த்தி இன்னொருவனை அடிக்கவும் முடிந்தது என்று. நான் எதற்கும் விளக்கம் கூறிக்கொண்டிருக்கவில்லை. சத்யன் குமார் போன்ற பெரிய நக்ஷத்திரங்களைத் தாக்க நினைப்பவர்களுக்கு நல்ல பாடமாக இருக்கட்டும் என்கிற முறையில் இந்த விவகாரம் போலீஸ் வரைக்கும் போய் எனக்குத் தண்டனையும் விதிக்கப்பட்டது.

பலருக்குப் புரியாதது இன்னொன்றும் இருந்தது. தருண்முகர்ஜியை நான் எப்படி நண்பனாகக் கொள்ள முடியும் என்பதுதான் அது.

தருண்முகர்ஜி ஒரு வங்காள சினிமா வாரப் பத்திரிகையின் சென்னைப் புகைப்படக்காரன். அந்தப் பத்திரிகை யார்யாரிடமோ அவ்வப்போது புகைப்படங்களை வாங்கிப் பிரசுரிப்பதற்குப் பதில் சென்னையிலேயே ஒரு புகைப்படக்காரனை

அசோகமித்திரன்

மாதச் சம்பளத்திற்கு வைத்துக்கொள்வது சிக்கனமானது என்று கண்டுகொண்டது. அந்தக் கல்கத்தா பத்திரிகைக்கு இன்னும் தருண்முகர்ஜிதான் தென்னிந்திய நட்சத்திரங்களின் படங்களை அனுப்புகிறான். தருண்முகர்ஜியின் படங்களுக்குப் பலமுறை அப்பத்திரிகை விசேஷப் பாராட்டுத் தெரிவித்திருக்கிறது.

தென்னிந்திய நட்சத்திரங்களின் புகைப்படங்கள் அனுப்புவது மட்டும்தான் தருண்முகர்ஜியின் பொறுப்பு என்றில்லை. சென்னைக்கு வரும் வட இந்திய நட்சத்திரங் களின் புகைப்படங்களையும் அவன் எடுத்து அனுப்ப வேண்டும். இந்நாட்களில் சென்னையில் தொடர்ந்து அநேக பம்பாய் நடிக நடிகையர்கள் வந்து போகிறார்கள். உண்மையில் சென்னையில் தயாராகும் ஏராளமான ஹிந்திப் படங்களில் அவை சென்னையில் எடுக்கப்படுகின்றன என்பது ஒன்று தான் சென்னையின் பங்கு. மற்றபடி மேக்கப், சிகையலங்காரம், உதவி சக டைரக்டருக்கு உதவியாளன்கூட வட இந்தியக் காரர்கள்தான். இதனால் எல்லாம் தருண்முகர்ஜிக்கு வேலை அதிகம். பிளாக் மார்க்கெட்டில் ஃப்ளாஷ் பல்புகளை இரட்டை விலை கொடுத்து வாங்கி அவன் பத்திரிகையிட மிருந்து அவைக்காக மூன்று மடங்கு விலை வாங்கிவிடுவான். அப்படித்தான் நான் நினைத்துக்கொண்டிருந்தேன்.

லிப்ரா ஸ்டுடியோவில் வரவேற்பாளனாக நான் வேலை பார்த்து வந்ததால்தான் தருண்முகர்ஜியை நான் அறியச் சந்தர்ப்பம் ஏற்பட்டது. அவன் முதன்முறை வந்தபோது புன்னகையுடன் பெரிதாக ஒரு சலாம் போட்டுவிட்டு உள்ளே போய்விட்டான். அரைமணி கழித்துத்தான் அவன் ஒரு புகைப்படக்காரன், அவனை உள்ளே விட்டது தவறு என்பது எனக்குக் கடும் எச்சரிக்கையுடன் தெரிவிக்கப்பட்டது – லிப்ரா ஸ்டுடியோவில் நுழைய அவ்வளவு கடும் நிபந்தனைகள். தருண்முகர்ஜி வெளியே வந்தபோது தலையைக் குனிந்து கொண்டு வந்தான். அவனுக்கு என்னைச் சங்கடத்தில் இழுத்துவிட்டது பற்றி உண்மையிலேயே வருத்தம். அதன் பிறகு அவன் பலமுறை லிப்ரா ஸ்டுடியோவுக்கு வந்தாலும் என்னை ஒருவிதத்திலும் பாதிக்காதபடி பார்த்துக்கொண்டான். அவனுக்குப் பல நடிக நடிகையரை நேரடியாகத் தெரியும். அவர்களைப் படம் எடுக்க வந்தால் முன் கூட்டியே ஸ்டூடியோ அதிகாரிகளிடம் அனுமதி வாங்கிவைக்க அவனே ஏற்பாடு செய்துவிடுவான். வேறு எந்த இடத்திலும் அவன் இப்படிக் கட்டுதிட்டங்களுக்கு உட்பட வேண்டிய அவசியம் கிடையாது. பத்திரிகைப் புகைப்படக்காரன் என்ற உரிமையோடு எங்கும்

போகக்கூடிய அவன் லிப்ரா ஸ்டூடியோவைப் பொறுத்தமட்டில் தன்னைச் சிறுமைப்படுத்திக் கொள்வதைப் பொருட்படுத்த வில்லை. அது என் பொருட்டு என்று எனக்கு நன்றாகத் தெரியும். என்னால் அவனுக்கு விசேஷமாக ஒன்றும் உதவ முடியாது. அவன் எப்போதும் அங்கும் இங்கும் அலைந்து திரிந்துகொண்டிருக்க வேண்டியவன். மரியாதை, சுய கௌரவம் முதலியன பற்றி அதிகம் கவலைப்படக் கூடாது. சந்தர்ப்பங் களில் அழையா விருந்தாளியாக உள்ளே புகுந்துவிட வேண்டும். பலர் இடித்துத் தள்ளுவதற்கும் கிண்டல் செய்வதற்கும் பாத்திரமாக வேண்டும். இப்படி எல்லாம் இருந்தும் பலர் ரகசியமாக அவன் தயவை நாடுகிறார்கள் என்பது அவனுக்குத் தெரியும்; அவன் ஃபிளாஷ் விளக்கு கண் சிமிட்டி அணையும் போதெல்லாம் காமிரா தன் பக்கம் திரும்பியிருக்கக் கூடாதா என்று அநேகர் ஏங்குவது அவனுக்குத் தெரியும் இதற்கெல்லாம் நான் சிறிதும் உபயோகமற்றவன். இருந்தாலும் அவன் ஸ்டுடியோ பக்கம் வந்தால் அவசியம் என்னிடம் வந்து நின்று பேசிவிட்டுப் போவான். நாங்கள் அரைமணி நேரமாவது உலகத்தைப் பற்றியும் சினிமாவைப் பற்றியும் அதன் பிரகிருதிகள் பற்றியும் பேசிக்கொள்வோம். அவன் எப்போதும் குதூகலமாகப் பேசுவான். இடைஞ்சல்கள், தோல்விகள் நிறைய ஏற்பட்டாலும் அவன் உற்சாகமாக, விஷமக் கலப்பில்லாத நகைச்சுவையுடன் பேசுவான். பலர் அவன் ஒரு ‘மஞ்சள்’ ஆசாமி என்றும் நடிக நடிகையரைப் பயமுறுத்திப் பணம் பறிப்பவன் என்றும், கூட்டிக் கொடுப்பவன் என்று கூடச் சொல்லுவார்கள். இது உண்மையாக இருக்கக்கூடும் என்று தோன்றுமளவுக்கு ஒரு ஹிந்தி நடிகன் தருண்முகர்ஜி ஒண்டிக் கட்டையாக வசித்து வந்த அறைக்கு டெலிபோன் அமைக்க ஏற்பாடு செய்திருந்தான். இப்படியெல்லாம் தருண்முகர்ஜி பெயர் வாங்கியிருந்தாலும் நான் அவனுக்கு நண்பனாக இருந்தேன். பலமுறை அவனுடன் போனில் பேச முயன்றும் முடியாமல் போயிருந்தது. சில மாதங்கள் கழித்து, கட்டணம் கட்டாத காரணத்திற்காக டெலிபோன் விலக்கப்பட்டது என்று அறிந்தேன்.

தருண்முகர்ஜி அறிமுகமாகிப் பல வருடங்கள் கழித்துத் தான் நான் அவன் அறைக்குப் போக நேரிட்டது. அவனுக்கு என்னால் ஆகவேண்டியது ஒன்றுமில்லை. எனக்கு அவனால் ஆகவேண்டியது ஒன்றுமில்லை. ஆதலால் நாங்கள் எதேச்சை யாக சந்தித்தால் போதுமானதாக இருந்தது. ஆனால் அந்நேரங் களில் நாங்கள் இருவருமே அச்சந்திப்பு நேர்ந்ததில் பெரும் மகிழ்ச்சியுற்றிருக்கிறோம்.

ஒரு நாள் நல்ல இரவில் குழாய் ரிப்பேர் செய்பவன் ஒருவனை நான் தேடிப் போக வேண்டியிருந்தது. மிகவும் அவசரம். வீட்டில் தண்ணீர் சுத்தமாக வரவில்லை. குழாய் ரிப்பேர்காரன் இன்னும் வீடு திரும்பவில்லை. அவனுக்காகக் காத்திருந்து அந்தக் குறுகிய, சேறு நிறைந்த நாற்றமெடுக்கும் சந்தில் நான் நின்றுகொண்டிருந்தேன். அந்த வேளையில்கூட இளைத்து, எலும்பு புடைத்துத் தெரியும் அரைகுறையாடைக் குழந்தைகள் வெளியில் விளையாடிக்கொண்டிருந்தன. அக்குழந்தைகளுக்குக் குடிசையுள்ளே கிடப்பதற்கு அந்தச் சேற்று நாற்றமே மேல் என்றிருக்க வேண்டும். அங்கொன்று இங்கொன்று எரிந்துகொண்டிருந்த எண்ணெய் விளக்குகளில் அந்தக் குடிசைகளில் நிழல் உருவங்கள் அசைந்துகொண்டிருந்தன. அப்போதுதான் தருண்முகர்ஜி அந்தப் பக்கத்தில் எங்கோ வசிப்பதாகச் சொல்லியிருந்தது நினைவுக்கு வந்தது. ஓர் ஓட்டல் மாடியில் தான் இருப்பதாகச் சொல்லியிருந்தான். அந்த இடத்தில் அந்த ஓட்டல் ஒன்றுதான் ஓட்டுக்கூரைக் கட்டிடமாக இருந்தது. அது சந்துக்கோடியில் இருந்தது. பெரிய மனது செய்துதான் அதை ஓட்டல் என்று சொல்ல முடியும். ஒரு பெட்டிக்கடையையே சாப்பிடும் இடமாகவும் மாற்றியிருந்தார்கள். சுமார் பன்னிரண்டு அடிச் சதுரமுள்ள ஒரே அறையைச் சமையலறையாகவும் சாப்பிடும் இடமாகவும் பணம் வாங்குமிடமாகவும் உபயோகித்துக்கொண்டிருந்தார்கள். மண் சுவர்தான். அதில் டீக்கறையும் வெண்ணெய்ப் பிசுக்கும் வேறு உணவுப் பொருள் கறையுமாகக் கையெட்டக்கூடிய உயரம்வரை எங்கும் இருந்தது. அப்போது ஓட்டல் மூடும் நேரம். அந்த அறைக்குப் பின்னால் சிறு முற்றமாக இருந்த இடத்தில் நசுங்கியும் கரி படர்ந்ததுமான சிறிதும் பெரிதுமான அலுமினியப் பாத்திரங்களும் பீங்கான் கோப்பைத் தட்டுகளும் கழுவுவதற்காகக் குவிக்கப்பட்டிருந்தன. அங்கேதான் மாடிக்குப் போக ஒரு குறுகிய செங்குத்தான மாடிப்படி இருந்தது. மாடிப்படி ஏறியவுடன் ஓர் அறையில் பழைய பெட்டிகள், கிழிந்த அழுக்குப் பாய் படுக்கைகள், துணிமணிகள், ஒரு வெங்காயக் குவியல் இவை மத்தியில் ஓட்டல் சமையற்காரன் மற்றும் பணியாள்கள் மூன்று நான்கு பேர் படுத்திருந்தார்கள். அந்த இடத்திற்குச் சென்றிராவிட்டால் இப்படியும் வசதியற்ற அவலமான சூழ்நிலையில் மனிதன் பிழைத்திருக்கவும் முடியும் என்று கற்பனை செய்து பார்ப்பதுகூடக் கடினம். அந்த இருண்ட, அசிங்கமான, நாற்றமெடுக்கும் மாடியில் இன்னொரு கதவும் காணப்பட்டது. அதுதான் தருண்முகர்ஜியின் அறை என்று எனக்குக் காண்பித்தார்கள். எனக்கு அந்த அறைக் கதவைத் தொடக் கை சிறிது கூசியது. ஒரு

முறை தட்டினேன். பிறகு இன்னொரு முறை தட்டினேன். கதவு திறந்தது. வந்தவன் நான்தான் என்று நிதானப்படுத்திக் கொள்ளத் தருண்முகர்ஜிக்குப் பல விநாடிகள் ஆயின.

அந்தக் கல்கத்தாப் பத்திரிகை தருண்முகர்ஜிக்குத் தொண்ணூறு ரூபாய் சம்பளம் கொடுத்து வந்தது. இந்தத் தொண்ணூறு ரூபாய் ஏழாம் தேதியிலிருந்து இருபதாம் தேதிவரை என்றைக்கு வேண்டுமானாலும் வரக்கூடும். இதனால் தருண்முகர்ஜிக்கு அவன் செலவுகளைப் பங்கீடு செய்துகொள்வதில் பெரும் சங்கடம் இருந்தது. அவன் எடுக்கும் புகைப்படங்களை வேறு புகைப்படக் கடைகளில் கழுவி பிரதிகள் எடுப்பதற்குக் கொடுப்பது அவனுக்குக் கட்டி வராது. அவன் அவைகளுக்காகச் செலவழிக்கும் பணம் முழுவதையும் அவன் பத்திரிகை ஈடு கட்டும் என்று சொல்ல முடியாது. அப்படியே அது கொடுக்கும் பணமும் எவ்வளவோ மாதங்கள் கழித்துத்தான் அவனுக்குக் கிடைக்கும். அதனால் அந்தச் செலவுகள் எல்லாவற்றையும் குறைக்கத் தருண்முகர்ஜி அவன் இருக்குமிடத்திலேயே ஒரு 'இருட்டறை'யை அமைத்துக் கொண்டிருந்தான். அந்த ஹோட்டல் மாடியில் அவன் அறை ஆறடிக்குப் பத்தடிகூட இருக்காது. அதற்குள் புகைப் படங்களைக் கழுவுவதற்கான ஒரு 'டார்க் ரூம்.' உண்மையில் அந்த இருட்டறை ஜாதிக்காய்ப் பலகைகளால் செய்யப்பட்ட ஒரு பெரிய பெட்டி. தருண்முகர்ஜி அந்தப் பெட்டிக்கு மேலிருந்து தள்ளிவிடக்கூடிய ஒரு கதவு வைத்திருந்தான். அவன் அந்தப் பெட்டிக்குள் தன்னைக் கூனிக்குறுகி நுழைத்துக் கொண்டு அந்தக் கதவை மூடிக்கொண்டு விடுவான். மூச்சை அழுத்தும் ஹைபோ மற்றும் வேறு ரசாயன நெடி நிறைந்த அந்தப் பெட்டிக்குள் தவளைபோல் குந்தி உட்காரச் சாதாரண மனிதர்களால் சில கணங்களுக்குக்கூட முடியாது. ஆனால் தருண்முகர்ஜிக்கு அதுதான் ஜீவாதாரமாக இருந்தது. அறையில் மற்ற இடங்களில் ஏகப்பட்ட காகிதங்கள், வெவ்வேறு அளவுள்ள புகைப்படங்கள், படுக்கை, இரண்டு மூன்று கட்டைப் பெட்டிகள், துணிமணிகள், டஜன் கணக்கில் புகைக்கப்பட்டு எறியப்பட்ட சிகரெட் துண்டுகள், இன்னமும் சரியாகக் கழுவப்படாமல் கிடக்கும் நசுங்கி சொட்டை விழுந்த டிபன் காரியர், ஒரு மண்பானை – இதுதான் தருண் முகர்ஜியின் வாசஸ்தலமாக இருந்தது.

தருண்முகர்ஜி ஏதாவது சால்ஜாப்பு கொடுத்துக்கொண் டிருந்தான், என் கண்ணில் விழுந்தது எதுவானாலும் அதைப் பற்றி. ஆனால் அதற்கு அவசியமுமில்லை, எவ்வளவு சால்ஜாப்பும் போதவும் போதாது. அவனுக்குத் தனியிடம்

வேண்டும், சில விசேஷ வசதிகள் வேண்டும், ஆனால் அவனிடம் போதியப் பணம் கிடையாது. அவனால் முடிந்தது இவ்வளவுதான். உண்மையில் அதற்குள் ஏதாவது பயங்கர நோய் கண்டு ஏதோ பொது ஆஸ்பத்திரியின் பொதுவார்டில் அவன் சாகாமல் இருந்தது விந்தை.

"தருண்முகர்ஜி, இந்த இடத்தைவிட்டு நீ உடனே கிளம்ப வேண்டும்," என்று சொன்னேன்.

"ஆமாம், சார், ஒரு நல்ல இடம் கிடைத்தவுடன்."

"இதைவிட எந்த இடமும் நல்ல இடமாகத்தான் இருக்கும். நீ நாளைக்கே காலி செய்துவிட வேண்டும்."

"நிச்சயம், சார். வேறு இடம் கிடைத்தவுடனே காலி செய்துவிட வேண்டியதுதான்.

"நீ இப்படிச் சொல்லிக்கொண்டே ஒத்திப்போடுவாய்."

"எனக்குப் பதினைந்து ரூபாயில் ஒரு தனி இடம் எங்கே கிடைக்கும் சார்? கிடைத்தால் அடுத்த நிமிஷம் போய்விடுவேன். இங்கே சென்னையில் நாற்பது ரூபாய்க்குக் கூடத் தனியிடம் கிடைப்பதில்லை. பாருங்கள், சார். எனக்கு எலெக்டிரிக் லைட் வேண்டியிருக்கிறது. வேறு நல்ல இடம் பெரிய இடம் இருபது ரூபாயில்கூடக் கிடைக்கும். ஆனால் விளக்கு இருக்காது. அப்புறம் கொஞ்சம் பாதுகாப்பான இடமாக இருக்க வேண்டும். என்னுடையது எது போனாலும் பரவாயில்லை. ஆனால் காமிரா சாமான்கள் எல்லாம்? அதெல்லாம் கிட்டத்தட்ட ஆயிரத்தைந்நூறு ரூபாய் பெறுமானம் உள்ளது, சார்."

நான் குழாய் ரிப்பேர்க்காரனைத் தேடிப்போனேன். தருண்முகர்ஜி போன்றவர்கள் அவர்களாகவேதான் காப்பாற்றிக் கொள்ள வேண்டும்.

ஒரு மாதம் கழித்து அவனுக்குக் கல்யாணம் நடந்தது என்று கேள்விப்பட்டேன். அது சம்பிரதாய முறையில் நடந்த மணமல்ல. பெண் தென்னிந்தியப் பெண். அந்தப் பெண்ணின் அண்ணா அவளையும் தருண்முகர்ஜியையும் நடுத் தெருவில் செருப்பால் அடித்திருக்கிறான். சில காலம் எல்லாமே ஒரே அடிதடிக் கூச்சலாக இருந்திருக்கிறது. பிறகு ஒருவாறு சமனப் பட்டிருக்கிறது. அந்தப் பெண்ணும் வேலைக்குப் போய்க் கொண்டிருந்தபடியால் தருண்முகர்ஜி அறுபது ரூபாய் வாடகையில் ஒரு இரண்டு அறை பிளாக்கிற்குக் குடிபோக முடிந்திருக்கிறது. நான்கு மாதங்கள் முடிவதற்குள் அந்தப்

பெண்ணின் தாயார் மாப்பிள்ளையையும் பெண்ணையும் பார்க்கத் தருண்முகர்ஜியின் வீட்டிற்கு வந்துபோக ஆரம்பித் தாள். இன்னும் நான்கு மாதம் கழிவதற்குள் தருண்முகர்ஜி அவன் அம்மாவிடம் காண்பிக்க மனைவியைக் கல்கத்தா அழைத்துப்போனான். மனைவியை அங்கேயே விட்டுவிட்டுச் சென்னை வந்தான். முதல் பிரசவத்தை அவன் தாயார் தகப்பனார் பார்த்துக்கொள்வதாக ஏற்பாடு.

எங்கள் ஸ்டுடியோ ஒரு பெரிய ஹிந்திப் படம் எடுக்க ஆயத்தம் செய்துகொண்டிருந்தது. இரண்டு மாதகாலம் பேரம் பேசியபிறகு சத்யன் குமார் கதாநாயகனாக நடிக்க ஒப்பந்தம் செய்யப்பட்டதாகத் தெரியவந்தது. ஐயாயிரம் குறையப் பத்து லட்சம் ரூபாய். மூன்று வருட காலத்தில் சத்யன் குமாரின் படங்கள் இரண்டே வெளிவந்திருந்தன. இரண்டும் தோல்விப்படங்கள். ஆனால் சத்யன் குமாரின் கூலி மட்டும் படத்திற்குப் பத்து லட்சமாக உயர்ந்திருந்தது.

எனக்குக் காலை ஷிப்டு. சுமார் 11 மணிக்குத் தருண்முகர்ஜி வந்தான். வழக்கத்தைவிட நன்றாக உடை உடுத்தியிருந்தான்.

"பெரிய ஆளப்பா நீ!" என்று நான் கோபித்துக்கொண்டேன். "உன் கல்யாணத்தைப் பற்றி ஒரு வார்த்தை கிடையாது, நீ புது வீடு போனது பற்றி ஒரு தகவல் கிடையாது. நீ கல்கத்தா போய்விட்டு வந்தது பற்றி ஒரு மூச்சுக் கிடையாது. இங்கே என்னவோ எல்லாரும் நான் உன்னை என் கட்டை விரலடியில் வைத்திருக்கிறதாகச் சொல்கிறார்கள்!"

"தப்பாக நினைக்காதீர்கள், சார். எதற்கும் அவகாசம் இல்லாமலே போய்விட்டது. ஒன்று இப்போதே சொல்லி விடுகிறேன், சார். எனக்கு மகன் பிறந்திருக்கிறான்."

நான் கை குலுக்கினேன். ஆனால் தருண்முகர்ஜி ஏனோ நிலைகொள்ளாமல் இருந்தான். "என்ன விஷயம்?" என்று கேட்டேன்.

அவன் அதற்குப் பதில் சொல்லாமல், "ஒரு டெலிபோன் செய்யலாமா, சார்?" என்று கேட்டான்.

"தாராளமாக."

அவன் ஏதோ ஓர் எண்ணைச் சுழற்றினான். அங்கு குரல் கேட்டதும், "ரூம் 105," என்றான். ரூம் 105 தொடர்பு கிடைத்ததும் அங்கு பதில் குரல் கிடைக்க வெகு நேரம் காக்க வேண்டியிருந்தது. மகத்தான மனிதனிடம் பேசும் முக்கியத்துவம் சொட்ட தருண்முகர்ஜி கேட்டான், "சத்யன் குமார் அவர்களா?"

"சாப் பாத்ரூம் மே ஹை." அத்துடன் அங்கே டெலிபோன் வைக்கப்பட்டுவிட்டது.

தருண்முகர்ஜி மிகவும் சோர்ந்தவனாக இருந்தான். நான் கேட்டேன், "என்ன விஷயம்?"

"சத்யன் குமார், சார். இதுவரை மூன்று முறை டெலிபோன் செய்துவிட்டேன். ஒவ்வொரு தடவையும் அவனே 'எஜமானர் பாத்ரூமில் இருக்கிறார்' என்று சொல்லுகிறான். இந்த வாரம் கல்கத்தாவுக்கு இரண்டு புகைப்படங்களாவது நான் அனுப்ப வேண்டும்."

"சத்யன் குமாரா? எந்த சத்யன் குமார்?"

"உங்களுக்கு ஒன்றும் தெரியாதது போல் கேட்கிறீர்களே, சார்? அதே சத்யன் குமார்தான். உங்கள் படத்திற்காகத்தான் வந்திருக்கிறான்."

"அப்படியா? எனக்குத் தெரியாது. நிஜமாகத் தெரியாது."

"இன்றைக்குத்தான் இங்கே ஆரம்பவிழா, சார். உங்களுக்குத் தெரிந்திருக்க வேண்டும்."

"தெரியாது. நீ சொல்கிற வரையில் தெரியாது... சத்யன் குமார் சென்னையில்தான் இருக்கிறானா? ஆனால் இன்றைக்கே என்ன அவசரம்? நாளை, நாளை மறுநாள் கூட நீ போய்ப் பார்க்கலாமே?"

"இல்லை சார். இன்று மாலையே அவன் பம்பாய்க்குப் போய் நாளை பிற்பகல் ஸ்விட்ஜர்லாந்துக்குப் பறந்து செல்கிறான். அவனுக்குப் பல்வலி, ஒரு கடைவாய்ப் பல்லைப் பிடுங்க வேண்டும். இன்னும் நான்கு வாரங்களுக்கு இந்தியா திரும்பமாட்டான் சார்."

"பல் பிடுங்குவதற்கா? எனக்குத் தெரியாது."

"அதனால்தான் அவசரம். இன்றைக்கு நான் அவனைப் பார்க்கவில்லை என்றால் அப்புறம் இந்த மாதம் முடிய ஒன்றும் முடியாது. அவனுடைய பழைய புகைப்படங்கள் நிறைய இருக்கின்றன. ஆனால் அவன் இப்போது மீசையை எடுத்துவிட்டுத் தலையையும் வேறு மாதிரி வாரிக்கொள்கிறான்."

"அப்போது கஷ்டம்தான்."

"அதனால்தான் சார், காலையிலிருந்தே அவனைப் பார்க்க ஓடிக்கொண்டிருக்கிறேன். ஏர்போர்ட் போயிருந்தேன். ஏப்ரல் வரையுமே போயிருந்தேன். அப்போதே இரண்டு படங்கள்

எடுத்திருக்க முடியும். ஆனால் அவன் வெளியே போய்க் காரில் ஏறும்வரை எனக்கு அடையாளமே தெரியாமல் போய்விட்டது. அவன் பைலட், ஹோஸ்டஸ் அவர்கள் கூடவே வந்திருக்கிறான். நான் கோட்டை விட்டுவிட்டேன். அப்புறம் மீனம்பாக்கத்திலிருந்தே டாக்சி வைத்துக்கொண்டு நேரே ஓட்டலுக்கு வந்தேன். டாக்சிக்கே பதினாறு ரூபாய் ஆயிற்று, சார்! அவன் ஹோட்டல் அறைக்குள் போய்விட்டால் அப்புறம் எனக்கு வழியே கிடையாது. அதனால் அவனை ஹோட்டல் முகப்புக்குள்ளேயே பிடித்துவிட வேண்டும் என்று ஓடினேன், சார். ஆனால் அவன் சில வினாடிகள் முன்புதான் உள்ளே போய்விட்டான். அப்போதிலிருந்து பாத்ரூமிலேயே இருக்கிறான்."

"அவன் அகப்படவில்லை என்று உன் பத்திரிகைக்குச் சொல்லிவிடேன்?"

"எப்படி சார்? போன மாதம்தான் லலிதாவின் பிறந்த நாள் கொண்டாட்டத்தைத் தவறவிட்டதற்காக எனக்கு இடி கிடைத்தது. இப்போது சத்யன் குமாரையும் விட்டுவிட்டால் எனக்கு இந்த வருஷ இன்க்ரிமெண்டு நின்றுவிடும். அத்துடன் இந்தப் பதினாறு ரூபாய் டாக்சிப் பணத்தைக்கூட நான் கேட்டுவாங்க முடியாது."

"போதாத காலம்தான்."

"சார், ஒரு உதவி செய்வீர்களா?"

"என்னது?"

"உங்கள் ஸ்டுடியோவில் கேட்டு உங்கள் பட ஆரம்ப விழாவிற்கு எனக்கு அழைப்பு வாங்கித்தர முடியுமா? அப்போதாவது நான் இரண்டு புகைப்படங்கள் எடுத்து விடுவேன்."

நான் மௌனமாக இருந்தேன். வேறு யாரானாலும் இம்மாதிரிக் கோரிக்கைக்கு என் இயலாமையை உடனே சொல்லிவிடுவேன். ஆனால் தருண்முகர்ஜிக்கு அப்படிச் சொல்லிவிட முடியவில்லை. என்றுமே என்னை அணுகாதவன் வேறு வழியில்லாமல் போய்த்தான் என்னைக் கேட்டிருக்கிறான். நான் வேலை செய்து வந்த பல வருடங்களில் இம்மாதிரிச் சலுகைக்காக நான் யாரிடமும் கேட்டதில்லை. உண்மையில் யாரைக் கேட்க வேண்டும் என்றுகூட எனக்குத் தெரியவில்லை. நான் டெலிபோனை எடுத்து மானேஜரைக் கேட்டேன்.

"என்ன?" என்று அவர் வெடித்தார்.

நான் உடனே ஒன்றும் சொல்லவில்லை. இரண்டு கப் காப்பி வாங்கிவரும்படி ஆளை அனுப்பித்துவிட்ட பிறகு தருண்முகர்ஜியிடம் அவன் லிப்ரா ஸ்டுடியோவில் சத்யன் குமாரைப் புகைப்படம் எடுக்க முயலுவது பயனற்றது என்று தெரிவித்தேன். காபி சாப்பிட்டான பிறகுச் சிறிது நேரம் நாங்கள் பேசிக்கொண்டு இருந்தோம். தருண்முகர்ஜி அவன் புது விலாசத்தைத் தந்து என்னை அவன் வீட்டுக்கு அவசியம் வரும்படி அழைத்தான். பிறகு வீட்டு வேலை ஏதோ இருக்கிற தென்று சொல்லி போகும்போது மட்டும் என்னிடம் ஒரு ரூபாய் கடன் வாங்கிக்கொண்டு போனான்.

அன்று மாலை லிப்ரா ஸ்டூடியோவின் பிரம்மாண்டமான வண்ணப்படத்தின் ஆரம்ப விழா விமரிசையாக நடந்தது. சத்யன் குமார் கோஷ்டியுடன் அரை டஜன் புகைப்படக் காரர்கள் வந்திருந்தார்கள். நான் அன்றே தருண்முகர்ஜியை மீண்டும் பார்க்க நேர்ந்திருந்தால் மிகவும் சங்கடப்பட்டிருப்பேன். இன்னும் இரண்டு நாட்கள் வரையில் சங்கட உணர்வு உபாதைப்படுத்திக் கொண்டுதான் இருந்தது. ஒரு வார காலத்தில் எல்லாம் சகஜமாகப் போய்விட்டது. ஆனால் தருண்முகர்ஜியை இரண்டு மாதங்கள் கழித்துத்தான் மீண்டும் சந்தித்தேன்.

இம்முறை ஒரு எலக்ட்ரீஷியனுக்காகத் தேடிப்போயி ருந்தேன். எங்கள் வீடு பழைய வீடு. பல வருடங்களுக்கு முன்பு அந்த எலக்ட்ரீஷியன்தான் மின்சார விளக்குகள் பொருத்தியிருந்தான். இப்போது அடிக்கடி ஃபியூஸ் எரிந்து போய்க்கொண்டிருந்தது. அவனே வந்து சரிபார்த்தால்தான் நல்லது என்று எல்லாரும் சொன்னார்கள். நான் அன்று காலை பத்து மணிக்கே அவன் வீட்டைக் கண்டுபிடித்து விட்டுத் தகவலைச் சொல்லிவந்தேன். அன்று எனக்குப் பகல் ஒரு மணி ஷிப்டு. நிறைய அவகாசம் இருந்தது. தருண்முகர்ஜியின் விலாசம் என்னிடம் கைவசம் இல்லாதபோதிலும் அவன் அந்தப் பேட்டையில்தான் ஜாகை வைத்திருந்ததாகச் சொல்லி யிருந்தது நினைவிலிருந்தது. இரண்டு பேரை விசாரிப்பதற்குள் அவன் வீடு கிடைத்துவிட்டது.

அது ஒரு பத்திரிகைப் புகைப்படக்காரன் வீட்டிலிருக்கும் நேரமில்லைதான் இருந்தும் கதவைத் தட்டினேன். தருண் முகர்ஜி இருந்தான். அவன் மனைவியும் இருந்தாள்.

நான் மிகவும் சந்தோஷப்பட்டேன். தருண்முகர்ஜியும் ஒரு பொறுப்பான குடும்பஸ்தனாகிவிட்டான்! "ரொம்ப சந்தோஷம், ரொம்ப சந்தோஷம்,!" என்றேன்.

தருண்முகர்ஜி வந்தனம் தெரிவித்தான். பிறகு மெதுவாக "என் குழந்தை போய்விட்டது, சார்," என்றான்.

"எப்போது?"

"ஒரு மாதத்திற்கு மேலாகிவிட்டது."

குழந்தை மூன்று மாதங்களைத் தாண்டாத போதிலும் புரண்டுகொள்ள ஆரம்பித்துவிட்டது. ஏதாவது உச்சரிக்கக்கூட முயற்சிசெய்தது. முகம் பார்த்துச் சிரிக்க ஆரம்பித்தது. ஒரு நாள் சிறிது தும்மிற்று. அடுத்த நாள் நல்ல சுரம். தருண்முகர்ஜி யும் மனைவியும் குழந்தையை ஒரு டாக்டரிடம் கொண்டு போனார்கள். அது ஒரு ஞாயிற்றுக்கிழமை. அந்த டாக்டரம்மா வுக்கு எரிச்சலாக வந்தது. ஏதோ எழுதிச் சீட்டைக் கிழித்துக் கொடுத்தாள். என்ன ஆகாரம் தருவது என்று தருண்முகர்ஜி யின் மனைவி கேட்டபோது அந்த அம்மாள் பொரிந்து தள்ளினாள். மருந்து ஏகப்பட்ட விலை. மூன்று வேளை மருந்து கொடுத்துவிட்டுத் தருண்முகர்ஜியும் அவன் மனைவியும் இரவெல்லாம் குழந்தையின் பக்கத்திலேயே உட்கார்ந்து பொழுதைக் கழித்தார்கள். மறுநாள் தருண்முகர்ஜிக்கு ஏதோ தவிர்க்க முடியாத வேலை இருந்தபடியால் குழந்தையை டாக்டரிடம் மனைவியை எடுத்துப்போகச் சொல்லிவிட்டு வெளியே போய்விட்டான். அன்று மாலை அவன் வீடு திரும்பியபோது அவன் மனைவி குழந்தையை டாக்டரிடம் அழைத்துச் செல்லவில்லை என்று தெரிந்தது. அவளுக்குத் தனியாகப் போகப் பயமாயிருந்திருக்கிறது. கையில் பணமும் இல்லை. தருண்முகர்ஜியிடமும் சிறிது சில்லறைதான் இருந்தது; பக்கத்து வீட்டுக்காரர் அடுத்த நாள் ஐந்து ரூபாய் தருவதாகக் கூறியிருந்தார். குழந்தைகளுக்குச் சளியும் ஜுரமுமாக இருந்தது; இதற்காக மனைவியின் வீட்டுக்காரர்களைக் கூப்பிடுவதா என்ற தயக்கம். மேலும் அவர்களுக்குப் பிரசவத்தைச் சென்னை யில் வைத்துக்கொள்ளவில்லை என்று மீண்டும் கோபம். பொழுது விடிந்ததும் தருண்முகர்ஜி குழந்தையை ஒரு பொது ஆஸ்பத்திரிக்கு எடுத்துச்சென்றான். குழந்தையைப் பார்த்த வுடனேயே அங்கே 'அட்மிட்' என்று எழுதிவிட்டார்கள். குழந்தையை ஆஸ்பத்திரியில் சேர்த்தாகிவிட்டது. ஆனால் என்ன சிகிச்சை? ஆஸ்பத்திரியில் பெனிசிலின் இஞ்செக்ஷன் கொடுப்பதற்கு 'டிஸ்டில்டு வாட்டர்' இல்லாமல் தருண் முகர்ஜியே இரண்டு குப்பி வெளியிலிருந்து வாங்கிவர நேர்ந்தது. அவன் அப்படி வாங்கி வருவதற்குள் ஒரு டாக்டர் குழந்தைக்கு எப்படியோ இஞ்செக்ஷன் கொடுத்துவிட்டார். அப்போதி லிருந்து குழந்தையின் கண்கள் ஒரு பக்கமாகச் செருகிய வண்ணம் இருந்தன. மாலையில் சுரம் வந்து இரவு அது

104க்குப் போய்விட்டது. ஆஸ்பத்திரியில் ஐஸ் இல்லை. இரவு நர்ஸுக்குப் பதினேழு வயது இருக்கும். அவளுக்கு டியூடி டாக்டரிடம் சிரித்துப்பேசிக் கேட்க நிறைய விஷயங்கள் இருந்தன. தருண்முகர்ஜியின் மனைவிதான் குழந்தையின் நெற்றிக்கு ஈரத்துணி மாற்றிப் போட்டுக்கொண்டிருந்தாள். விடியற்காலை இரண்டு மணிக்குக் குழந்தை இறந்துவிட்டது. மெனிஞ்சிடிஸ் இருக்கும் என்றார்கள். மூளையுள் வீக்கமாகவும் இருக்கலாம். நியுமோனியாகவும் மாறி இருக்கலாம். குழந்தையை ஏன் இன்னும் முன்னதாகவே ஆஸ்பத்திரிக்குக் கொண்டுவர வில்லை? யார் இந்தக் கடும் மருந்தை எழுதிக் கொடுத்தது? நன்றாக வளர்ந்தவர்களால் கூட இதைத் தாங்க முடியாதே? தருண்முகர்ஜி மட்டும் இன்னும் முன்னாலேயே குழந்தையை ஆஸ்பத்திரிக்குக் கொண்டு வந்திருந்தால் டிஸ்டில்டு வாட்டர் இருந்திருக்கலாம். ஐஸ் இருந்திருக்கலாம். வேறு சுபாவமுள்ள நர்ஸ் இருந்திருக்கலாம். குழந்தைக்கு என்ன வியாதி என்று சரியாக நிர்ணயம் செய்திருக்கலாம்... பல சமயங்களில் தருண்முகர்ஜிக்கு எல்லாவற்றையும் கிளறி ஊழல் வண்ட வாளத்தை வெளிக்கொணர வேண்டும் என்றிருந்தது. ஆனால் ஒரு முறை குற்றம்சாட்டப் போய்விட்டால் அப்புறம் தொடர்ந்து மேலும் குற்றச்சாட்டு, மறு குற்றச்சாட்டு, ருசுக்கள், விளக்கங்கள் என்று நாள் கணக்கில் அல்லாடிக்கொண்டிருக்க வேண்டும். என்ன பிரயோசனம்? போன குழந்தை திரும்பி வரப்போவதில்லை.

"நீ ஏன் ஆஸ்பத்திரிக்குப் போவதற்கு முன்னால் வேறு நல்ல டாக்டரிடம் குழந்தையைக் கொண்டு போகவில்லை? பீஸை அடுத்த நாள் தந்து விடுகிறேன் என்று சொல்லியிருக் கலாமே?"

"எனக்கு அது எப்படித் தோன்றும், சார்? முதல் நாள் தான் அந்த டாக்டரம்மாள் குழந்தைக்கு என்ன ஆகாரம் என்று ஆரம்பித்தவுடனேயே அப்படியெல்லாம் கத்தினாள். அத்தனைக்கும் அவள் பீஸை முதலிலேயே கொடுத்தான பிறகு."

"எல்லா டாக்டர்களும் அவள் மாதிரியே இருக்க மாட்டார்கள்."

"அன்றைக்கு எனக்கு அந்த நம்பிக்கை இல்லை, சார்."

"ஆனால் என்னிடமிருந்து நீ பணம் வாங்கிக்கொண்டு போயிருக்கலாமே? இங்கிருந்து லிப்ரா ஸ்டுடியோ அப்படி யொன்றும் எட்டியில்லையே?"

"ஆமாம் சார், அதைச் செய்திருக்கலாம். ஆனால் அன்றைக்கு நான் ஒரேயடியாகக் குழம்பிப்போயிருந்தேன், சார்... ஆனால் ... அன்றைக்கு உங்களைப் பார்த்தேன் என்று நினைக்கிறேன், சார். ஆமாம், சார். உங்களைப் பார்த்து ஒரு ரூபாய் கூட வாங்கிக்கொண்டேன்."

"அப்படியா?"

"ஆமாம், சார். இப்போது எல்லாம் சரியாக நினைவுக்கு வருகிறது. அன்றைக்கு சத்யன் குமார் தங்கியிருந்த ஹோட்டலிலிருந்து நேராக உங்களிடம் வந்துதான் நான் டெலிபோன் கூடச் செய்தேன்."

"அன்றைக்கா நடந்தது இது?"

"ஆமாம், சார். திங்கட்கிழமை. ஆமாம், இப்போது நன்றாக நினைவுக்கு வந்துவிட்டது. என்னிடம் கொஞ்சம் பணம் இருந்தது, ஆனால் அது எல்லாம் காலையிலேயே செலவழிந்து விட்டது. என் மனைவி வேறு நான்கு மாதங்களாக லீவில் இருந்தாள். முன்னையோ பின்னையோ சம்பளம் வந்துவிடும், ஆனால் அன்று எப்படியோ எங்களிடம் ஒன்றும் பணமே இல்லாமல் போய்விட்டது."

இப்போது எனக்கும் எல்லாம் நினைவுக்கு வந்துவிட்டது. தருண்முகர்ஜி அன்று பகல் பூராவையும் மற்றும் அவனிடமிருந்த பதினாறு ரூபாயையும் சத்யன் குமாரைச் சந்திக்கும் முயற்சியில் செலவழித்திருந்தான். ஆனால் சத்யன் குமார் அன்று முழுவதும் பாத்ரூமை அடைக்கலம் அடைந்திருந்தான்.

தருண்முகர்ஜியின் வீட்டிலிருந்து நான் நேராக ஸ்டுடியோ வந்தேன். என் ஷிப்டு தொடங்க அரைமணிக்கு மேலிருந்தது. சத்யன் குமார் பல் பிடுங்கப்பட்டு ஐரோப்பாவிலிருந்து திரும்பி வந்து, எங்கள் ஸ்டுடியோ பட வேலையும் நடந்து கொண்டிருந்தது. பத்தே நிமிஷங்களில் நான் சத்யன் குமாரைத் தாக்கிவிட்டேன்.

(1966)

விபத்து

அன்று பால்க்காரன் முதல் தடவையாகக் கூவினவுடனேயே பாச்சா விழித்துக்கொண்டு விட்டான். பள்ளிக்கூட மாணவர் அட்டவணை ஒன்றிற்கு மட்டும் அவன் பெயர் சி.ஆர். பார்த்த சாரதியாக இருந்தது. மற்றெல்லாவிடத்திலும் எல்லாருக்கும் அவன் வெறும் பாச்சாதான். படுக்கையை விட்டு எழுந்ததும் பாச்சா நேரே குழாயடிக்குச் சென்று பல் துலக்கினான். சிறிது நேரத்திற்குப் பிறகு கண்ணாடி முன் நின்று தலையை வாரிக்கொண்டான். ஒரு ஞாயிற்றுக் கிழமையைத்தான் இத்துணை சுறுசுறுப்புடன் துவங்குவதுபற்றி அவனுக்குப் பெருமையாக இருந்தது. அவன் இல்லத்தில் அவனை ஒரு பூஞ்சைக் குழந்தையாகக் கருதியபடியால் காலை வேளையில் காபிக்குப் பதில் பால்தான் கொடுத்து வந்தார்கள். பாலின் விசேஷ குணங்களில் பாச்சா வுக்கு அதிக நம்பிக்கை ஏற்படாததால், அதனைப் பற்றிச் சிந்தையே கொள்ளாமல் மாடிக்குச் சென்று தனது புதுப் புத்தகங்களைப் புரட்டிப் பார்க்கலானான்.

ஏழுமணி சுமாருக்குச் சந்திரா அவனை உரக்கக் கூப்பிட்டாள். சந்திரா பாச்சாவுடைய சகோதரி. அவனைவிட மூன்று வயது பெரியவள். படிப்பில் ஒரு வகுப்பு முந்தினவள். உயரத்தில் பாச்சா அளவுதான். பாச்சாவுக்குச் சந்திராவைக் கண்டாலே ஒரு அலட்சியம்.

பெண் ஜென்மமே சுத்த மக்கு, அதிலும் சந்திரா கடைந் தெடுத்த மக்கு என்பது அவனுடைய உறுதியான அபிப்பிராயம். வீடு பெருக்க வரும் வேலைக்காரியிடம் ஒரு மணி நேரம், எதிர்வீட்டுப் பள்ளித் தோழியிடம் ஒரு ஜாமம், எவருமே இல்லாவிட்டால் தமிழே தெரியாத பக்கத்து வீட்டுத் தெலுங்கு மாமியிடம் ஒரு நாழிகை, இப்படியாக நாள் முழுவதும் வாயாடிக்கொண்டிருப்பது; பாவாடை தாவணியைக் கூடச் சீராகக் கட்டத் தெரியாதபோது அம்மாவின் ஒன்பது கஜப் புடவையைத் திடீர் திடீரென்று சுற்றிக்கொண்டு நிற்பது; ஒரு மாத சஞ்சிகையை மாதமெல்லாம் வாசித்துக்கொண் டிருப்பது – சேச்சே, பெண்கள் சுத்த மக்குகள்! பாச்சாவுக்குத் தான் பெண்ணாகப் பிறக்காததுபற்றி மகிழ்ச்சி நெஞ்சம் நிறைந்து வழிந்தோடியது. ஆனால் இப்போது சந்திராவோடு கூடச்சேர்ந்துகொண்டு அம்மாவும் அவனைக் கூப்பிடவே கீழேயிறங்கி டம்ளர் பாலையும் ஒரே முடக்கில் விழுங்கினான்.

சமையலறையில் அப்பா குழம்புக்கு முள்ளங்கியை நறுக்கிக்கொண்டிருந்தார். பாச்சா அவர் அருகில் சென்று உட்கார்ந்துகொண்டான். நான்கு முள்ளங்கிக் கிழங்குகள் நூற்றுக்கணக்கான சிறு வில்லைகளாக மாறுவதைக் கண்டு அவன் மனம் லயித்தது. அந்தக் கத்தி ரொம்பக் கூர்மையான தாகத்தான் இருக்க வேண்டும். வீர சிவாஜியின் கத்தியைவிடக் கூர்மையானதாகத்தான் இருக்க வேண்டும். கத்தியைத் தொட்டு அதன் கூர்மையையறிய வேண்டுமென்ற ஆவல் பாச்சாவுக்கு எழுந்தது. ஆனால் அப்பாதான் அதை யாரும் தொடவிடுவதில்லையே. அன்றொரு நாள் அவருக்குத் தெரியாமல் வாழைத்தண்டு நறுக்குவதற்காக அம்மா எடுத்ததற்கே என்னவெல்லாம் சத்தம் போட்டார்! ஆனாலும் அப்பாவுக்கு ஒரு பேனாக்கத்தியின் மீது இத்துணை பற்றுதல் இருக்கக் கூடாது.

"ஏண்டா பாச்சா, இன்றைக்காவது சமர்த்தாக எண்ணெய் தேய்த்துக்கொள்ளேண்டா!"

அம்மாதான் அவனைக் கெஞ்சமாட்டாக் குறையாக அப்படிக் கேட்டாள். ஏதோ ஒரு நோட்டுப் புத்தகத்தின் மீது தன் பெயரை வர்ணப் பென்சில்களால் சிங்காரமாக எழுதிக்கொண்டிருந்த சந்திரா குறுக்கிட்டு, "ஆமாம், அவன் எண்ணெய் தேய்த்துக்கொள்ள வேண்டுமாக்கும். சாதாரண மாகக் குளித்துவந்தால் போதாதா?" என்றாள். இவளை யார் நடுவில் கூப்பிட்டது? பாச்சா கேட்டான், "ஏன், உன் மாதிரி இரண்டு மணி நேரம் குளிக்கச் சொல்கிறாயா?"

“குளிக்காமலிருப்பதற்கு அது எவ்வளவோ மேல். அம்மா, பாச்சா நேற்று முழுக்கக் குளிக்கவேயில்லை. குளிக்காமலேயே சாப்பிட உட்கார்ந்துவிட்டான். அம்மா, இதோ அடிக்க வருகிறான் பார்.” சந்திரா சொன்னது உண்மைதான். அவன் அதற்கு முந்தினநாள் குளிக்கத்தான் இல்லை. ஆனால் அதை யார் இப்போது தமுக்குப் போடச்சொன்னது? பாச்சா கையை ஓங்கிக்கொண்டு சந்திராவின் பக்கம் பாய்ந்தான். சந்திரா ஓடினாள். மாடிப்படியருகே பாச்சா அவளை வளைத்துக்கொண்டு தலைப்பின்னலைப் பிடித்துக்கொண் டான். ஆனால் அடிக்க ஓங்கின கையைக் கீழே கொணர முடியவில்லை. ஏன் முன்போல் அவனால் சந்திராவை அடித்து நொறுக்க முடியவில்லை என்பது அவனுக்குப் புரியவில்லை. இப்போதெல்லாம் சந்திரா ஒருநாள் போல இன்னொரு நாள் இருப்பதில்லை. ஒரு சமயம், பம்பரமும் மரக்குரங்கும் ஆடிய பழைய சந்திராவாகவே தோன்றினாள். இன்னொரு சமயம் ஏதோ ஒரு புது மனுஷியாகக் காணப் பட்டாள். அவளிடம் ஏதேதோ மாறுதல்கள் தோன்றிக்கொண் டிருந்தன. அவன் தயங்கினதைப் பயன்படுத்திக்கொண்டு தலைப்பின்னலை விடுவித்துக்கொண்டு கலகலவென்று சிரித்த படியே சந்திரா உள்ளே ஓடினாள். அவள் சிரிப்புகூட மாறிக் கொண்டு வருவதாகப் பாச்சாவுக்குத் தோன்றியது.

நிபந்தனையில்லாமல் சரணாகதியடைந்தவன் போலப் பாச்சா குளிக்கும் அறையுள்போய் நின்றான். அவன் அம்மா ஒரு கிண்ணத்தில் காய்ச்சின எண்ணெயும் இன்னொரு கிண்ணத்தில் சீயக்காய்ப் பொடியும் எடுத்துவைத்தாள். அப்படியே அரைமனதாக “என்ன நான் தேய்த்துவிடட்டுமா?” என்று கேட்டாள். அவனுக்கு எண்ணெய் தேய்த்துக்கொள்ளக் கூடவா தெரியாது? “எல்லாம் நானே தேய்த்துக்கொள்வேன் போ!” என்றான் பாச்சா. பதினைந்து நிமிஷங்களுக்குப் பிறகு கண்ணாடிமுன் நின்றுகொண்டு தன் தலையை வாரிக் கொண்டான். அவன் கேசம் என்றும் இல்லாத பிரகாசத்துடன் மின்னியது. முன்போன்று நிமிர்ந்து நிற்கும் மயிர் அன்று தலையில் அப்படியே ஒட்டிக்கொண்டது. நெற்றியும் காதுகளும் பளபளவென்று காட்சியளித்தன. சந்திரா கேலி செய்தாள். “அம்மா, பாச்சா சொஞ்சங்கூட எண்ணெய் போகாமல் குளித்துவந்திருக்கிறான், பார்” என்று மேன்மேலும் விண்ணப் பித்துக்கொண்டிருந்தாள். அம்மா சொன்னாள்: “ஏதோ, படுத்தாமல் குளித்துவிட்டு வந்திருக்கிறானே, அதுவே போதும்.” வெளியே கிளம்பிக்கொண்டிருந்த அப்பா, “டேய் பாச்சா, தலையை நன்றாகத் துடைத்துக்கொண்டு என் பூட்சுக்குப்

பாலிஷ் போட்டு வை," என்று சொல்லி விட்டுப் போனார். தலைக்கும் பூட்சுகசும் என்ன சம்பந்தம்? சந்திரா மேலும் பேசிக்கொண்டே "ஆமாம், இன்றைக்கு எண்ணெய் தேய்த்துக் கொண்டதற்கே மழை வந்துவிடும். அப்பாவுடைய பூட்சுக்கும் அவன் பாலிஷ் போட்டு வைத்துவிட்டால் பிரளயம்கூட வந்துவிடலாம்," என்றாள். அவன் சில தடவைகள் பூட்சுக்குப் பாலிஷ்போட அப்பா சொல்லி வைத்திருந்தும் தவறியிருக் கிறான். ஆனால் அதற்காக இப்படியா கேலி செய்து வாட்டுவது? இந்தச் சந்திராவின் வாயில் தப்பித்தவறி மாட்டிக்கொண்டால் மீள முடியாது.

பாலு அந்தச் சமயத்தில் வந்து சேர்ந்தான். பாலு பாச்சாவின் அத்தியந்த சிநேகிதன். சினிமாப் பாட்டுகளை இசைத் தட்டிலுள்ளபடி பாடிக் காட்டுவதில் நிபுணன். கிரிக்கெட் ஆட்டத்தில் ஒரு புலி. இத்துணை திறமைசாலியான நண்பன் கிடைத்திருந்ததில் பாச்சாவுக்கு மிகுந்த பெருமை. நண்பனுக்குத்தான் பயனுள்ளவனாக இருப்பதற்காகக் கணக்கு வாத்தியார் கொடுத்த வீட்டு வேலையைச் செய்து முடிப்பதில் பாலுவுக்கு அவன் துணைபுரிவான். கிரிக்கெட்டில் பாலு புலியென்றால் கணக்கில் பாச்சா சிங்கமாயிற்றே.

அன்று கணக்குகளைப் போட்டு முடிக்க ஒன்பது மணி யாயிற்று. பாச்சாவும் பாலுவும் சிறிது நேரம் சீட்டாடலா மென்று தீர்மானித்தார்கள். யாருக்கும் தெரியாமல் மாடியின் ஒரு முனையில் உட்கார்ந்துகொண்டு ஆளுக்குப் பதினைந்து சீட்டுக்களைச் சமாளிக்க முடியாமல் கையில் பிரித்து வைத்துக் கொண்டார்கள். சிறிது மௌனத்திற்குப் பிறகு பாலு, "டேய், நீ முதல்லே இறங்குடா" என்றான். அவன் பல சமயங்களில் பெரியவர்கள் சீட்டாடுவதைக் கவனித்திருக்கிறான். அந்த ஆட்டம் அவனுக்குச் சிறிதும் புரிந்ததில்லை. ஆனால் இப்போதோ எல்லாவற்றையும் கரைத்துக் குடித்த மாதிரி தனிக் தெம்பு தோன்றிற்று.

பாச்சா சிறிது யோசனைக்குப் பிறகு இரண்டு சீட்டுகளைக் கீழே போட்டான். அந்த இரண்டு சீட்டுகளின் எண்ணிக்கை யைப் பாலு கூட்டிப்பார்த்தான். ஒன்பது வந்தது. உடனே பத்தாம் எண்ணிக்கையுள்ள ஒரு சீட்டைக் கீழே போட்டு மூன்று சீட்டுக்களையும் தன்னிடத்தில் மடக்கி வைத்துக் கொண்டான்.

பாச்சாவுக்குச் சந்தேகம் எழுந்தது. "ஏண்டா ஒரே ஒரு சீட்டைக் கீழே போட்டே? ஆட்டம் எனக்குத்தான்."

"போடா நீ ஒன்பது போட்டே. நான் பத்து போட்டேன்," என்றான் பாலு.

"இரண்டு சீட்டு போட்டா இரண்டு சீட்டுதான் போடணும். என்ன, தப்பாட்டம் ஆடி டபாய்க்கலாம்னு பாக்கிறியா?"

"போ, உனக்கு ஆட்டமே தெரியாது."

"உனக்கு மட்டும் ரொம்பத் தெரியுமோ? சீட்டுக்கட்டு என்னுடையது; ஞாபகம் வைச்சுக்கோ."

"சீட்டுக்கட்டு உன்னோடதாயிருந்தா உனக்கு ஆட்டம் தெரியும்னு என்ன நிச்சயம்?"

"அப்படீன்னா இதுக்கு எவ்வளவு எண்ணிக்கை?" பாச்சா பாலுவிடம் ஒரு சீட்டை நீட்டினான். அது ஆடுதன் ராணிச் சீட்டு. பாலு தயங்கினான். பாச்சா மறு பேச்சுப் பேசாமல் சீட்டுக்களைச் சேகரித்து அட்டைப் பெட்டியில் சொருகினான்.

பாச்சாவை அவன் அம்மா கூப்பிட்டாள். சாதம் சாப்பிடு வதற்காகத்தான் இருக்க வேண்டும். அப்பா வெளியே போனவர் இன்னும் திரும்பவில்லை. பாச்சா அம்மாவுக்குப் பதிலே அளிக்காமல் பாலுவுடன் ஊர்சுற்றக் கிளம்பிவிட்டான்.

பள்ளிக்கூடத்து மைதானத்தில் ஆறாம்படிவ மாணவர்கள் கிரிக்கெட் பழகிக்கொண்டிருப்பதை பாச்சாவும் பாலுவும் தூரத்தில் நின்றபடி பார்த்துக்கொண்டிருந்தார்கள். ஒரு தடவை அவர்கள் பக்கம் உருண்டோடி வந்த பந்தைப் பாச்சா ஓடிப்போய்ப் பொறுக்கியெடுத்துத் திருப்பி வீசியெறிந்தான். கல் போன்ற அப்பந்தைத் தொட்டவுடன் அவனுக்கு ஒரு இன்பக் கிளர்ச்சி உண்டாயிற்று. அதே சமயத்தில் பாலுவிடத்தில் அவனுக்கிருந்த மதிப்பு கணிசமாகக் குறைந்தது. பாலுவுக்கு மனோதத்துவ சாஸ்திரம் தெரியாது. ஆனால் பாச்சாவினுள் ஏற்பட்டுக்கொண்டிருக்கும் மாறுதல்களை எப்படியோ அவனால் புரிந்துகொள்ள முடிந்தது. அவனுக்கு அங்கேயே இன்னும் சிறிதுநேரம் இருந்து பெரிய ஆட்டக்காரர்களின் ஆடும் வழிகளை மனதில் பதிய வைத்துக்கொள்ள ஆசைதான். ஆனால் அதே ஆட்டத்தைப் பாச்சா பார்த்தால் அவனுடைய உன்னத ஸ்தானம் என்ன ஆவது? ஆதலால் அன்று காலை மிகவும் பிரயத்தனப்பட்டுத் தன் அண்ணாவிடமிருந்து சம்பாதித்த இரண்டணாவை பாச்சாவிடம் நீட்டி, "வாடா, கலர் வாங்கிச் சாப்பிடலாம்," என்றான்.

வாழ்விலே ஒரு முறை

அன்று பள்ளிக்கூடம் விடுமுறை நாளானபடியால் கலர் வண்டிக்காரன் வரவில்லை. இருவரும் ஒரு வெற்றிலை பாக்குக் கடையெதிரேபோய் நின்றார்கள். பாலு பாச்சாவை மிகவும் தணிந்த குரலில், "சிகரெட் குடிக்கலாமா?" என்று கேட்டான்.

பாச்சாவுக்குத் தூக்கி வாரிப்போட்டது. பாலு மறுபடியும் கேட்டான்: "ஏண்டா, குடிக்கலாமா?"

"சீ!"

"இன்னிக்கி ஒருநாள்டா..."

"உங்கப்பா கிட்டே சொல்லிடுவேன்."

"உன் எலும்பை நொறுக்கிடுவேன்."

"போடா."

பாச்சா விடுவிடுவென்று நடக்கத் தொடங்கினான். உடனே பாலு அவனைக் கெஞ்சினான்.

"வா, நாம்ப கலரே வாங்கிச் சாப்பிடுவோம்."

"போடா!"

"டேய், டேய்..."

பாச்சாவுக்கு நெஞ்சம் இளகிவிட்டது. இருவரும் திரும்ப அக்கடைமுன் நின்றார்கள். பாலு கடைக்காரனிடம் காசை நீட்டி, "ஒரு கலர் கொடு" என்றான்.

கடைக்காரன் பாலுவையும் பாச்சாவையும் முறைத்துப் பார்த்தான். அவனுடைய கண்கள் ஒன்றில் வெள்ளையாக ஏதோ ஒன்று படர்ந்திருந்தது. மீசை பயங்கரமாக முறுக்கி விடப்பட்டிருந்தது. அவனுடைய பல் ஒன்று உதட்டோரத்தில் நீட்டிக்கொண்டிருந்தது. கடைச் சுவர்கள் இடைவெளிகளெல் லாம் விதவிதமான காலண்டர்களால் மறைக்கப்பட்டிருந்தன. ஒன்றுவிடாமல் எல்லாம் சினிமா நடிகைகளுடையதுதான்.

"ஒரு கலர் கொடு" என்றான் பாலு.

"இங்கே பென்சர் கலர்தான் இருக்கு" என்றான் கடைக் காரன்.

"உம், பரவாயில்லை" என்றான் பாலு.

"பென்சர் கலர் இரண்டரையணா" என்றான் கடைக்காரன்.

பாச்சா பாலுவின் கையைப் பிடித்து இழுத்தான். "இரண் டணாவிலே அரைமணி நேரம் சைக்கிள் விடலாமேடா," என்றான்.

"நம்பளை நம்பி எவண்டா சைக்கிள் தருவான்?"

"நான் வாங்கிண்டு வாரேன். நீ இங்கேயே இரு. ரெண்டு பேராப் போனா அவன் தரமாட்டான்."

பாலு பத்துநிமிஷம் ஒரு மரத்தடியில் காத்துக்கொண் டிருந்தான். பாச்சாவிடம் சிகரெட் பற்றிப் பேச்செடுத்ததற்குப் பலமுறை அவன் நாக்கைக் கடித்துக்கொண்டிருக்க வேண்டும்.

பாச்சா சைக்கிளை விட்டுக்கொண்டே வந்தான். கவர்ச்சி கரமான பச்சைநிறம் பூசப்பட்ட அந்த சைக்கிளின் சக்கரத்து விளிம்புகளெல்லாம் நன்றாகத் தேய்த்துவிடப்பட்டுப் பளபள வென மின்னின. ஸீட்டில் உட்கார்ந்திருந்ததால் சைக்கிளைச் சரியாக மிதிக்க பாச்சாவுக்குக் கால் எட்டவில்லை. ஆனாலும் அவன் ஓட்டிவந்த தோரணை பொறாமையை எழுப்பும்படியாக இருந்தது.

சாஹேப் ரோட்டில் அந்த நேரத்தில் ஜனநடமாட்டம் அதிகம் இல்லை. சாலையின் இருபுறங்களிலும் மரங்கள் ஓங்கி படர்ந்து வளர்ந்திருந்தபடியால் நல்ல நிழலாக இருந்தது. பாச்சா மிக அலட்சியமாகச் சைக்கிளை மிதித்து வந்தான். பின்னால் பாலு உட்கார்ந்துகொண்டிருந்தான். தெருவில் ஒரு நாய் குறுக்கே வந்தது. சைக்கிளை ஓட்டியபடியே பாச்சா அதைக் காலை உதறித் துரத்தினான். ஒரு காலி ரிக்ஷா போய்க்கொண்டிருந்தது. பாச்சா இடது புறத்திலிருந்து அதனை முந்தினான். ரிக்ஷாக்காரன் ஏதோ திட்டினான். பாச்சா அவனைச் சட்டையே செய்யவில்லை. எதிரே ஒரு சிவப்பு பஸ் வந்தது. பாச்சா சைக்கிளை ஓரமாகத் திருப்பினான். அவனால் திருப்ப முடியவில்லை. பாலு ஏதோ சினிமாப் பாட்டு பாடிக்கொண்டிருந்தான். பாச்சா சைக்கிளை வேகமாக மிதித்தான். பஸ் நெருங்கிவிட்டது. பாச்சா இன்னமும் சைக்கிள் மீது உட்கார்ந்திருந்தான். சைக்கிள்தான் அசைவதாகத் தெரிய வில்லை. பஸ் சகிக்க முடியாத நாற்றத்துடனும் சத்தத்துடனும் பாச்சாவின் கால்களை நோக்கி விரைந்து வந்துகொண்டே யிருந்தது. அப்பப்பா, இந்தச் சிவப்பு பஸ்கள்தான் எத்துணை அவலட்சணம்! பிசாசின் முகம்போல் முகப்பு; அதற்குக் கண்கள் போல் விளக்குகள். பாச்சா கண் இமைக்கவில்லை. பஸ்ஸின் முன் தகட்டில் ஒரு புலியின் பொம்மை பொறித் திருந்தது. திடீரென்று அப்புலி உயிர்பெற்று உருவெடுத்து

அவன்மேல் பாய்ந்தது. பேனாக்கத்தி – முள்ளங்கி – சிவாஜி – கிரிக்கெட் – கல்போன்ற பந்து – பாலு சிகரெட் குடிக்கிறான் – சந்திரா – சந்திராவுக்கு ஒரு அறை – ஓங்கி ஒரு அறை – பயம் – ரொம்ப பயம் – ரொம்ப ரொம்ப பயம் – ரொம்ப ரொம்ப ரொம்ப ... அம்மா! அம்மா! அம்மா!

"சார்!"

பாச்சாவின் அப்பா கதவைத் திறந்தார்.

"இந்த வீட்டிலே பாச்சான்னு ஒரு பையன் இருக்கானா?"

"ஆமாம்."

"நீங்கதான் அவன் அப்பாவா?"

"ஆமாம், ஏன்?"

"ஒண்ணுமில்லே, உங்க பையனுக்கு ஒரு சின்ன விபத்து நேர்ந்துடுத்து. பஸ் அடியிலே மாட்டிண்டுட்டான்."

பரபரப்புடன் பாச்சாவின் அம்மா வெளியே வந்தாள். அந்தச் சம்பாஷணை அவள் காதில் விழுந்திருக்க வேண்டும்.

"ஒண்ணும் பதறாதீங்க. கொஞ்சம் தலையிலேயும் காலிலேயும்தான் அடி."

பாச்சாவின் அம்மா தெருவுக்குப் போய்விட்டாள். அப்பொழுதுதான் அவளுக்குக் கவனம் வந்தது. "என் குழந்தை எங்கே கிடக்கிறான்?"

"ஸார், நீங்களும் கிளம்புங்க ... ... அதோ ஸாஹேப் ரோட் சரஸ்வதி டிஸ்பென்ஸரி எதிரிலேதான்..."

பாச்சாவின் அப்பா வீட்டினுள்ளே எட்டிப்பார்த்தார். சந்திரா படுத்துத் தூங்கிக்கொண்டிருந்தாள். ஞாயிற்றுக்கிழமை ஒருநாள்தான் அவளால் பகலில் சாப்பிட்ட பிறகு படுத்துத் தூங்க முடியும். அவர் சிறிதும் சப்த மெழுப்பாமல் கதவை இழுத்து வெளியே தாழ்ப்பாள் போட்டுவிட்டுக் கிளம்பினார்.

சரஸ்வதி டிஸ்பென்சரியைச் சுற்றி ஒரே கும்பல். அதன் உள்ளேதான் சிறுவர்களைக் கொண்டுபோயிருந்தார்கள். தெருவில் பஸ்ஸைச் சுற்றி இன்னொரு கும்பல். பஸ்ஸின் முன் சக்கரத்து அடியில் சைக்கிள் உருமாறி நொறுங்கிக் கிடந்தது. தார் ரோடில் பஸ் நின்ற இடத்தில் ரத்தம் இரண்டு சிறு குட்டையாகத் தேங்கியிருந்தது.

"இரண்டும் பாப்பாரப் பசங்க."

"சைக்கிள் கொடுத்த பேமானியை உதைக்கணும்."

"ஏன் ஸார், ஒரே கூட்டம் கூடியிருக்கு? பிக்பாக்கெட்டா, ஆக்ஸிடெண்டா?"

"பின்னாலேயிருந்த பையனுக்கு அடியேயில்லேடா."

"பாவம், இப்பவே உயிர் நிக்குதோ போயிடுச்சோ? எந்தப் பெத்தவ வயிறோ எரியப் போவுது."

"பையங்களைச் சேர்ந்தவங்க யாருமே இன்னமும் வரலையா? ஏம்பா எல்லோருமா இப்படிக் கூட்டம் போட நீங்க? யாராவது தெரிஞ்சவங்க இருந்தாங்கன்னா போய்ச் சொல்லுங்க."

"இந்த . . . க்கு போன் பண்ணிணா உயிர் போனப்புறம்தான் வருவாங்க."

"அதான் பையன் அப்பா. அதோ அவன் அம்மாவும் வராங்க."

"எந்தப் பையனோட அப்பா?"

குறுகலான அந்த வாசல்படியை அடைத்துக்கொண்டிருந்த கும்பலை இடித்துத் தள்ளிக்கொண்டு பாச்சாவின் அம்மா தான் முதலில் புகுந்தாள். ஒரு மேஜைமீது பாச்சா சுருண்டு துவண்டு உருமாறி உதிரத்தில் தோய்த்தெடுக்கப்பட்ட ஒரு குப்பைக் குவியல்போலக் கிடந்தான். தலையிலும் காலிலும் தற்காலிகமாகச் சுற்றிவைக்கப்பட்ட கட்டுகளெல்லாம் ரத்தம் ஊறிப் பயங்கரமாகக் காட்சியளித்தன. பாச்சாவின் அம்மாவால் ஏனோ அழ முடியவில்லை.

போலீஸ்காரர்கள் வந்தார்கள். இன்னொரு மூலையில் பாலு உட்கார்ந்திருந்தான். அவனைப் பலர் பல கேள்விகள் கேட்டார்கள். அவன் அதிர்ச்சியினால் பேசும் சக்தியை இழந்திருந்தான். போலீஸ்காராகள் பாச்சாவிடம் வந்தார்கள். கால்பக்கம் ஒருவர் பிடிக்கத் தலையை இன்னொருவர் தாங்க பாச்சாவை போலீஸ் வண்டிக்குத் தூக்கிச் சென்றார்கள். சிறிதும் கூச்சமில்லாமல் தயக்கமில்லாமல் உயிருக்கு மன்றாடும் படியாக அடிபட்ட சிறுவனை ஒரு நொடிப்பொழுதில் சுமந்து சென்றார்கள். கைதிகளை அழைத்துச்செல்லும் அந்த வண்டியின் மரப் பெஞ்சில் கிடத்தினார்கள். "யாரப்பாது இந்தப் பையன்கூட வரப்போவுது? சீக்கிரம் வா!" என்று பாச்சாவின் அப்பாவை துரிதப் படுத்தினார்கள். பாச்சாவின் அம்மாவும் வண்டியில் ஏறப் போனபோது, "இதென்னடாது பெரிய தொல்லையாப் போச்சுது" என்று முணுமுணுத்தார்கள்.

பாச்சா கண்களைத் திறக்க முயன்றான். அவன் கண் இமைகள் மீது பெருத்த பாரங்கள் இருப்பதுபோல் தோன்றியது. இடது கண்ணைத்தான் சிறிது திறக்க முடிந்தது. யாரோ வெள்ளை உடுப்பு அணிந்தவர்கள் அவனைப் பல்லக்கில் தூக்கிக்கொண்டு போவதுபோல் சுமந்துகொண்டு போய்க் கொண்டிருந்தார்கள். அவன் தலை ஒரே கலக்கமாக இருந்தது. ஏதோ நாற்றம் அடித்துக்கொண்டிருந்தது. அந்த ‘அமர்நாத்’ கிரிக்கெட் மட்டையை விளாசினான். அப்புறம் என்னவாயிற்று? பாலுவும் அவனும் கலர் வாங்கிச் சாப்பிட்டார்கள். இல்லை, இல்லை. கலர் வாங்கிச் சாப்பிடவில்லை. சைக்கிள் விட்டார்கள். சைக்கிள் விட்டுக்கொண்டிருந்தார்கள். ஒரு நாய் துரத்திற்று. அதற்குப் பலமானதொரு உதை. அப்புறம் பஸ். சிவப்பு பஸ். புலி . . . ஆமாம். அவன்மேல் புலி பாய்ந்தது. ஆனால் சென்னைப் பட்டணத்து நடுவில் புலி எப்படி வர முடியும்? பாச்சாவுக்கு ஒன்றுமே புரியவில்லை. இரண்டு முறை, “ஜலம், ஜலம்,” என்று கேட்டான். அது அவன் காதிலேயே கூட விழவில்லை. அவனுக்கு ஒன்று புரிந்துவிட்டது. அந்த நாற்றம் ஆஸ்பத்திரி நாற்றம். அவன் எதற்கு ஆஸ்பத்திரிக்கு வந்தான்? சந்திராவுக்கு ‘இன்புளுயன்ஸா’ ஜுரம் வந்தபோது ஒருமுறை அவன் ஒரு ஆஸ்பத்திரிக்கு வந்து மருந்து வாங்கிப் போயிருக் கிறான். இப்போது யாருக்கு ஜுரம்?

அவனை வெகு ஜாக்கிரதையாக ஒரு படுக்கையில் இறக்கினார்கள். அம்மா பக்கத்தில் நின்றுகொண்டிருந்தாள். பாச்சாவுக்கு மண்டையை வலிக்க ஆரம்பித்தது. வலி சிறிது சிறிதாக அதிகமாகிக்கொண்டு வந்தது. பொறுக்க முடியாத அளவு வந்துவிட்டது. பாச்சா கத்த முயன்றான். முடியவில்லை. அப்பாவின் பேச்சுக் குரல் கேட்டது. அப்பாவினுடைய பூட்சுக்கு அவன் பாலிஷ் போடவில்லை. அதற்குத்தான் கோபித்துக்கொள்கிறாரோ?

“பிழைச்சுப்பானா டாக்டர்?”

“எலும்பு ஒண்ணும் முறியாத போனாலும் ரத்தம் ஏகமாச் சேதமாயிடுத்து.”

“பிழைச்சிப்பான் இல்லையா, டாக்டர்?”

“சின்ன வயசுதானே, கடைசி நிமிஷம் வரைக்கும் நம்பிக்கை வைக்கலாம் . . .”

பாச்சாவுக்கு நினைவு தவறியது.

பாச்சா ஆஸ்பத்திரியில் சேர்ந்து ஒருவாரம் ஆகிவிட்டது. அவனுக்கு வலியெல்லாம் வெகுவாகக் குறைந்துவிட்டது. இருந்தாலும் பல உபகரணங்கள் கொண்டு அவனைக் கட்டிலில் சிறிதும் அசைய முடியாதபடி பொருத்தியிருந்தார்கள். அன்று மாலை சந்திரா அவனைப் பார்க்க வந்திருந்தாள். அம்மாவும் வந்திருந்தாள். அம்மாவின் நெற்றி மயிர் சரியாக வாரப்படாமல் பறந்துகொண்டிருந்தது. அவனுக்காகப் பழம் ஒன்றை நறுக்கிப் பிழிந்துகொண்டிருந்தாள். சந்திரா அவன் படுக்கை பக்கத்திலேயே தான் நின்றுகொண்டிருந்தாள். ஆனால் அவள் வெகு நேரத்திற்கு அவன் பக்கம் கண்ணையோட்டவில்லை. அவனை என்ன வெல்லாம் பரிகாசம் செய்திருக்கிறாள், கேலிபண்ணியிருக் கிறாள், வசவு வாங்கிக் கொடுத்திருக்கிறாள்? பாச்சா அவளைக் கவனிக்காதபடிதான் இருந்தான். ஆனால் அந்த உறுதியை நீண்ட நேரம் கடைப்பிடிக்க முடியவில்லை. கண்ணோரத்தால் சந்திராவைப் பார்த்தான். ஏன் அவள் முகம் கறுத்து வாடி யிருக்கிறது? ஏன் அந்தக் குறும்புக் கண்களில் கண்ணீரும் சோகமும் தோய்ந்திருக்கின்றன? அவள் அவனையேதான் உற்றுநோக்கிக்கொண்டிருந்தாள். கண்களின் கண்ணீரும் மட்டும் இல்லை, அவனுக்காக மிகுந்த பாசமும்தான் தெரிந்தது.

பாச்சாவுக்கு அழுகை வந்துவிட்டது. சிறிது நேரத்திற்கு முன்பு அவனுக்கு உடல் வலியுடன் ஏதோ வேதனையும் இருந்தது. இப்போது உடல் வலி மட்டும்தான் இருந்தது.

(1956)

பிரயாணம்

மீண்டும் முனகல் ஒலி கேட்டுத் திரும்பிப் பார்த்தேன். என் குருதேவரின் கண்கள் பொறுக்க முடியாத வலியினால் இடுங்கியிருந்தன. அவரைப் படுக்க வைத்து நான் இழுத்து வந்த நீளப் பலகை நனைந்திருந்தது. ஒரே எட்டில் அவரிடம் சென்றேன். "இனிமேலும் முடியாது" என்றார். நான் சுற்றுமுற்றும் பார்த்தேன். அந்த நேரத்தில் ஆகாயத்தில் ஒரு வெள்ளைக் கீறல்கூட இல்லை. ஆனால் கண்ணுக்கெட்டிய தூரம்வரை பரந்து கிடந்த மலைச் சாரலைச் சிறுசிறு மேகங்கள் அணைத்தபடி இருந்தன. நாங்கள் நடந்து வந்த மலை விளிம்பு அந்த இடத்தில் செங்குத்தாகப் பல நூறு அடிகள் இறங்கி, அடியில் ஒரு ஓடையைத் தொட்டது. தண்ணீர் தேங்கும் குட்டைபோல அந்த இடத்தில் ஓடை இருந்தாலும் சற்றே தள்ளி, அதுவே ஆவேசத்துடன் பாறைகள் மீது மோதிப் பள்ளத்தில் பாய்ந்துகொண்டிருந்தது. இந்தப் பக்கத்தில் மலை உயர்ந்துகொண்டிருந்தது. நாங்கள் வந்த விளிம்பு ஓரமாக இன்னும் பத்துப் பன்னி ரண்டு மைல் போனால் ஒரு கணவாய் வரும். அதற்குப் பிறகு சிறு புதர்களால் நிறைந்த ஒரு சமவெளிப் பிரதேசம். அது ஒரு காட்டை எட்டிக் கரைந்துவிடும். அந்தக் காட்டைத் தாண்டியவுடன் ஒரு சிற்றாறு. அதன் அக்கரையில்தான் முதன் முதலாக மனித வாடை வீசும் ஒரு கிராமம் - ஹரிராம்புகூர். ஆறு மாதங்களுக்கு முன்பு ஹரிராம்புகூரைத் தாண்டி நானும் ஒரு தேவரும் நடைப் பயணமாக எங்கள் ஆசிரமத்திற்கு வந்து

சேர இரண்டு பகல் பொழுதுகள்தான் தேவைப்பட்டன. இப்போது மலையிலிருந்து பாதி இறங்குவதற்குள் ஒரு பகல் போய்விட்டது. அரை மணி நேரத்தில் இருட்டிவிடும்.

நான் என் சாக்கைப் பிரித்துப் பெரியதாக ஒரு துப்பட்டியையும், முரட்டுக் கம்பளியினால் தைக்கப்பட்ட நீளப் பையொன்றையும் எடுத்தேன். என் குருதேவரைப் போர்த்திருந்த கம்பளத்தையும் துணிகளையும் அகற்றிய பிறகு துப்பட்டியால் அவரைச் சுற்றிவிட்டு அவர் மெதுவாக அந்தக் கம்பளப் பையில் நுழைந்து கொள்வதற்கு உதவினேன். பை அவரது தலையையும் மூடிக்கொள்ள வசதியாயிருந்தாலும் முகத்தை மட்டும் திறந்து வைத்தேன். கம்பளி மஃப்ளர் ஒன்று இருந்தது; அதை அவர் காது முழுதும் மூடியிருக்குமாறு தலையைச் சுற்றிக் கட்டிவைத்தேன். "சிறிது கஞ்சி தரட்டுமா?" என்று கேட்டேன். அவர் கண்களால் "கொடு" என்றார். சாக்கிலிருந்து மூடியிடப்பட்ட சிறுதகரப்பெட்டி, இரண்டாம் உலக யுத்தத்தில் சிப்பாய்களுக்குக் கொடுத்த வட்டமான ஒரு தகரப்பாத்திரம், ஒரு ராணுவத் தண்ணீர் 'பாட்டில்' இவை மூன்றையும் எடுத்தேன். வட்டப் பாத்திரத்தில் சிறிதளவு தண்ணீர் விட்டுக்கொண்டு தகர பெட்டியின் மூடியைத் திறந்தேன். அதில் பாதியளவு உறையவைத்த மண்ணெண்ணெய் இருந்தது. நெருப்புக் குச்சியைப் பற்றவைத்து அதன் அருகே கொண்டு போனேன். மண்ணெண்ணெய் குப்பென்று பிடித்துக் கொண்டு ஒரே சீராக எரிந்தது. பாத்திரத்தின் மடக்குப் பிடியை நீட்டிக்கொண்டு ஜுவாலையில் தண்ணீரைச் சுடவைத்தேன். ஒரு கொதி வந்ததும் என் முதுகுப் பையில் சிறு மூட்டையாகக் கட்டிப்போட்டிருந்த கிழங்கு மாவில் ஒருபிடி எடுத்துப்போட்டேன். ஒரு குச்சிகொண்டு கிளறிக் கொண்டே மாவுத் தண்ணீரைக் காய்ச்சினேன். அது கூழாகி விடக் கூடாதென்று இன்னும் சிறிது தண்ணீர் சேர்த்தேன். கஞ்சி தயாராயிற்று. எரிந்துகொண்டிருந்த தகரப்பெட்டியை அதன் மூடிகொண்டு மூடினேன். நெருப்பு அணைந்து சிறிது மட்டும் புகை வந்தது. கஞ்சியைப் பாத்திரத்தில் கலக்கியே ஆறவைத்தேன். பொறுத்துக் கொள்ளக்கூடிய சூடு என்று தோன்றியபோது என் குருதேவரின் தலையை மெதுவாக என் மடிமேல் ஏற்றி வைத்துக்கொண்டு, கஞ்சியை அவருக்குப் புகட்டலானேன். இரண்டு வாய் குடித்ததும் அவர் போதும் என்றார். அவருக்குச் சிறிது தெம்பு வந்திருந்த மாதிரி இருந்தது. மிச்சமிருந்த கஞ்சியை நான் குடித்தேன். பாத்திரத்தைக் கழுவாமல் ஒரு துணிகொண்டு துடைத்து வைத்தேன். தண்ணீர் 'பாட்டி'லில் சிறிதுதான் தண்ணீர் இருந்தது. நான் கீழேயிறங்கி

வாழ்விலே ஒரு முறை

ஓடையில் தண்ணீர் பிடித்துவர அடுத்த நாள் காலையில்தான் முடியும்.

என் குருதேவர் வாயைத் திறந்தபடி படுத்திருந்தார். அவரிடம் ஒரு வருடம் யோகம் பயின்ற நான் வாயை எக்காரணம் கொண்டும் மூச்சுவிடுவதற்குப் பயன்படுத்தாமல் இருக்கக் கற்றுக்கொண்டுவிட்டேன். ஐம்பது அறுபது வருட காலம் முதிர்ந்த யோகியாகவே வாழ்க்கை நடத்திய என் குருதேவர், அந்நேரத்தில் வாயைத் திறந்து வைத்துக்கொண்டும் கூட மூச்சுவிடுவதற்குப் பெரும் உபாதைப் பட்டுக்கொண் டிருந்தார். பதினைந்து நாட்களுக்கு முன்பு திடீரென்று வயிற்றை அழுத்திப் பிடித்துக்கொண்டு "அம்மா" என்று அவர் கீழே விழும்வரையில், அவர் சுவாசம் விடுவதே மிகவும் கூர்ந்து கவனித்தாலன்றித் தெரியாது. அப்படிப் புலனானால், ஒரு மூச்சுக்கு இன்னொன்று மிக நீண்ட சீரான இடைவெளி விட்டு வருவதை உணர முடியும். இப்போது அவர் வாயாலும் மூச்சு விடுவதற்குத் திணறிக் கொண்டிருந்தார்.

சூரியன் மலைகளின் பின்னால் விழுந்து, மலைகளே மலைகள் மீது பூதாகாரமான நிழல்களைப் படரவிட்டுக் கொண்டிருந்தன. இரவும் அந்த நிழல்களும் ஒன்றாகக் கலக்கச் சில நிமிடங்களே இருந்தன. அதற்குள் அங்கே குச்சி குச்சியாக வளர்ந்து பரந்துகிடந்த செடிகளில் உலர்ந்து போன சிலவற்றைச் சேகரிக்க நான் முனைந்தேன். எனக்குக் குளிரவில்லை. மேலங்கியே போட்டறியாத என் குருதேவர் இரு வாரங்களாகக் கம்பளத்தைச் சுற்றிக்கொண்டு கம்பளப் பையிலும் நுழைந்து கிடக்க வேண்டியிருந்தது. அவருக்குக் கணப்பு வேண்டும். அர்த்த ராத்திரி அளவில் பனி இறங்க ஆரம்பித்துவிடும். ஆவி போலல்லாமல் பஞ்சுப் பொதிகளாகவும் இறங்கும். என் குருதேவருக்குக் கணப்பு வேண்டும் – இன்னொரு காரணத்திற்காகவும் கணப்பு வேண்டும். பகலில் சில அடிச்சுவடுகள்தான் காணப்படும். இரவு வேளையில் அந்த அடிச்சுவடுகளுக்குரியவை வந்துவிடும்.

உலர்ந்த செடிகளை நான் வேரோடு பிடுங்கிக்கொண்டு வந்தேன். என் கைகளால் மார்போடு அணைத்துக்கொண்டு வரக்கூடிய அளவு இருமுறை கொண்டு வந்து சேர்ப்பதற்குள் எல்லாவற்றையும் கண்ணை இடுக்கிக்கொண்டு பார்க்க வேண்டியிருந்தது. என் குருதேவரைப் படுக்கவைத்து நான் இழுத்து வந்த பலகையுடன் ஒரு விறகுக் கட்டும் கட்டி வைத்திருந்தேன். அந்த விறகுத் துண்டுகள் இலகுவில் பற்றிக்

கொண்டு விடா. பற்றிக் கொண்டாலும் ஓர் இரவு நேரத்திற்கு மேல் வரா. எங்கள் ஆசிரமத்திலிருந்து வருடத்திற்கு இரண்டு மூன்று முறை அத்யாவசியத் தேவைகளுக்காக ஹரிராம்புகூருக்கு நாங்கள் வந்து போகும் போதெல்லாம் பிரயாணத்திற்கு அந்த அளவு கட்டைக்கு மேல் எடுத்துக்கொள்வதில்லை. ஆனால் இம்முறை அது போதவே போதாது என்று எனக்குத் தெரிந்துவிட்டது.

நான் பிடுங்கி வந்த குச்சிகளில் ஒரு கைப்பிடியில் அடங்குபவையை எடுத்து ஒரு சிறு கூடாரம் மாதிரித் தரையில் பொருத்திவைத்தேன். என் குருதேவரின் கால் பக்கமாகத்தான் வைத்தேன். அந்தப் பிரதேசத்தில் பறவைகளே கிடையா. காற்று மிகவும் லேசாக வீசிக்கொண்டிருந்தாலும் மலைச் சாரலில் மோதிப் பிரதிபலிக்க வேண்டியிருந்ததால் கும்மென்ற ஒலி தொடர்ந்து கேட்டுக்கொண்டிருந்தது. பல நூறு அடிகள் கீழே, குறைந்தது அரை மைலுக்கப்பால் பிரவாகமாக மாறும் ஓடை தொடர்ந்த இரைச்சல் எழுப்பிக்கொண்டிருந்தது. இந்தச் சப்தங்களும் என் குருதேவரின் மூச்சுத் திணறலும் தவிர வேறு எதுவும் என் காது கேட்க அங்கிருக்கவில்லை.

பட்டாசுத்திரி போல் உலர்ந்த குச்சிகள் பற்றிக்கொண்டு எரிந்தன. அந்த ஜுவாலையில் நுனி மட்டும் படும்படியாக ஐந்தாறு விறகுத் துண்டுகளை ஒரு சக்கரத்தின் ஆரைக் கம்புகள் போல் வைத்தேன். நட்சத்திரங்கள் கூட்டம் கூட்டமாகத் தெரிய ஆரம்பித்துவிட்டன.

ஒரு விறகு பற்றிக்கொண்டு எரிந்தது. நான் பாய்ந்து சென்று அதைக் கையில் எடுத்து மூன்று நான்கு வீச்சுகளில் ஜுவாலைவிட்டு எரிவதை அணைத்து அது வெறும் தணலாக எரியும்படி செய்தேன். ஒரு விறகு மட்டும் அதிகமாகப் புகைந்துகொண்டிருந்தது. அதைத் தரையில் ஒரு முறை தட்டிவிட்டுப் புரட்டி வைத்தேன். புகை சிறிது குறைந்தது. நான் என் குருதேவரின் பக்கத்தில் போய் உட்கார்ந்து கொண்டேன். பின்னர் எழுந்து எங்களிடமிருந்த நீண்ட மூங்கில் கழியை என் பக்கத்தில் எடுத்து வைத்துக்கொண்டு அமர்ந்தேன். எல்லாப் பக்கத்திலும் உறைந்து போன பேரலைகள் போல் மலைச் சிகரங்கள் அந்த இருளிலும் கரும் நிழல்களாகக் கண்ணுக்குத் தெரிந்தன. பொழுது விடிய இருக்கும் இன்னும் பல மணி நேரத்துக்கு அவற்றைத்தான் நான் பார்த்துக்கொண்டு இருக்க வேண்டும். அமைதியாக உட்கார்ந்து பார்த்துக் கொண்டே இருந்ததில் நான் எனக்குள்ளேயே விரிந்து கொண்டிருக்கும் உணர்வு ஏற்பட ஆரம்பித்தது. ஆசிரமக்

குடிசைக்குள் என் குருதேவர் எந்தவித உடல் இடர்ப்பாடும் இல்லாமல் படுத்திருக்கும் வேளைகளில் நான் ஒவ்வொரு நாளும் வெட்டவெளியில் உட்கார்ந்து, இந்த விசால உணர்வைக் காத்திருந்து வரவழைத்துக்கொள்வேன். இப்போது என்னிச்சை யின்றி அந்த விசால உணர்வு வர ஆரம்பித்ததும் அதை அகற்றிவிட வேண்டுமே என்ற கவலை வந்தது. அந்நேரம் தூரத்தில் இரு மலைச் சிகரங்கள் அசைந்து என் திசையில் குவிந்து வருவதுபோல் இருந்தது. என் அடிவயிற்றில் திடீரென்று பயம் எழுந்தது. உடனே மனலயம் கலைந்து போயிற்று. மலைச் சிகரங்களைப் பார்ப்பதைவிட்டு ஆகாயத்தைப் பார்த்தேன். தாறுமாறாகச் சிதறிக் கிடப்பதுபோல் இருந்த நட்சத்திரங்கள் சீக்கிரத்தில் தனித்தனிக் கூட்டங்களாகக் கண்ணுக்குத் தெரிய ஆரம்பித்தன. முதலில் அந்த உருவங்களுக்கு என் மனம் கற்பிக்கும்படியான தோற்றம் ஒன்றும் தோன்ற வில்லை. ஆனால் அது மாறி ஒவ்வொரு நட்சத்திரக் குவியலும் வெவ்வேறு விதமான கைகால்களை நீட்டிக்கொண்டு வெறியுடன் பறந்து செல்லும் உருவங்களாகக் காண ஆரம்பித்தன. எனக்கு மீண்டும் அடிவயிறு ஒட்டிக்கொண்டது. கண்களை மூடிக்கொண்டு படுத்தேன். என் குருதேவர் திணறிக் கொண்டு மூச்சுவிடுவதுகூட ஒரு தாளலயத்துடன்தான் வந்துகொண்டிருந்தது. அதன் மீது மனத்தைச் செலுத்தியபோது என் நினைவுப் பிரக்ஞை அமிழ்ந்து என்னை உறக்கத்துக்குக் கொண்டு செல்வதை உணர்ந்தேன். அதைத் தடுத்துக் கண்களைத் திறந்து கொண்டு நட்சத்திரங்களைப் பார்த்தேன். நட்சத்திரங்கள் வெவ்வேறு கூட்டமாகப் பிரிந்து உருவங்களாக மாறும் தருணத்தில் மலைச் சிகரங்களை நோக்கினேன். என்னை அறியாமல் என் கவனம் என் குருதேவரின் சுவாச ஒலியில் மீண்டும் லயிக்க ஆரம்பித்தபோது எழுந்திருந்து உட்கார்ந்தேன். நான் எக்காரணம் கொண்டும் அன்றிரவு என் நினைவை இழக்கக் கூடாது. மலையைத் தாண்டி, சமவெளியைத் தாண்டி, வனத்தைத் தாண்டி, ஆற்றைத் தாண்டி ஹரிராம்புகூரை அடைந்தே தீர வேண்டும். என் குருதேவருக்கு வைத்திய உதவி கிட்டும்படி செய்ய வேண்டும். பனி இறங்க ஆரம்பித்தது. நான் எங்களிடம் மிகுதியிருந்த ஒரே பழந்துண்டைத் தலையோடு போர்த்துக்கொண்டு ஒரு தொடையை இன்னொரு தொடை மீது இறுக்கி வைத்துக் கொண்டு உட்கார்ந்தேன்.

மலைச் சிகரங்களிடையே புகுந்து வீசிக்கொண்டு செல்லும் காற்றின் ஒலி எனக்குள்ளேயே கேட்டது. ஓடைச் சப்தமும் கேட்டது. நான் விரிந்துகொண்டிருந்தேன். எல்லாத்

திசைகளிலுமாக விரிந்துகொண்டிருந்தேன். கணத்துக்குக் கணம் நான் இலேசாகிக்கொண்டே வந்து எனக்கு எடை, உருவமே இல்லை என்கிற அளவுக்கு விரிந்து, இன்னமும் விரிந்துகொண்டிருந்தேன். எல்லா ஒலிகளையும் கேட்க முடிந்த எனக்கு. அவையெல்லாம் எங்கோ ஓர் அடித்தளத்தில் மட்டும் இயங்கிக்கொண்டிருந்ததாகத்தான் தோன்றியது. அப்போது தனியாக ஒரு ஒலி அவையெல்லாவற்றிற்கும் மேலாக ஒன்று கேட்டது. அந்த நிலையில், அந்தத் தருணத்தில் அது பொருந்திப் போகவில்லை. மறுபடியும் அந்தச் சீறல் வந்தது. நான் நொடிப் பொழுதில் என்னைக் குறுக்கிக்கொண்டேன். ஒரு வருடப் பயிற்சியில் மன லயத்தில் நான் அடைந்திருந்த தேர்ச்சி எனக்கு அப்போது வேண்டாததாக இருந்தது. அந்தச் சீறல் மீண்டும் கேட்டது. என் பக்கத்தில் இருந்த தடியைப் பற்றிய வண்ணம் சீறல் வந்த திசையில் பார்த்தேன். இரண்டு மின்மினிப் பூச்சிகள் பளிச்சிட்டன. என் கழியை வீசினேன். முதல் வீச்சில் அந்த இரட்டை ஒளிப் பொறிகள் சிறிது அசைந்து மட்டும் கொடுத்தன. நான் என் கையை எட்டி மீண்டும் கழியை வீசினேன். அது எதன் மீதோ தாக்கிற்று. மயிர் குத்திடக் கூடிய ஊளையொலி கேட்டது. மறுகணம் அந்த ஓநாய் பின் வாங்கி ஓடிச் சென்றுவிட்டது.

என் குருதேவரின் பக்கம் பார்த்தேன். நான் வைத்திருந்த விறகுகள் அநேகமாக எல்லாம் எரிந்து அணையும் தறுவாயில் இருந்தன. நடுராத்திரியைக் கடந்திருக்கக்கூடும். நான் தூங்கிப் போயிருந்திருக்கிறேன். தணலாக இருந்த விறகுகள்கூட முக்காலுக்கு மேல் சாம்பலாகப் போயிருந்தன. அதன் பிறகு தான் அந்த ஓநாய் வந்திருக்கிறது. ஒரு சாண் அளவுக்கு மிஞ்சியிருந்த ஒரு கட்டைத் துண்டை ஊதி ஊதி ஜுவாலை எழச் செய்தேன். அதைக் கொண்டு என் குருதேவரைத் தலையிலிருந்து கால்வரை பார்த்தேன். அவர் படுத்திருந்த பையில் கால் பக்கத்தில் சிறிது கிழிந்திருந்தது. நான் ஓரிரு நிமிஷங்கள் தாமதித்திருந்தால் கூட அந்த ஓநாய் கம்பளப் பையை இன்னமும் கிழித்து என் குருதேவரின் காலைக் கவ்வியிருக்கும்.

அந்தக் கட்டை அணைந்து புகைய மட்டும் செய்தது. நான் உறைந்த மண்ணெண்ணெயை ஒரு விரலில் எடுத்துத் தணல் மீது வைத்தேன். கட்டை பற்றிக்கொண்டு எரிந்தது. அதை என் குருதேவர் முகத்தருகே கொண்டு சென்று, "ஐயா" என்று கூப்பிட்டேன். அவர் காதில் அது விழவில்லை. முன்பு வாயைத் திறந்து படுத்துக்கொண்டிருந்தவர் இப்போது வாயை மூடிக்கொண்டு தூங்கிக்கொண்டிருந்தார். நான்

தூங்கிக்கொண்டிருந்த வேளையில் அவருக்குத் தாகம் எடுத்திருக்கக்கூடும்; பசித்திருக்கக்கூடும். நான் "ஐயா" என்று சொல்லி அவரைச் சிறிது அசைத்து எழுப்பினேன். அவர் அப்படியே இருந்தார். அவர் மூக்கருகே என் புறங்கையை வைத்துப் பார்த்தேன். அடுத்தபடி என் காதை அப்படியே அவர் மார்புமீது அழுத்திக்கொண்டு கேட்டேன். அங்கு காது கேட்பதற்கு ஒன்றுமில்லை.

குருதேவரின் சாவு அதிர்ச்சியைத் தரவில்லை. அப்பழுக் கில்லாத தேகநிலை உடைய அவர் எப்போது நீர் விலகிக் கொண்டிருக்கும்போதுகூடத் தன்னை நகர்த்திக்கொள்ள இயலாத அசக்தி அடைந்திருந்தாரோ அப்போதே நான் எதற்கும் என் மனத்தைத் தயார்செய்துகொண்டிருந்தேன். என் யோக சாதனை விடுப்பட்டுவிடும். அவரைத் தேடிக் கண்டுபிடித்து, அவர் என்னை ஏற்றுக்கொள்ளச் செய்வதற்கு மூன்றாண்டு காலத்திற்கும் மேலாயிற்று. இனி இன்னொரு தகுதி வாய்ந்த குருவை அடைய எவ்வளவு ஆண்டுகள் பிடிக்குமோ தெரியாது. வேறு குரு கிடைப்பாரா என்பதே சந்தேகம். எனக்கு நிர்ணயம் செய்யப்பட்டதற்கிணங்கத்தான் எனக்கு வாய்க்கும். ஹரிராம்புகூரை அடைவதற்குள் என் குருதேவருக்கு ஒன்றும் நேர்ந்துவிடக் கூடாது என்பதே அப்போது என் பிரார்த்தனை. கடைசிச் சுவாசம் என்று தோன்றும்போது சிறிது பசும்பாலை வாயில் ஊற்ற வேண்டும் – இதை வெகு நாட்கள் முன்பே என் குருதேவர் சொல்லக் கேட்டிருக்கிறேன். ஆனால், அன்று அந்தப் பேச்சே பொருத்த மில்லாதாக இருந்தது. 'என் போன்றவர்களை ஆறடி குழி தோண்டிப் புதைக்க வேண்டும்' என்று அவர் சொன்னதும் அபத்தமாகப்பட்டது. அன்று நான் பசும்பால் விடத் தவறி விட்டேன். ஆறடி குழி தோண்டியாவது புதைக்க வேண்டும். அதற்கு எப்படியும் இந்த மலைப் பாறையிடத்திலிருந்து சமவெளியருகில் இறங்கியாக வேண்டும். ஆறடி தோண்டி, வெறும் மண்ணை மட்டும் போட்டு மூடினால் போதாது. பெரிய பெரிய கற்களையும் போட வேண்டும். ஒரு ஓநாய் அவரை முகர்ந்துவிட்டது. அடுத்து, ஒரு ஓநாய்ப் படை வருவதற்கு அதிக நேரம் பிடிக்காது.

அப்போது அரைகுறைச் சந்திரன் வந்துவிட்டான். நான் என் குருதேவரைப் போர்த்தியிருந்த துணிகள் கம்பளப்பை முதலியவற்றை மெதுவாக உருவி எடுத்தேன். என் குருதேவரின் முகம் அற்புதமான அமைதியுடன் காணப்பட்டது. சுவாசத் திற்கும் இதயத் துடிப்பிற்கும் நான் தேடியிராவிட்டால்

அவர் தூங்கிக்கொண்டுதான் இருக்கிறார் என்று நினைக்கும் படியான தோற்றம். ஒரு பழந்துணியைக் கிழித்து அவருடைய கால் கட்டை விரல்களைச் சேர்த்துக்கட்டினேன். அதேபோல் கைகள் இரண்டையும் பிணைத்தேன். ஒற்றை வேஷ்டி கொண்டே அவரைத் தலை முதல் கால்வரை சுற்றி, கம்பளப் பைக்குள் நுழைத்து, பையின் வாயை இழுத்துக் கட்டினேன். மெதுவாகத் தணல் எரியும்படி செய்துகொண்டு பொழுது விடிவதற்காகக் காத்திருந்தேன். முழங்கால்களுக்கிடையில் தலையைப் புதைத்துக்கொண்டு உட்கார்ந்திருந்தேன். கிழக்கு வானத்தில் வெளிர்ச்சாயம் தோன்றுவதற்குள் என்னைச் சுற்றி இரண்டங்குல உயரத்திற்குப் பனி உதிர்ந்திருந்தது. அந்த அரை வெளிச்சத்தில் நான் மீண்டும் என் குருதேவர் கிடந்த பலகையை இழுத்து நடக்க ஆரம்பித்தபோது பின்னால் ஒரு முறை பார்த்ததில் தூரத்தில் ஒரு உருவம் அசைவதை உணர முடிந்தது. நான் இரண்டாம் முறை திரும்பிப் பார்த்த போதும் அது அதே தூரத்தில் வந்துகொண்டிருந்தது. இம்முறை அந்த ஓநாய் முனகிற்று.

இறந்தவர்கள் எப்படி எடைகூடக் கூடும் என்று தெரிய வில்லை. எனக் குருதேவரை, அவர் சுவாசம் இயங்கிக்கொண் டிருந்த போதைவிட இப்போது இழுத்துப் போவது நிமிஷத்துக்கு நிமிஷம் கடினமாகிக்கொண்டிருந்தது. காலையில் சற்று நேரத்திற்குத் தரையில் பனியிருந்தபோது பலகை என் பின்னால் வழுக்கிக்கொண்டு வந்தது. ஆனால், உச்சிவேளை நெருங்கு வதற்குள் அங்கு பனியும் பெய்திருக்குமா என்று தோன்று மளவுக்கு எல்லாம் உலர்ந்துவிட்டது. இப்போது நான் இறங்கு முகமாக இருந்தேன். பல சமயங்களில் பலகையை இழுத்து வருவதற்குப் பதில் பின்னாலிருந்து தள்ளி நகர்த்தி வந்தேன். கனம் அதிகரித்துக்கொண்டே வந்த அந்தச் சுமை பள்ளத்தில் சரிந்து விழுந்துவிடாமல் பாதுகாத்துக்கொண்டு போவது மிகவும் சிரமமாக இருந்தது. முன்னிரவு எனக் குருதேவர் குடித்து மிஞ்சியிருந்த கஞ்சியைச் சாப்பிட்ட பிறகு நான் எதுவும் உண்ணாமலிருந்த போதிலும் எனக்குப் பசி எழ வில்லை. இடுப்பும் தோளும் மட்டும் வலித்தன. நான் எங்கும் நிற்கவில்லை. மறுபடியும் இரவு வருவதற்குள் மலைப் பிரதேசத்தைக் கடந்து சமவெளியை அடைந்துவிட வேண்டும் என்ற ஒரே நோக்கமாக இருந்தேன். என் மனத் திடத்திற்கு உடல் திடம் முடிந்தவரையில் ஈடு கொடுத்தது. ஆனால் அது போதவில்லை. நான் அடிமேல் அடி எடுத்து வைத்துத் தான் செல்ல முடிந்தது. நான் பார்த்துக்கொண்டிருக்கும் போதே மலை நிழல் நீண்டுகொண்டு போவதை உணர

வாழ்விலே ஒரு முறை

முடிந்தது. இன்னும் நான்கு அல்லது ஐந்து மணி நேரம் வெளிச்சம் இருந்தால் எனக்குப் போதும். ஆனால், எனக்கு அது கிடைக்கத் தவறவிட்டு மீண்டும் சுள்ளிகளுக்காக அலைந்து எடுத்துவைப்பதும் அறிவற்றது. சற்றும் எதிர்பார்க்க முடியா வண்ணம் பல இடங்களில் பாறை வெடித்துப் பல நூறு அடிகளுக்குச் செங்குத்தாக இறங்கியது. அந்தப் பிளவுகளின் அடியிலும் செடிகொடிகள் வளர்ந்து படர்ந்திருந்தன. அந்த ஒரு பகல்நேரப் பிரயாணத்திலேயே நான் அந்தப் பள்ளங்களில் தவறிப்போய் விழுந்த பல மிருகங்களின் சின்னங்கள் – அழுகி, உலர்ந்து, பூச்சி அரித்து, காற்றில் சிதறிப்போன சடலங்கள் – கிடப்பதைக் கண்டேன்.

அதிகரித்துவரும் உடல் சோர்வைக் குறைந்துவரும் வெளிச்சம் சரிக்கட்டி வந்தது. வெளிச்சம் இம்மியளவு குறைவதையும் என் உடல் முழுதாலும் என்னால் உணர முடிந்தது. என் உடல் யத்தனம் அதிகரித்தபோதிலும் என் பிரயாணத்தின் வேகம் வெகுவாக அதிகரிக்கவில்லை. நடப்பதென்றில்லாமல் நகர்வதற்கே மிகுந்த பிரயாசை எடுத்துக் கொள்ள வேண்டியிருந்தது. என் கண் முன்னால் ஆயிரக் கணக்கான பூச்சிகள் பறப்பதுபோலத் தெரிய ஆரம்பித்து விட்டது. இன்னமும் இரண்டு மணி நேரப் பிரயாணம் இருந்தது. நிமிஷங்கள் செல்லச் செல்ல வெளிச்சம் மறைவதற்குள் நான் மலைப் பிரதேசத்தைக் கடந்துவிடுவேன் என்கிற நம்பிக்கை குறைந்துகொண்டே வந்தது. இன்னொரு இரவு பனி விழும் மலைகளுக்கிடையில் நான் தங்க வேண்டும். பகலில் என் கண்ணில் ஒன்றும் படவில்லை. ஆனால் அந்த உணர்வு என்னிடம் இருந்துகொண்டே இருந்தது. அந்த ஓநாய் என்னுடைய ஒவ்வொரு அசையையும் அறியும். அது வரும்போது தனியாக வராது.

கண்ணுக்கெட்டும் தூரத்தில் சமவெளி தெரிந்தது. ஆனால் அதை நம்பி நான் பிரயாணத்தைத் தொடர முடியாது. என் குருதேவரின் சடலம் கிடந்த பலகையை அப்படியே தழைத்துக் கீழே வைத்துவிட்டு மீண்டும் சுள்ளிகளுக்காக அலைந்தேன். நேற்று கிடைத்த அளவு கிடைக்கவில்லை. நேற்றைவிட இன்று நான் ஒருநாள் வயது கூடுதலானவன்; உடல் களைப்பும் பலஹீனமும் அதிகரித்தவன். கிடைத்ததை வைத்து நெருப்புப் பற்றவைத்தேன். நான்கே விறகுக் கட்டைகள் பாக்கியிருந்தன. ஒவ்வொன்றாகப் பற்ற வைத்துக்கொண்டு, தணலாக எரியும் விறகுடன் என் குருதேவரின் சடலத்தைச் சுற்றிச் சுற்றி வந்துகொண்டிருந்தேன். இன்றும் நான் தங்கிய இடத்திற்குப் பக்கத்திலேயே செங்குத்தாகப் பள்ளம் இறங்கியது.

அங்கு ஓடையில்லை – அது எங்கோ வேறு திசையில் சென்று விட்டது. இந்தப் பள்ளத்தின் அடியில் புதர்தான் மண்டியிருந்தது. நேற்றுப் பிரயாணத்தை நிறுத்தியபோது எனக்குப் பீதி எழ வில்லை. என் குருதேவர் நேற்றும் உடலால் எனக்கு எவ்வித உதவியும் செய்ய இயலாதவர். அந்த விதத்தில் நேற்றும் நான் தனியன்தான். ஆனால் நேற்று இல்லாத பீதி இன்று என் அறிவைக் கருக்கிக்கொண்டிருந்தது. என் வாழ்க்கையின் சாதனைகள், லட்சியங்கள், சிந்தனை அடிப்படைகள், ஆசைகள், உணர்ச்சிகள் எல்லாம் ஆவியாகப் பறந்துபோய், என் குரு தேவரின் சடலத்தை முழுமையாகச் சமவெளியில் அடக்கம் செய்துவிட வேண்டும் என்பதைத் தவிர வேறு இலக்கு ஒன்றும் இல்லாமல் இருந்தேன். இன்னொரு இரவுப் பனி உயிரற்ற சடலத்தை ஒன்றும் செய்துவிட முடியாது. ஆனால் என் பற்களிலும் எலும்புகளிலும்கூட இழையோடும் பீதியுடன் இருந்தேன். என் உடலெல்லாம் காதாகக் கேட்டுக்கொண் டிருந்தேன். நன்றாக இருட்டியபின் காற்றோசையோடு வேறொன்றும் கேட்க நான் அதிக நேரம் காத்திருக்க நேரவில்லை. மெல்லிய சீறலுடன் பல ஜதை மின்மினிப் பூச்சிகள் என்னை நோக்கி முன்னேறிக் கொண்டிருந்தன.

நான் ஒரு கையில் கொள்ளிக்கட்டையும் இன்னொன்றில் மூங்கில் கழியும் எடுத்துக் காத்திருந்தேன். அந்த இருட்டிலும் என் கண்கள் ஓரளவு பார்க்கத் தொடங்கிவிட்டன. ஓநாய்கள் கூட்டமாக வந்தாலும் பதினைந்து இருபது அடி தூரமிருக்கை யில் பிரிந்து எங்களைச் சுற்றிவர ஆரம்பித்தன. ஒவ்வொன்றும் உறும ஆரம்பித்து, சிறிது நடந்து, பின்வாங்கி, ஒருமுறை சீறி, முன்னேறி, பின்வாங்கி எங்களைச் சுற்றியவண்ணம் இருந்தது. நிமிஷங்கள் யுகமாக நகர்ந்தன. ஓநாய்கள் எங்களைச் சுற்றும் வட்டத்தின் விட்டம் அங்குல அங்குலமாகக் குறைய ஆரம்பித்தது. ஐந்தாறு ஓநாய்கள் முழு வளர்ச்சி பெற்றவை. அவையெல்லாம் வாலைப் பின்னங்கால்களுக்கிடையில் பொருத்தி வைத்துக்கொண்டு எங்களைச் சுற்றின. நான் என குருதேவரின் தலைப்பக்கமாக நின்றுகொண்டு, நாற்புறமும் மாறி மாறி என் கொள்ளிக் கட்டையை ஆட்டியவண்ணம் இருந்தேன். பகலெல்லாம் ஓநாய்களைக் கண்ணெதிரே பாராமல் ஆனால் அவை எங்களைத் தாக்க எங்கோ தூரத்தில் பின்தொடர்ந்து வருகின்றன என்ற உணர்வே என்னைப் பெரும் பீதியில் விறைப்பாக இருக்கச் செய்தது. இப்போது அவற்றை நேரே கண்டவுடன் எனக்கு ஆழ்ந்த அமைதி ஏற்பட்டது. அந்நேரத்தில் எனக்குச் சிந்தனைகளே அவ்வப்போது எழாமல் போவதையும் உணர்ந்தேன்.

நான் மிகவும் நிதானமாக என் கைகளை அசைத்துக் கொண்டிருந்தேன். ஓநாய்கள் எங்களை இன்னமும் சுற்றிச் சுற்றி வந்த வண்ணமிருந்தன. நான் முதலில் தாக்க வேண்டும் என்று அவை காத்திருந்தது போலத் தோன்றிற்று. எனக்கும் அந்த ஓநாய்க் கூட்டத்துக்குமிடையே எழுந்திருந்த ஒரு இக்கட்டு நிலையை இருவரும் தீவிரப்படுத்தாமல் இருந்தால் இரவின் எஞ்சிய நேரம் அப்படியே கழிந்துவிடும் என்றுகூடத் தோன்றிற்று. பகல் என்று ஏற்பட்டவுடன் ஓநாய்கள் பின் வாங்கி விடக்கூடும்.

நான் நிச்சயமாக இருந்தேன். அந்த ஓநாய்களின் அடக்க மான உறுமல்கூட அப்போது அப்பிரதேசத்தின் அமைதியோடு பொருந்திவிடக் கூடியதாகவே தோன்றியது. தாமாகவே தங்களுக்குள்ளாக ஏற்படுத்திக்கொண்ட ஒரு நியதிக்கு அவை தம்மைக் கட்டுப்படுத்திக் கொண்டு அதிலிருந்து இம்மியளவு பிறழத் தயாராக இல்லாதிருப்பது போல் எங்களை வலம் வந்துகொண்டிருந்தன. எனக்கு அந்த ஓநாய்கள் மீது பெரும் பரிவு ஏற்பட்டது. அவற்றைக் காலம் காலமாக நான் அறிந்து பழகியதுபோல ஒரு உணர்வு ஏற்பட்டது. ஒரு நிலையில் நானே அவற்றுடன் சேர்ந்து என்னையே சுற்றி வருவதுபோலத் தோன்றிற்று. அப்போது என் கையிலிருந்த கொள்ளிக்கட்டை சட்டென்று அணைந்துவிட்டது. ஜ்வாலை எழுப்ப அதை நான் வேகமாக வீசினேன். அப்போது, அந்த மலைப் பிரதேசமே மூச்சு விடுவதை அப்படியே நிறுத்திக்கொண்டு ஸ்தம்பித்துக் கிடப்பதுபோலத் தோன்றிற்று. என் கைக்கட்டை முழுதும் அணைந்துவிட்டது. அதைப் போட்டுவிட்டுக் கீழே தணல் நுனிகளுடன் கிடந்த கட்டைகளில் ஒன்றைப் பொறுக்கியெடுக்க நான் தீயின் பக்கம் குனிந்தேன். ஒரு அரைக்கணம் ஓநாய்கள் உறுமுவதுகூட நின்றுவிட்டது. அடுத்துப் பேரிரைச்சலுடன் பெரிய ஓநாயாக ஒன்று என் மேல் பாய்ந்தது. என் முகத்திற்கு நேரே பயங்கரமாக விரிந்து வந்த ஓநாயின் வாயில் என் கை விறகுக் கட்டையைத் திணித்தேன். அது ஊளைவிட்டுக் கொண்டு பின்வாங்கிற்று. அந்த நேரம் வேறு சில ஓநாய்கள் என் குருதேவரின் உடலைப் போர்த்திருந்த கம்பளப் பையைக் கடித்துக் கிழிக்க ஆரம்பித்தன.

அதுவரை நிலவிய அமைதி, நியதிக்குட்பட்ட கட்டுப்பாடு எல்லாம் நொடிப்பொழுதில் சிதறுண்டு போயின. என்னை ஒவ்வொரு ஓநாயாகத்தான் தாக்கின. ஆனால் உயிரற்றுக் கிடந்த என் குருதேவரின் சடலத்தின் மீதே கூட்டமாகப் பாய்ந்தன. நான் என் மூங்கில் கழியைச் சக்கரமாகச் சுற்றினேன். ஒவ்வொரு முறை என் கழி எதையாவது தாக்கும்போது

என் தோள்பட்டை விண்டுவிடுவது போல நான் எதிரடி உணர முடிந்தது.

இப்போது ஓநாய்கள் என் மீதும் இரண்டு மூன்றாகத் தாக்கின. அந்த நேரத்தில் எங்களுக்குள் இருளே நிலவாதது போல் இருந்தது. என் ரத்தமும் ஓநாய்களின் ரத்தமும் தீப்பற்றி வெடித்த வாணம்போல் எங்கள் மேலேயே சிதறி, சுற்றுப்புற மெல்லாமும் சிதறி விழுந்தன.

ஓநாய்கள் உறுமிக்கொண்டு பாய்ந்து வந்து, பிடுங்கி, அடிபட்டு, பின்வாங்கி, மீண்டும் பாய்ந்த வண்ணமிருந்தன. அப்போது இன்னொன்றையும் உணர்ந்தேன். என் சுய நினைவில் கற்பனை செய்தும் பார்க்க முடியாத ஒலிகளை, உரத்த ஒலிகளை, நான் எழுப்பிக்கொண்டிருந்தேன். அந்தப் போரில் நானும் ஒரு பயங்கர விலங்காக மாறிப்போயிருந்தேன். ஒரு நிலையில் நாங்கள் இரு தரப்பினரும் சம வலிமை பெற்றவர்களாகத் தோன்றினோம். ஓநாய்களுக்குள் ஓநாயாக நான் இருந்தேன்.

ஆனால் அது நீடிக்க முடியவில்லை. ஓநாய்ப் படையில் பெரும்பகுதி அடிபட்டு, ஊனமுற்று ஓடிப்போய்விட்டது. மூன்றுதான் மிஞ்சியிருந்தன. என் மேலங்கி பல இடங்களில் கிழிந்து ரத்தக் கறையோடு தொங்கிக்கொண்டிருந்தது. என் குருதேவரின் சடலம் வைக்கப்பட்ட கம்பளப்பை எப்போதோ துண்டு துண்டாக்கப்பட்டு விலகிக்கிடந்தது.

ஒரு ஓநாய் என் கழியின் வீச்சில் படாமல் என்னைப் பல திசைகளிலிருந்து தாக்கிக் கொண்டிருந்தது. நான் தழைய வீசினால் அது எகிறிக் குதித்தது. நான் மேலாக வீசினால் அது தலையைத் தரை மட்டத்துக்குத் தாழ்த்திக்கொண்டது. அதை ஒழித்துவிட என் வெறியெல்லாம் சேமித்து நான் போரிட்டுக்கொண்டிருந்தேன். அது என்னுடைய ஒவ்வொரு அசைவையும் உணர்ந்ததாக இருந்தது. ஒரு இரட்டைச் சகோதரனிடம் ஏற்படும் அன்புடனும் குரோதத்துடனும் நான் அதைத் தாக்கினேன். நான் இருந்த இடம், என் குருதேவரின் சடலம், மற்ற ஓநாய்கள் ஆகிய எல்லாவற்றையும் மறந்து அந்த ஒரு ஓநாயைத் துரத்தி ஓடினேன். அது பெரிதாக ஊளையிட்டுக்கொண்டு இருட்டில் ஓடிமறைந்தது. அது ஊளையிடுவதாகக் கேட்கவில்லை. ஏதோ வெற்றி முரசு முழங்குவதுபோலச் சீறிவிட்டுத்தான் சென்றிருந்தது. நான் திரும்பினேன். மற்ற இரு ஓநாய்கள் என் குருதேவரின் சடலத்தைக் கவ்வி இழுத்துக்கொண்டிருந்தன. “ஐயோ” என்று நான் அலறிக்கொண்டு அவை மீது பாய்ந்தேன். அதற்குள்

என் குருதேவரின் சடலத்துடன் அவை பள்ளத்தில் விழுந்து விட்டன. அதுவரை என் கண்ணுக்கு எல்லாமே வெட்ட வெளியாகத் தெரிந்தது தடைப்பட்டுவிட்டது. "ஐயோ, ஐயையோ!" என்று அலறிக்கொண்டு நான் பாய்ந்தேன். காலில் ஏதோ தடுக்கிற்று – என் குருதேவரை நான் கிடத்தி இழுத்து வந்த பலகையாகத்தான் இருக்க வேண்டும். நான் விழுந்தேன். நான் தரையை அணுகுவதற்குள் என் நினைவு நீங்கிவிட்டது.

நான் மீண்டும் விழித்துக்கொண்டபோது என்மீது லேசான பனிப்போர்வை இருந்தது. காலைச் சூரியனின் ஒளிக்கதிர்கள் நேரடியாக என் கண்களைத் தாக்கின. அப்படியே படுத்திருந்தவன் ஒரு குலுக்கலுடன் எழுந்தேன். பஞ்சுபோலப் பனி சிதறிற்று. நான் கிடந்த இடத்திலிருந்து சற்றுத் தள்ளியிருந்த பள்ளத்தில் எட்டிப் பார்த்தேன். விளிம்பு ஓரமாக இறங்கி, ஓட்டமும் நடையுமாகப் பள்ளத்தின் அடியை அடைந்தேன். ஓநாய்கள் என் குருதேவரின் வயிற்றுப் பாகத்தைக் குதறித் தள்ளியிருந்தன. தலையையே காணோம். உடலெல்லாம் ரத்தம் வெளிப்பட்டு உறைந்திருந்தது போல இருந்தது. கைக் கட்டைவிரல்களைக் கட்டியிருந்த துணி அறுபட்டுக் கிடந்தது. ஒரு ஓநாயின் கால் அதன் தோள்பட்டையோடு பிய்த்து எடுக்கப்பட்டு, என் குருதேவரின் வலது கைப்பிடியில் இருந்தது.

(1969)

அம்மாவுக்காக ஒரு நாள்

மோரையும் சாதத்தையும் கலந்து பிசைந்து கொண்டிருந்த ரகுவை அவன் அம்மா, "ஏனடா, இன்றைக்குச் சிறிது சீக்கிரமாகவே வீடு திரும்பி விடுகிறாயா?" என்று கேட்டாள்.

"என்னால் ஒன்றும் முடியாது, போ" என்றான் ரகு.

"வறுத்த சுண்டைக்காய் இரண்டு போடட்டுமா?"

"ஒன்றும் வேண்டாம், போ." அப்படிச் சொன்னபோது அவன் தட்டிலிருந்து சில சோற்றுப் பருக்கைகள் வெளியே தெறித்து விழுந்தன.

வெளி வராந்தா மணைமேல் ஒரு வாழைப் பழம் இருந்தது. ரகு அதனை உரித்துத் தின்றான். பிறகு கால் ஜோட்டை முடிந்துகொள்ள ஆரம்பித்தான்.

அவன் அம்மா அப்போது அங்கேதான் இருந்தாள். ரகு, "ஏன், இன்றைக்கு என்ன விசேஷம்?" என்று கேட்டான்.

"ஒன்றும் இல்லை. ராஜகுமாரியில் ஓடுகிற படம் நன்றாக இருக்கிறதாம். ஆறு மணி ஆட்டத்திற்குப் போகலாமா என்று பக்கத்து வீட்டு மாமி கேட்டாள்."

ரகு மௌனமாக இருந்தான்.

“சந்திராவுக்குப் பள்ளிக்கூடத்தில் ஏதோ நாடக ஒத்திகையாம். உன் தம்பிக்கு ஓய்.எம்.ஸி.ஏ.யை விட்டுக் கிளம்புவதற்கே எட்டு மணி ஆகிவிடும்.”

“உம்.”

“இந்த வீட்டைத்தான் பூட்டிக்கொண்டு போக முடியாதே.”

“உம்.” அவள் அப்போது மட்டும் அவனைச் சீக்கிரம் வீடு திரும்பச் சொல்லியிருந்தால் அவன் கட்டாயம் ஒப்புக் கொண்டிருப்பான். அவன் கேட்டான், “என்ன படம்?”

ஏதோ பெயரை அவள் சொன்னாள்.

“ஓகோ.”

“நீ பார்த்துவிட்டாயா?”

அவனுக்குக் கோபம் வந்தது. “அந்தப் படத்தைப் பெரிதாக நீ ஒன்றும் பார்க்க வேண்டியதில்லை.”

“நீ பார்த்துவிட்டாயாக்கும்.”

“இல்லை என்று எவ்வளவு தடவை முட்டிக்கொள்வது? அதை நீ ஒன்றும் பார்க்க வேண்டிய அவசியம் இல்லை.”

அவன் வாசலைத் தாண்டும் போது அம்மா முணு முணுத்தது காதில் விழுந்தது.

மாம்பலம் ஸ்டேஷனில் ஒன்பது இருபத்தேழு ரெயிலுக்கு இருநூறு பேர்கள் போலக் காத்துக்கொண்டிருந்தார்கள். ரகு அவர்களோடு போய் நின்றுகொண்டான். ஒன்பது இருபத் தேழுக்கு வந்தது. அவன் கடற்கரை ஸ்டேஷனில் இறங்கி ஆபீசுக்குப் போய்ச் சேரும்போது மணி பத்து.

பதினொன்றரை மணி அடித்தவுடன் காரியாலயத்தில் இருந்த சிலர் ஒரு பத்து நிமிஷ இடைவெளிக்காக வெளியே வந்தார்கள். ரகு அடுத்த கட்டிடத்தில் இருந்த ஹோட்டலுக்குள் புகுந்தான். அவனுடன் கிருஷ்ணமூர்த்தியும் இருந்தான். அவர்களைப் பார்த்தவுடன் ஒரு பையன் உள்ளே சென்று இருவருக்கும் காபி கொண்டுவந்து மேஜைமேல் வைத்தான்.

திடீரென்று கிருஷ்ணமூர்த்தி கேட்டான், “மத்தியானம் சினிமாவுக்குப் போகலாமா?”

ரகு விழித்தான், “மத்தியானம்?”

“ஆமாம். இன்றைக்குச் சனிக்கிழமை இல்லையா?”

ஆமாம், அன்றைக்குச் சனிக்கிழமைதான். ஏன் அவனுக்கு அன்று வெள்ளிக்கிழமை போன்று இருந்தது? அவன் சொன்னான், "மாதக் கடைசியிலே எங்கேயடா போகிறது?"

கிருஷ்ணமூர்த்தி ஒரு பத்து ரூபாய் நோட்டை எடுத்துக் காட்டினான். "இதைப் பார்த்தாயா? ஆபீசுக்கு வந்தவுடனே ராகவாச்சாரியைப் பிடித்தேன்."

"என்னாலே முடியாதுடா. எங்கள் அம்மா சீக்கிரம் வரச் சொல்லியிருக்கிறாள்."

கிருஷ்ணமூர்த்தி அதற்கப்புறம் வற்புறுத்தவில்லை. காபிக்குப் பணம் கொடுக்க வேண்டிய சமயத்தில், "கொஞ்சம் எனக்கும் சேர்த்துக் கொடுத்துவிடுகிறாயா? நோட்டை இப்போதே மாற்ற வேண்டாம் என்று இருக்கிறேன்" என்றான்.

ரகு பையில் கையை விட்டான். ஒரு நான்கணாவையும் ஒரு இரண்டணாவையும் ஹோட்டல் மானேஜர் முன் வைத்தான். பிறகு அவர் தந்த ஆறு நயாபைசாக்களைத் திரும்பப் பையில் போட்டுக்கொண்டான். காரியாலயத்தில் தன் இடத்தில் உட்கார்ந்தான். அன்றைக்குச் சனிக்கிழமையாக இருந்தது நல்லதாகப் போயிற்று. பாவம், அம்மாவும் ஒரு சினிமாவைப் பார்த்துவிட்டு வரட்டுமே.

ஒன்றரை மணிக்குக் காரியாலயம் முடிந்தது. ரகு வெளியே வந்தான். சென்னை வர்த்தக உலகம் அந்த இடத்தில்தான் குழுமியிருந்தது. எங்கே பார்த்தாலும் மோட்டார் லாரிகள், தள்ளு வண்டிகள், மொத்த வியாபாரிகள், ஏற்றுமதி இறக்குமதிப் பிரதிநிதிகள், பாங்கர்கள், புரோக்கர்கள், துறைமுகத்து உத்தியோகஸ்தர்கள், தலைமுறை தலைமுறையாக நடை பாதையில் குடித்தனம் நடத்தும் பாரவண்டிக்காரர்கள், அவர்கள் குழந்தை குட்டிகள் – ரகுவுக்கு இவையெல்லாம் ஒருவிதக் கிறுகிறுப்பை உண்டுபண்ணின. அந்த இடத்தில் 'உயிர்' இருந்தது. அதுவும் அந்தப் பகல் நேரத்தில் ஏராளமான அளவில் இருந்தது. அந்த இடத்தில் எல்லாரும் வேர்வை கீழே விழ உழைத்தாக வேண்டும். ஒரு சொட்டுக்குச் சிலரால் சில அணாக்கள் சம்பாதிக்க முடிந்தது. சிலரால் பல லட்சம் ரூபாய்கள் சம்பாதிக்க முடிந்தது.

கிருஷ்ணமூர்த்தி ரகுவைக் கைவிடவில்லை. ரகுவுக்குப் பசித்தது. கடன் வாங்கிவிட்டானானால் கிருஷ்ணமூர்த்தி தாராள மனதுடையவன்தான்.

பகல் ஆட்டத்திற்கு நேரம் ஆகிவிட்டபடியால் கிருஷ்ண மூர்த்தி போய்விட்டான். ரகுவுக்கு மனமும் வயிறும் நிறைந் திருந்தன. மெதுவாகச் சைனாபஜார் ரோடில் நடந்து வந்தான். வீட்டுக்கு ஐந்து மணிக்குப் போய்ச் சேர்ந்தால் போதும். அம்மாவுக்கு வெளியே கிளம்ப அதிகம் தயார் செய்து கொள்ள வேண்டியதில்லை. அவன் வீட்டிலிருந்து ராஜகுமாரி கொட்டகை பத்துநிமிஷ நேர நடைதான்.

ரகு தெருவைக் கடந்து ஹைகோர்ட்டு வாசல் முன் நின்றான். அவனுக்கு அந்த இடம் மிகவும் பிடித்திருந்தது. எல்லாம் பழங்காலத்திய கட்டிடங்கள். வெளியே சிவப்பு வர்ணம் தோன்ற, உள்ளே வெள்ளையடிக்கப்பட்டு, கூரை உத்தரம் ஒவ்வொன்றும் இன்னும் பல ஆண்டுகளுக்கு நாங்கள் உண்மையாகத் தாங்கி நிற்போம் என்று உத்தரவாதம் அளித்து விளங்கும் அந்தக் கட்டிடங்களை அவனுக்கு மிகவும் பிடித் திருந்தது. நடுநடுவே புல்வெளிகள், சில மரங்கள், பின்னால் ஓர் அழகான கிரிக்கெட் மைதானம். அதற்கப்புறம் பளபள வென்றிருக்கும் ஒரு சாலை. அதற்கும் சைனாபஜார் ரோடுக்கும் இடையே நூறு கஜதூரங்கூட இராது. ஆனால் அந்த இரண்டுக்கும் தான் எத்தனை வித்தியாசம்! சைனாபஜார் ரோடில் எப்போதும் ஜனநடமாட்டம், வண்டி ஓட்டம், சத்தம், பேரிரைச்சல். அந்தச் சாலையிலோ எப்போதோ ஒருமுறை ஒரு கார் விரைந்தோடும். அல்லது ஒரு பெண் தலையில் ஏழெட்டு டிபன் காரியர்களை ஒரு கூடையில் சுமந்து கொண்டு போவாள். நிச்சப்தம், நிம்மதி, ஆனந்தம், ரகுவுக்கு அந்த இடம் இந்த உலகத்துக்கு அப்பாற்பட்டது போல இருந்தது. மீண்டும் ஹைகோர்ட்டு வெளிச்சுவர்க் கதவருகே வந்து நின்றான். அத்தனை நேரம் நிழலில் சுற்றின பிறகு வெயிலில் நின்றவுடன் உடல்அதுவாகவே சிலிர்த்தது. குளிர் காலத்தில்தான் தெரிகிறது வெயிலின் அருமை. அதுவும் நிழலில் இருந்த பிறகு.

எதிர்ச்சாரியில் நின்ற பிரம்மாண்டமான கட்டிடம் ஒன்றின் தலையில் வைத்திருந்த கடிகாரம் நான்கு மணி காண்பித்தது. அந்தக் கட்டிடம் பாதி கட்டப்பட்டுக்கொண் டிருந்தபோதுதான் ரகுவுக்கு ஜார்ஜ் டவுனில் வேலையாயிற்று. அது சிறிது சிறிதாக வளர்ந்து, பூர்த்தியுற்றதையெல்லாம் ரகு அநேகமாகத் தினமும் கவனித்து வந்திருக்கிறான். அன்றைக்கு என்னவோ அது அங்கே திடீரென்று முளைத்தது போல் அவனுக்குத் தோன்றியது. அவனுடைய கைக்கடிகாரத் துக்கும் அந்தக் கடிகாரத்துக்கும் மூன்று நிமிஷ வித்தியாசம் இருந்தது. ரகு கடற்கரை ஸ்டேஷன் பக்கம் நடக்கத் தொடங்கினான்.

மாலை தொடங்க ஆரம்பித்துவிட்டபடியால் நிழல்கள் நீண்டு விழுந்தன. தெருவில் போவோர் வருவோரும், 'எதை யெடுத்தாலும் நான்கணா இரண்டணா' வியாபாரிகளும் சிறிது அதிகமாகவே தென்படத் தொடங்கினார்கள். அது சனிக்கிழமை மாலை வேறு. ஏராளமான ஜோடிகள். முக்கால் வாசிப்பேர்கள் ஆங்கிலோ – இந்தியர்களும் இந்தியக் கிறிஸ்துவர் களும். ரகுவுக்கு ஞாபகம் வந்தது. அது கிறிஸ்துமஸ் வாரம். இந்துக்கள் ராமர் பிறந்த தினம், சாயிபாபா பிறந்த தினம் என்று அநேக உயர் பிறவிகளின் பிறந்த தினங்களைக் கொண்டாடுகிறார்கள். கிறிஸ்துவர்கள் இயேசு கிறிஸ்து ஒருவர் பிறந்த தினத்தைத்தான் கொண்டாடுகிறார்கள். அந்த ஒருநாள் அவர்கள் கொண்டாடும் வைபவம் மற்ற மதத்தினர் பல நாட்கள் கொண்டாடும் வைபவங்கள் அனைத்தையும் மிஞ்சிவிடும் போலிருக்கிறது. ரகுவுக்குக் கிறிஸ்துவர்கள் மீது பொறாமை ஏற்பட்டது.

ஸ்டேஷனில் நுழைந்தவுடன் என்றும் இல்லாத வழக்கமாக டிக்கெட் பரிசோதகர் ஒருவர் ரகுவை டிக்கெட் கேட்டார். ரகு பதில் பேசாமல் தன் சீஸன் டிக்கெட்டை எடுத்துக் காட்டினான். அவனும் மூன்று ஆண்டுகளுக்கு மேலாக மூன்று மாதத்துக்கு ஒரு முறை 'கடற்கரை – மாம்பலம்' சீஸன் டிக்கெட் வாங்கி, அதைத் தினம் தவறாமல் ட்ரௌஸர் பையில் வைத்திருப்பான். ஆனால் அன்றுவரை ரெயில் பரிசோதகர்களுக்கு அதை எடுத்துக்காட்டச் சந்தர்ப்பம் நேரிட்டதில்லை. அந்த ஒரு நாள்தான் ஒருவர் கேட்டார். நல்ல வேளையாக அவன் அன்று அதை வீட்டில் மறந்து வைத்துவிட்டு வந்திருக்கவில்லை.

இரண்டு பிளாட்பாரங்களில் மூன்று ரெயில் தொடர்கள் நின்றுகொண்டிருந்தன. அவை எல்லாம் நிச்சப்தமாக இருந்தன. அதே மின்சார ரெயில்கள் நடுவில் இருக்கும் ஸ்டேஷன்களில் நின்றுகொண்டிருக்கும்போது சுருதி போடுவதுபோல் ரீங்காரம் செய்துகொண்டிருக்கும். ஆனால் கடற்கரை ஸ்டேஷனில் கிளம்பும்போதுதான் அவற்றுக்கும் சத்தம் எழுப்பும் சக்தி உண்டு என்பது வெளியே தெரியும்.

ரகு மூன்றாம் வகுப்பு வண்டி ஒன்றினுள் ஏறி உட்கார்ந்து கொண்டான். ரகுவை அந்த வண்டிக்கு இழுத்தது ஜன்னல் வழியாகத் தெரிந்த சிவப்புப் புடவை ஒன்று. வண்டியினுள் ஏறிய பிறகுதான் ரகுவுக்குத் தெரிந்தது, அது புடவையல்ல, வடக்கிந்தியர் உடுத்தும் மேலாடையென்று. அந்த வண்டியினுள் ஒரு பஞ்சாபிக் குடும்பம் உட்கார்ந்திருந்தது. கணவன், மனைவி,

ஒரு குழந்தை – இவர்கள்தாம். கணவனும் மனைவியும் நடுத்தர வயதை எட்டிப் பிடித்துக்கொண்டிருந்தார்கள். குழந்தை மிகவும் அழகாக இருந்தது. ஒரு வயதுகூட நிறைந்திருக்காது என்றாலும் நன்றாகக் கொழுகொழுவென்று வளர்ந்து, நடக்கவும் நடந்தது. ரகு அந்தக் குழந்தையைப் பார்த்தபடியே உட்கார்ந்திருந்தான். அதுவும் அவனைப் பார்த்து ஒருமுறை சிரித்தது. பெற்றோர்கள் தங்களுக்குள்ளே ஏதோ புரியாத பாஷையில் உரத்துப் பேசிக்கொண்டிருந்தார்கள். குழந்தைக்கு அவர்கள் பேச்சுச் சுவாரசியப்படவில்லை.

சிறிது சிறிதாக வண்டிக்குள் ஜனத்திரள் அதிகரிக்க ஆரம்பித்தது. ரகு தன் கைக்கடிகாரத்தைப் பார்த்தான். பிறகு கதவருகே வந்து நின்று ஸ்டேஷன் கடிகாரத்தையும் பார்த்தான். இரண்டுக்கும் நான்கு நிமிட வித்தியாசம் இருந்தது. உலகத்தில் எந்த இரு கடிகாரங்களும் ஒரே நேரத்தைக் காட்ட முடியாது போலிருக்கிறது. மணி நிச்சயமாக என்னவென்று தெரியவில்லை. ஆனால் நாலேகாலுக்கு மேல் ஆகிவிட்டது.

ரகு மறுபடியும் தன் இடத்தில் உட்கார்ந்து கொண்டான். இப்போது அந்தக் குழந்தையைத் தடங்கலில்லாமல் அவனால் பார்க்க முடியவில்லை. இடையில் உள்ள பெஞ்சுகளில் சிலர் உட்கார்ந்திருந்துகொண்டு பீடி குடித்துக்கொண்டிருந்தனர். அவர்கள் கன்னங்கள் வாயுள்ளே ஒன்றோடொன்று தொடும் படியாக ஒட்டிக் கிடந்தன. அப்படியிருந்தும் ஏன் அவர்கள் புகை பிடிக்கிறார் என்று ரகுவுக்கு வியப்புத் தோன்றியது. பாவம், தள்ளாத வயசில் அந்தப் பீடி இல்லாது போனால் அவர்களுக்கு மயக்கம் ஏதாவது வருமோ என்னவோ யாருக்குத் தெரியும்? அவன் அப்பாகூட அந்தக் கடைசி நாள் அன்று டாக்டருக்குத் தெரியாமல் இரண்டு மயிரிழை புகையிலையை வாயில் போட்டுக்கொண்டார். பாவம், அதைக்கூடச் சரியாகச் சுவைக்காமல் போய்விட்டார்.

ரகுவுக்கு எங்கோ ஏதோ சரியில்லை என்று தோன்றியது. ரெயில் புறப்படக் கால் மணிக்கும் மேலாக அவன் என்றைக்கும் காத்துக்கொண்டிருந்ததில்லை. வண்டியில் வேறு சிலரும் அதை உணர்ந்திருந்தார்கள். வண்டி புறப்பட்டால் இருபத்தைந்து நிமிடத்துக்குள் மாம்பலம் போய்ச் சேர்ந்துவிடலாம். ஸ்டேஷனி லிருந்து வீடுபோய்ச் சேர ஐந்து நிமிடம். அரை மணி நேரந் தான் அவனை வீட்டிலிருந்து பிரித்தது. ஆனால் வண்டி புறப்படவே மாட்டேன் என்கிறதே, என்ன காரணம் இருக்கும்? எப்போது புறப்படும்?

ரகுவுக்கு யாரையாவது ஏதாவது விசாரிப்பதென்றால் வேப்பங்காய் மாதிரி. ஆனால் வண்டியில் உட்கார்ந்து காத்துக்

கொண்டிருந்தவர்கள் பலர் கீழே இறங்கி ஸ்டேஷன் மாஸ்டர், டிக்கெட் பரிசோதகர் முதலானோரிடம் கேள்விகள் கேட்டுக் கொண்டிருந்தார்கள். ரகு ஒரு கூட்டத்தருகே சென்றான். ஒரு வண்டி தண்டவாளம் விட்டு இறங்கிவிட்டது. கடற்கரை ஸ்டேஷனிலிருந்து மின்சார ரெயில் வசதி இன்னும் பல மணி நேரத்துக்குக் கிடையாது.

ஒருவர் கேட்டார், "ஏன் ஸார், 'டபிள் லைன்' இருக்கிறதே; ஒன்றிலாவது விடலாமே."

அந்த ரெயில் உத்தியயோகஸ்தருக்கு ஐந்து நிமிஷத்துக்குள் ஒரே மாதிரியான கேள்விகள் ஆயிரத்துக்குப் பதில் சொல்லி அலுத்துவிட்டது. ஒரு வித வெறுப்புடன், " 'டபிள் லைன்' என்றால் என்ன, ஒன்றுக்கொன்று அரை மைல் இடைவெளி இருக்கிறதா? ஒரு பாதையில் வண்டி கீழே இறங்கினால் இன்னொன்றையுந்தானே அடைத்துவிடுகிறது?" என்றார்.

நிறையத் தெரிந்தவர் ஒருவர், "எழும்பூரிலிருந்தாவது மூன்று பாதைகள் இருக்கின்றன" என்றார்.

ரகு சீக்கிரமாக ஸ்டேஷனை விட்டு வெளியே வந்தான். பஸ்ஸில் வீடு சேர அதிக நேரந்தான் ஆகும். ஆனால் என்ன செய்வது? சில்லறைக்காகப் பையைத் துழாவினான். அவன் பையில் சரியாக ஆறு நயா பைசாக்கள் இருந்தன.

ரகு நின்றுகொண்டு தன் பைகள் எல்லாவற்றையும் தேடிப் பார்த்தான். அந்த ஆறு நயா பைசாக்களும் முற்பகலில் அந்த ஹோட்டல்காரர் கொடுத்த பாக்கிச் சில்லறை. காலையில் அலமாரியிலிருந்து பணம் எடுத்துப் பையில் போட்டுக் கொள்ளும்போது நிறைய இருந்த மாதிரிதான் இருந்தது. அவன் வெறும் ஆறு அணாக்கள்தானா கொண்டு வந்தான்? சேசே, என்ன முட்டாள்தனம்!

ரகு விறுவிறு என்று தன் காரியாலயத்துக்குச் சென்றான். அங்கே யாராவது அதிகப்படி வேலை செய்துகொண் டிருந்தாலும் இருப்பார்கள்.

இல்லை, யாரும் இல்லை. வெளி இரும்புக் கதவு பூட்டி யிருந்தது. காவல்காரனைக் காணவில்லை. இரவில் இல்லாமல் போனால்தான் அவனைக் குற்றம் கூறலாம்.

ரகுவுக்கு வருத்தமாக இருந்தது. என்றும் சொல்லாத அம்மா அன்று அவனைச் சீக்கிரம் வரும்படி கேட்டுக்கொண் டிருந்தாள். ஏதோ சினிமாவுக்குப் போக வேண்டுமென்று அவளுக்கு ஆசை, அதைக்கூட அவனால் நிறைவேற்ற முடியாது போலிருக்கிறதே!

அந்தத் தெரு அந்நேரத்தில் எல்லாம் பூட்டிய கதவுகளாகக் காணப்பட்டது. ரகுவினுடைய சிநேகிதர்கள் உறவினர்கள் முக்கால் வாசிக்குமேல் மாம்பலத்திலேயே இருந்தார்கள். அவனுக்கு அவன் காரியாலயத்தில் வேலை பார்ப்பவர்களைத் தவிர அந்தப் பிராந்தியத்தில் வேறு அதிகமாகப் பரிச்சயம் இல்லை. காரியாலயத்தில் இருப்பவர்களிடங்கூட அவர்கள் வீட்டுக்குச் செல்லும் அளவுக்கு அவன் சிநேகிதம் செய்து கொள்ளவில்லை. தாமோதரன் வீட்டுக்கு இரண்டு முறை அவன் சென்றிருக்கிறான். தாமோதரன் வீடு புரசைவாக்கத்தில். புரசைவாக்கத்தில் வீடு வைத்துக்கொண்டிருப்பவனால் என்ன பிரயோசனம்? பாலகிருஷ்ணன் வீட்டுக்கும் அவன் ஒருமுறை சென்றிருக்கிறான். தன் மேஜைச் சாவியை வீட்டில் மறந்து விட்டு வந்திருந்த பாலகிருஷ்ணன் ரகுவின் சாவியைக் கடன் வாங்கிக்கொண்டான். மாலை வீட்டுக்குப் போகும்போது அதை அவனுடனேயே தூக்கிக்கொண்டு போய்விட்டான். மறுநாள் அவனுக்குச் சுரம். அதனால் ரகு அவன் வீட்டுக்கு ஓட வேண்டியிருந்தது. பாய்க் கடைப் பக்கத்தில் எங்கோ இரண்டு மூன்று சந்துகளில் நுழைந்தால் பாலகிருஷ்ணன் வசிக்கும் பொந்து கிடைக்கும். இந்த மாதிரி ஆகும் என்று தெரிந்திருந்தால் கிருஷ்ணமூர்த்தியிடம் ஒரு நான்கணா கேட்டு வாங்கியிருக்கலாம். அவனிடமும் பணம் இருந்தது. யார் இப்படியாகும் என்று நினைத்தார்கள்? பாவம், அம்மா. வீட்டில் அவனுக்குமட்டும் பிடித்திருந்த சுண்டைக்காய் வற்றலைத் தினமும் நான்கு அவனுக்கென்று ஆசையுடன் இரும்புக் கரண்டியில் வறுத்து வைப்பாள். அன்று காலைகூட வறுத்து வைத்திருந்தாள். அவன்தான் போட்டுக்கொள்ள வில்லை.

ஓட்டமும் நடையுமாக ரகு பாலகிருஷ்ணன் வீட்டைத் தேடினான். அந்தச் சமயத்தில் எல்லாச் சந்துகளும் ஒரே மாதிரி தோற்றம் அளித்தன. ஒரு சதுர அங்குலத்தில் ஏறக்குறைய ஆயிரம்பேர்கள் போல வசிக்கும் அந்த இடத்தில் பாலகிருஷ்ணன் என்ற பெயரைச் சொல்லி யாரிடம் விசாரிப்பது,

மணி ஐந்தேகாலாகிவிட்டது. பாவம், அம்மா அவனுக்காகக் காத்துக்கொண்டிருப்பாள். என்றோ ஒரு நாளைக்கு அவள் ஆசைப்பட்டாள். அதைப் பூர்த்திசெய்து கொள்ள முடியாது போலிருக்கிறது. தினமும் காலையில் அவள் சாப்பிட்டான பிறகு தின்பதற்காக மறக்காமல் வாசல் மணையில் ஒரு வாழைப்பழத்தை வைத்திருப்பாள். அவன் வயிற்றுக்கு அது

நல்லதாம். அவன் வயிற்றைப் பற்றிக்கூட அவளுக்குதான் எவ்வளவு அக்கறை!

பாலகிருஷ்ணன் வீடு கிடைத்துவிட்டது. அந்த வீட்டில் பன்னிரண்டு குடும்பங்கள். ஐம்பது பெரியவர்கள், நூறு குழந்தைகளாவது இருப்பார்கள். தட்டுத் தடுமாறிக்கொண்டு ரகு உள்ளே சென்றுகொண்டே இருந்தான். கடைசியில் பாலகிருஷ்ணன் வசிக்கும் பாகம் வந்தது. பாலகிருஷ்ணனின் மனைவி ஒரு கூடைக்காரியிடம் காய்கறி வாங்கிக்கொண் டிருந்தாள். ரகுவுக்கு அவள்தான் பாலகிருஷ்ணனின் மனைவி என்று தெரியும். அவனுக்கு ஞாபகம் இருந்தது. அவள்தான் அவனை அந்த வீட்டில் இருக்கும் வேறு யாரையோ தேடிக் கொண்டு வந்திருப்பவன் என்று நினைப்பது போலிருந்தது. அந்தக் கூடையில் கத்தரிக்காய் இருந்தது. அவ்வளவு உயர்ந்த ஜாதி என்று கூறிவிட முடியாது. சிறிது கசக்கும்; ஆனால் அவன் அம்மாவிடம் எந்தக் கத்தரிக்காயைக் கொடுத்தாலும் பிரமாதமாகச் சமைத்துவிடுவாள்.

"மிஸ்டர் பாலகிருஷ்ணன் வீட்டில் இருக்கிறாரா?" என்று ரகு கேட்டான்.

"இல்லையே." கேட்ட கேள்விக்கு அவள் பதில் சொன்னாள். பிறகு, வாங்கிவைத்திருந்த கத்தரிக்காயை உள்ளே கொண்டு போய் வைத்துவிட்டுக் கூடைக்காரியிடம் பணத்தைக் கொண்டு வந்து கொடுத்தாள்.

ரகு மறுபடியும் கேட்டான், "எங்கே போயிருக்கிறார்?"

"தெரியாதே." கூடைக்காரி பாக்கியாக ஒரு நாணயத்தைப் பாலகிருஷ்ணன் மனைவியிடம் கொடுத்தாள். அப்போது அது கை தவறிக் கீழே விழுந்துவிட்டது. நான்கணா நாணயம் அது.

"எப்போது வருவார் தெரியுமா?"

"சொல்லிவிட்டுப் போகவில்லையே" இப்படிக் கூறிக் கொண்டே அவள் குனிந்து அந்த நான்கணாவை எடுத்து வைத்துக்கொண்டாள்.

கூடைக்காரி ரகுவுக்காகக் காத்திருப்பவள் போல நின்றாள். ரகு உடனே கூடையை ஒரு கை பிடித்துத் தூக்கி அவள் தலைமேல் வைத்தான். பிறகு அவனும் வெளியே போகத் தொடங்கினான்.

“நீங்கள் யார்? அவர் வந்தால் என்ன பெயர் சொல்வது?” முதல் தடவையாகப் பாலகிருஷ்ணன் மனைவி கேட்கப் படாமல் சுயமாகப் பேசினாள். ரகு, “ஒன்றும் இல்லை. ரகு வந்திருந்தான் என்று சொல்லுங்கள்” என்று கூறிவிட்டு வெளியே வந்தான். அம்மாவை அவன் எத்தனையோ தடவைகள் கோபித்துக்கொண்டிருக்கிறான் யார் வந்தாலும் அவர்களிடம் அதிகமாகப் பேசிவிடுகிறாளென்று. அவன் வீட்டில் இல்லாமல் இருக்கும் சமயத்தில் அவனைத் தேடிக் கொண்டு நண்பர் யாராவது வந்தால் அவன் அம்மா அவனை உட்காரச் சொல்லி, அவனுடைய பெயர், வயது, கலியாணமாகி விட்டதா இல்லையா, உடன்பிறந்தவர்கள் எத்தனை பேர், அவர்கள் வீட்டில் கரி டி.யு.ஸி.எஸ்.ஸில் வாங்குகிறார்களா அல்லது விறகு மண்டியில் வாங்குகிறார்களா – இவ்வளவு விவரங்களையும் விசாரித்துவிடுவாள். அவள் கேட்கக் கேட்க, வந்தவன் ஒருவித அசட்டுக்களையுடன் பதில் சொல்லிக் கொண்டே போவான். ஏனென்றால் அவள் கேட்கும் கேள்வி களில் பலவற்றுக்கு அவனுக்குப் பதிலே தெரியாது. ஆனால் அவளிடம் ஒரு பிணிப்பு ஏற்பட்டுவிடும். பிற்பாடு அவன், எப்போது ரகுவைச் சந்தித்தாலும் அவன் அம்மாவைப்பற்றி விசாரிக்காமல் இருக்கவேமாட்டான். இந்தப் பாலகிருஷ்ணன் மனைவிக்கும் அவன் அம்மாவுக்கும் மலைக்கும் மடுவுக்கும் உள்ள வித்தியாசம். இன்னும் அதிகம். இன்னும் மிக மிக அதிகம். அவன் அம்மா எந்தக் காரியம் புரிந்தாலும் ஒரு தனி இனிமை இருக்கும். ஆனால் அவள் என்றோ ஒரு நாள் சினிமாவுக்குப் போக ஆசைப்பட்டால் அன்றைக்குத் தான் அவன் வீட்டுக்குச் சீக்கிரம் போக முடியாதபடி போய் விடும். ரெயில்கள் நின்றுவிடும். கையில் வேறு சில்லறையே இராது. நண்பன் வீட்டில் இருக்கமாட்டான். பாலகிருஷ்ணன் மனைவி கையில் நான்கணா இருந்தது. மாம்பலம் போய்ச் சேர அந்த நான்கணா போதும். ஆனால் அவளைப் போய் எப்படிக் கேட்பது? பாலகிருஷ்ணன் இருந்தால் விஷயத்தைச் சொல்லி நான்கு ரூபாய்கூட வாங்கிக்கொள்ளலாம். ஆனால் அவன் இல்லாத சமயத்தில் அவனுடைய மனைவியிடம் என்னவென்று சொல்ல முடியும்? பாவம், அம்மா.

இனிமேல் எவ்வளவு விரைவாகப் போனாலும் பயன் படாத அளவுக்கு நேரமாகிவிட்டது என்று ரகுவுக்குத் தோன்றிற்று. இவ்வளவு பெரிய பட்டணத்தில் சமயத்தில் நான்கணா கடன் கொடுத்து உதவ ஆள் இல்லை. ஜனத் தொகையோ பத்துக் கோடி இருப்பதாகச் சொல்கிறார்கள். பத்துக் கோடி இருக்குமா? இராது. ஒரு கோடி இருக்கும்.

ஒருகோடிகூட ஒரு பட்டணத்துக்கு அதிகம் இல்லை? பத்து லட்சம் இருக்குமோ? எவ்வளவு பேர்கள் இருந்தால் என்ன? முகம் தெரிந்தவன் ஒருவன் இல்லை. இனிமேல் முழு நீளமும் நடந்துதான் ஆகவேண்டும். இந்த ஆறு நயா பைசாக்கள் தம்படிக்குக் கூடப் பிரயோசனம் இல்லை. குறைந்த பட்ச தூரங்கூடப் பஸ்ஸில் போகமுடியாது. அதற்கு ஏழு நயா பைசாக்கள் வேண்டும். அம்மா, பாவம், ஏமாந்து போயிருப்பாள். என்றைக்கோ ஒருநாள் ஆசைப்பட்டாள், அது பூர்த்தியாக வழியில்லாமல் போய்விட்டது. பாவம், அவள் மிக மிக நல்லவள். அவன் மிக மிகக் கெட்டவன்; கொடுமைக்காரன். அம்மா பார்க்க வேண்டுமென்று விரும்பிய சினிமாவை அவன் மட்டும் பார்க்கலாம். ஆனால் அவள் பார்க்கக் கூடாது. "அந்தப் படத்தைப் பெரிதாக நீ ஒன்றும் பார்க்க வேண்டியதில்லை." அப்படி என்ன அவள் தாழ்த்தியாகப் போய்விட்டாள்? பாவம். அவள் கோபித்துக்கொள்வதே இல்லை. இன்றுமட்டும் அவள் அவனை வாயார வைதால் எவ்வளவு நன்றாக இருக்கும்?

ரகு வீட்டுக்குள் அடியெடுத்து வைக்கும்போது நன்றாக இருட்டிவிட்டது. அவன் தினமும் வீடு திரும்பும் நேரந்தான். வீட்டில் அம்மா தனியாகத்தான் உட்கார்ந்திருந்தாள். அவன் ஆவலுடன் கேட்டான், "நீ சினிமாவுக்குப் போகவில்லையா, அம்மா?" அந்தக் கேள்விக்கு அர்த்தமே இருப்பதாகத் தெரியவில்லை.

"எங்கே போகிறது?" அதற்கு மேல் அவள் ஒன்றும் கூறவில்லை. அவளுக்குக் கோபித்துக்கொள்ளவே தெரியாது.

ரகுவுக்குக் கை, கால், நெஞ்சு, மார்பு, தலை எல்லாம் வலித்தன. இல்லையம்மா, நான் சீக்கிரம் வரத்தான் இருந்தேன். அம்மா, இன்றைக்கு ரெயில் ஓடவில்லை, அம்மா, பஸ்ஸுக்கு சில்லறை போதவில்லை அம்மா – இன்னும் என்ன என்னமோ சொல்ல வேண்டுமென்று அவன் உதடுகள் துடித்தன. ஆனால் அதெல்லாம் சொல்லி என்ன பயன்? அவன் அம்மாவின் ஆசை பூர்த்தியானதாகிவிடுமா? அவன் சொல்வதைத்தான் அவள் நம்பப் போகிறாளா?

கைகால் கழுவிக்கொண்டு குளிக்கும் அறையிலிருந்து ரகு வெளியே வந்தான். அப்போது அவன் அம்மா, "பிளாஸ்கில் டீ வைத்திருக்கிறேன், சாப்பிடு" என்றாள்.

(1958)

திருப்பம்

"இன்னிக்கு டிரைவிங் கிளாஸ் போகலையா?" என்று அண்ணி கேட்டாள். மல்லைய்யா தன் இடது கன்னத்தை அழுத்திக்கொண்டு, "போகணும்", என்று சொன்னான். அன்றிலிருந்து பயிற்சி தரப் போவது பெரியதெருகளில்தான் என்று மாஸ்டர் சொல்லியிருந்தான். மல்லைய்யாவுக்குக் குடிசையை விட்டுக் கிளம்பத் தெம்பில்லாமல் இருந்தது. சிறிது நேரம்தான் அவன் அந்த உரிமை கொண்டாடலாம். கால் மணி நேரத்தில் அவன் ஒரு தீர்மானத்திற்கு வந்தாக வேண்டும்.

அவ்வளவு அவகாசம்கூடக் கொடுக்காமல் அண்ணன் அன்று எட்டே முக்காலுக்கே வந்து விட்டான். அண்ணன் வேலை பார்த்துக்கொண் டிருந்த 'டர்னிங்' கடை ஒரு பள்ளிக்கூடத்தை ஒட்டினாற்போல் இருந்தது. இரும்பு மற்றும் வேறு உலோகங்களை அங்கு கடைந்து குடைந்து வேலை செய்யும்போது பைத்தியம் பிடிக்கவைக்கக் கூடிய கிரீச்சிடும் ஒலிகள் காதைத் துளைத்துக்கொண்டு வரும். ஆதலால் பக்கத்திலிருந்து மாலை நான்கு மணி வரை அந்தக் கடையை மூடிவிடுவார்கள். பத்து மணிக்கு முன்னாலேயே மூடுவது மிகவும் அபூர்வம். அன்று ஓர் அபூர்வமான நாள்.

"ஏண்டா டிரைவிங்குக்குப் போகலை?" என்று அண்ணனும் கேட்டான். மல்லைய்யா எழுந்து நின்று சட்டையைப் போட்டுக்கொண்டான். வரங்கலில் மாடு மேய்த்துக்கொண்டிருந்த அவனை சென்னைக்கு வரவழைத்து மோட்டார் ஓட்டக்

கற்றுக்கொள்ள அண்ணன்தான் நூறு ரூபாய் கட்டியிருந்தான். அண்ணி உயரமான ஒரு பித்தளைத் தம்ளரில் சுக்குக்காபி கொண்டுவந்து அண்ணனுக்குக் கொடுத்தாள். அது சாம்பல் நிறத்தில் இருந்தது. அண்ணி ஒருத்தியால் அந்தக் குடும்பத்தில் எல்லாரும் காபி குடித்தார்கள். கல்யாணமான சில மாதங் களில் அண்ணன் முக்கால் தமிழன் ஆகிவிட்டான். இப்போது இரண்டு குழந்தைகள். அண்ணிக்கு இன்னும் நான்கு வார்த்தைகள் தெலுங்கு தெரியாது.

கூரைக் கீற்று நடுவில் சொருகி வைத்திருந்த சிறு கண்ணாடியை எடுத்துக்கொண்டு மல்லைய்யா குடிசைக்கு வெளியே வந்து முகத்தைப் பார்த்துக்கொண்டான். முகம் மிகவும் களையிழந்து இருந்தது. இடது பக்கம் பூசினாற்போல் வீங்கியிருந்ததால் கண் இடுங்கிக் கிடந்தது. மல்லைய்யா கையாலேயே தலை மயிரைக் கோதிவிட்டுக் கொண்டான். அதுகூட வேண்டுமா என்றுதான் அவனுக்குத் தோன்றிற்று.

கண்ணாடியை மீண்டும் எடுத்த இடத்தில் வைத்துவிட்டு மல்லைய்யா கிளம்பினான். அண்ணி, “கஞ்சி குடித்துவிட்டுப் போ” என்றாள். மல்லைய்யா குடிசைக்குள் சென்று கஞ்சி குடித்தான். அவனுக்குக் குமட்டிக்கொண்டு வந்தது. கஞ்சி நன்றாகத்தான் இருந்தது. அவனுக்குத்தான் அதை விழுங்க முடியவில்லை.

மல்லைய்யா ரயில்பாதை ஓரமாக நடந்துவந்து ரயில் கேட்டை அடைந்தான். கேட் வலப்புறம் சென்றால் தியாகராய நகர் மற்றும் டிரைவிங் மாஸ்டர். நேரே போனால் மாம்பலம் ரயில்நிலையம். இடதுபுறம் சென்றால் பழைய மாம்பலம். பழைய மாம்பலம் சென்று அந்த அழுக்குக் குளத்தங்கரையில் உட்கார்ந்துவிடலாமா என்று அவனுக்குத் தோன்றிற்று. அந்தக் குளத்தில் எருமை மாடுகளைக் குளிப்பாட்டினார்கள். யாராவது இறந்தால் செய்யும் பத்தாவது பதினொன்றாவது நாள் சடங்குகளைப் பிராமணர்கள் அந்தக் குளத்தில்தான் செய்தார்கள். சோகம் அந்தத் தருணத்தில் தரும் நம்பிக்கை, ஆசாரம் இவைதான் அவர்களை அந்தக் குளத்துத் தண்ணீரில் இறங்கவைக்கும். மாட்டின் மீது பையன்கள் தண்ணீரை வாரியடித்துக் குளிப்பாட்டும்போது சடங்குகள் செய்பவர்கள் அந்தத் தண்ணீர் மேலே பட்டுவிடாதபடி ஒதுங்கி நெளிவார்கள்.

ரயில் கேட்டருகில் நாகராஜன் வந்துகொண்டிருந்தான். மல்லைய்யாவைப் பார்த்து, “மாஸ்டர் இல்லையா?” என்று கேட்டான். மல்லைய்யா, “நானும் இப்போதுதான் கிளம்பினேன்.” என்றான். “இன்றையிலிருந்து மெயின் ரோடில் தானே?”

என்று நாகராஜன் கேட்டான். "ஆமாம்" என்று மல்லையய்யா பதில் கொடுத்தான். நாகராஜனின் இடது கன்னமும் சிறிது பூசினாற்போல் வீங்கி இருந்தது. இடதுகண் சிறிது இடுங்கித் தான் இருந்தது. அவன் முகமும் களையிழந்து கிடந்தது.

'பேட்டா' காலணிக் கடை இன்னும் திறக்கவில்லை. நாகராஜன் அந்தத் திண்ணையில் போய் நின்றுகொண்டான். மல்லையய்யா அந்தக் கடைக்கு எதிரே இருந்த பங்களா வெளிச்சுவர் கேட்டைத் திறந்து அங்கே மரத்தடியில் நிறுத்தப் பட்டிருந்த சிறிய மோட்டார் வண்டியைத் துடைக்க ஆரம்பித் தான். ஒரு மாதிரியாகத் துடைத்த பிறகு ரேடியேட்டரில் விடுவதற்காகக் குழாய்த் தண்ணீர் பிடித்துக் கொண்டுவர அந்த வீட்டின் பின்புறம் சென்றான். தண்ணீருடன் திரும்பி வந்தபோது வண்டியருகில் மாஸ்டரும் நாகராஜனும் நின்று கொண்டிருந்தார்கள்.

"உனக்கென்னடா இவ்வளவு நேரம்? ஏன் முன்னாலேயே வரவில்லை?" என்று மாஸ்டர் தெலுங்கில் கேட்டார். மாஸ்டர் மல்லையய்யாவுடன் பேசும் போதெல்லாம் தெலுங்கில்தான் பேசினான். அவன் கேட்டதை அப்படியே மொழிபெயர்த்தால், "நீங்கள் ஏன் எப்படி இவ்வளவு மணி லேட்? ஏன் எப்படி அன்றைக்கு வரவில்லை?" என்றாகும். அவன் அப்படித் தெலுங்கில் பேசித்தான் ஆகவேண்டும் என்றில்லை. மல்லையய்யா ஓரளவு தமிழ் தெரிந்து வைத்திருந்தான். ஆனால் மாஸ்டர் மல்லையய்யாவிடம் தெலுங்கில்தான் பேசினான்.

மல்லையய்யா, "இன்றைக்கு அண்ணன் குழந்தைகளுக்குக் குளிப்பாட்ட வேண்டியிருந்தது சார்" என்றான். குழந்தைகள் அன்று குளிக்கவில்லை.

"உம், ஜல்தி, ஆகட்டும்" என்றான் மாஸ்டர். நாகராஜன் அரை பிரமை பிடித்த மாதிரி நின்றுகொண்டிருந்தான். அந்த மாஸ்டரிடம் மோட்டார் ஓட்டக் கற்றுக்கொள்ள மல்லையய்யா போன்ற பையன்கள் வந்தால் அவர்கள் காரைத் துடைத்து, எண்ணெய் – பெட்ரோல் – தண்ணீர் எல்லாம் பார்க்க வேண்டும். நாகராஜன் போன்ற பையன்கள் வந்தால் அந்த வேலை மட்டும் அவர்கள் செய்ய வேண்டியதில்லை. மற்றபடி மல்லையய்யாவுக்கும் நாகராஜனுக்கும் வித்தியாசமில்லை.

"இது சரியாக இருக்கிறதா, பாருங்க சார்" என்று மல்லையய்யா கேட்டான். மாஸ்டர் ரேடியேட்டர் துவாரத்தில் எட்டிப் பார்த்துவிட்டு மல்லையய்யாவின் பின் தலையில் வேகமாகத் தட்டினான். "எவ்வளவு தடவை ஒரு அங்குலம் குறையவிட வேண்டும் என்று சொல்லியிருக்கிறேன்?" என்றான்.

"சரி, சார்" என்று மல்லைய்யா சொன்னான்.

"உம், பாட்டிலை எடு" என்று மாஸ்டர் சொன்னான். நாகராஜன் கார் டாஷ்போர்டில் வைத்திருந்த ஹார்லிக்ஸ் புட்டியை எடுத்துக் கொடுத்தான். அதில் அடியில் சிறிது பெட்ரோல் இருந்தது.

மாஸ்டர் வெளியே நின்றபடியே கார் ஸ்விட்சில் சாவியை நுழைத்துச் சிறிது திருகி விட்டு, புட்டியில் இருந்த பெட்ரோலைச் சொட்டுச் சொட்டாக கார்புரேட்டர் மீது விட்டான். பிறகு குனிந்து எஞ்சின் அடியே இருந்த ஆக்சிலேட்டர் கம்பியைச் சிறிது இழுத்தான். கார் ஒரு முறை உதறிக்கொண்டது. மீண்டும் மீண்டுமாக நான்கைந்து முறை உதறிக்கொண்டு மௌனமாயிற்று. மாஸ்டர் படபடக்கும் முகத்துடன் நிமிர்ந்து நின்று இடுப்பில் கையை வைத்துக்கொண்டான். பிறகு, "உம், தள்ளு" என்றான்.

மல்லைய்யாவும் நாகராஜனும் காரை மெதுவாகத் தள்ளினார்கள். கார் வெளியில் இருந்தபடியே மாஸ்டர் ஸ்டியரிங் சக்கரத்தைப் பிடித்துக்கொண்டு வண்டி மெதுவாகத் தெருவில் வரும்படி பார்த்துக்கொண்டான். பிறகு ஏறி உட்கார்ந்துகொண்டான். அங்கே எதிரே நின்ற பழக்கூடை சிறிது நகர்ந்துகொண்டவுடன், "உம், தள்ளு" என்றான். மல்லைய்யாவும் நாகராஜனும் தள்ளினார்கள். ஜனநெரிசல் நிறைந்த அந்தத் தெருவில் அந்த வேளையில் தொடர்ந்து பத்தடிகூட ஒரு மூச்சில் தள்ள முடியவில்லை. முன்னும் பின்னுமாகக் கால்மணி நேரம் தள்ளினவுடன் காரின் எஞ்சின் வேலை செய்யத் தொடங்கியது. நாகராஜனும் மல்லைய்யாவும் காரினுள் ஏறி உட்கார்ந்து கொண்டார்கள். மாஸ்டர் வண்டியை நகர்த்தாமல், "டேய், நீ இங்கே வந்து உட்காரு" என்று மல்லைய்யாவைத் தன் பக்கத்தில் உட்காரச் சொன்னான். நாகராஜன் பின்னால் உட்கார்ந்துகொண்டான். மாஸ்டர் உஸ்மான் ரோடில் சைதாப்பேட்டை திசையில் வண்டியை ஓட்டினான். போகும் வழியில் எங்கெல்லாம் கோயிலிருந்தாலும் வண்டியின் வேகம் சிறிது குறையும். ஸ்டியரிங்கையும் விட்டுவிட்டு மாஸ்டர் இருகைகளையும் கூப்பிக் கும்பிடுபோடுவான். மல்லைய்யாவுக்கும் நாகராஜனுக்கும் சிரிப்பு வரவில்லை.

சைதாப்பேட்டை பாலம் தாண்டியவுடன் மாஸ்டர் சாலையோரமாக வண்டியை நிறுத்தினான். மூன்று பேரும் கீழே இறங்கினார்கள். மாஸ்டர் மல்லைய்யாவைப் பார்த்து, "நீ ஏறு" என்றான். மல்லைய்யா வண்டி ஓட்டுமிடத்தில் உட்கார்ந்துகொண்டான். அவன் பக்கத்தில் மாஸ்டர் வந்து

உட்கார்ந்தான். நாகராஜன் பழையபடி பின்னாலேயே ஏறி உட்கார்ந்துகொண்டான். மாஸ்டர் மல்லைய்யாவிடம், "உம், ஸ்டார்ட் பண்ணு" என்றான்.

மல்லைய்யா கியரை நியூட்டர் செய்தான். பிறகு பிரமை பிடித்தவன் போல ஸ்விட்சைத் திருப்பி ஆக்சிலெரேட்டரை மெதுவாக அழுத்தினான். அவன் என்னவெல்லாமோ எதிர் பார்த்துக் கிலி பிடித்தவண்ணம் இருந்தான். ஆனால் எஞ்சின் முதல் முறையே வேலைசெய்ய ஆரம்பித்துவிட்டது. ஒரு வினாடிக்குள், "இன்னும் என்ன பாக்கிறே? கியறைப் போட்டு வண்டியைக் கிளப்பு!" என்று மாஸ்டர் கத்தினார். மல்லைய்யா கிளட்சை இடது காலால் நன்றாக அழுத்திக்கொண்டு கியரை முதல் கியருக்கு மாற்றினான். பிறகு வலது காலால் ஆக்சிலெ ரேட்டரை அழுத்திக்கொண்டே கிளச்சு காலைத் தூக்கினான். வண்டி மூன்று நான்கு முறை தூக்கித் தூக்கிப் போட்டு எஞ்சின் நின்றேவிட்டது.

மல்லைய்யா அசையாமல் உட்கார்ந்துகொண்டு காத்திருந் தான். ஆனால் மாஸ்டர், "வண்டியைப் போட்டு உடை" என்று மட்டும் சொன்னான். பிறகு, "உம், ஸ்டார்ட் பண்ணு" என்றான்.

மல்லைய்யா கியரை நியூட்டர் செய்து எஞ்சினைக் கிளப்பி கியரை முதல் கியருக்கு மாற்றி ஆக்சிலெரேட்டரை அழுத்தினான். வண்டி ஒரு அடி முன்னால் நகர்ந்தது. பிறகு மேலும் கீழுமாகத் தூக்கித் தூக்கிப் போட்டு நின்று விட்டது.

இம்முறை மாஸ்டர் மல்லைய்யாவை வெறுமனே பார்த்தான். பிறகு, "உம், மறுபடியும் ஸ்டார்ட் பண்ணு," என்றான். வண்டியைச் சுற்றி ஐந்தாறு பையன்கள் நின்று வேடிக்கை பார்த்தார்கள்.

மல்லைய்யா கியர்களைச் சரிவர மாற்றி, எஞ்சினைக் கிளப்பி, மீண்டும் ஆக்சிலெரேட்டரை அழுத்தினான். வண்டி சிறிது விட்டு விட்டு நகர்ந்தது. வேடிக்கைப் பார்த்து நின்ற பையன்கள் "ஓ" என்று நீட்டி ஓலமிட்டார்கள். வண்டி எதிரே ஒரு கோழிக் குஞ்சு எங்கிருந்தோ தோன்றிப் பாய்ந்தது. மல்லைய்யா கிளட்சையும் பிரேக்கையும் முழுக்க அழுத்தி வண்டியை நிறுத்தினான். கோழி வண்டியைத் தாண்டி சாலை நடுவில் போய் நின்றுகொண்டது. மாஸ்டர், "உம், போ," என்றான். மல்லைய்யா ஆக்சிலெரேட்டரை அழுத்தினான். வண்டி தடதடவென்று உதறிக்கொண்டது. எஞ்சின் நின்று விட்டது.

பிளந்து விட்ட மடை போல் மல்லையாவின் தலையிலும் முகத்திலும் அடிகளும் குத்துகளும் பாய்ந்து விழுந்தன. மல்லைய்யா ஒரு அளவுக்குத்தான் தலையை ஒதுக்கிக்கொள்ள முடிந்தது. கைகளால் முகத்தைப் பாதுகாத்துக்கொள்ள முடிய வில்லை.

"எவ்வளவு தடவை சொல்றது காலை கிளட்சிலிருந்து மெதுவா எடு என்று?" என்று அர்த்தம் தொனிக்கும்படி மாஸ்டர் தெலுங்கில் கத்திக்கொண்டே அடித்தான். வேடிக்கை பார்த்து நின்ற பையன்கள் வாயைத் திறந்துகொண்டு பார்த்துக் கொண்டிருந்தார்கள். மாஸ்டர், "போடா வெளியே, போடா!" என்று மல்லைய்யாவை அடித்துக்கொண்டே தள்ளினான். மல்லைய்யாவுக்கு இதையாவது மாஸ்டர் தமிழிலேயே சொல்லலாம் என்று தோன்றிற்று. மாஸ்டர் தெலுங்கில், "நீங்கள் போடா வெளியில்," என்று சொல்லிக்கொண்டிருந்தான்.

மாஸ்டர் தான் உட்கார்ந்த இடத்திருந்தே மல்லைய்யா பக்கம் இருந்த கதவைத் திறந்து மல்லைய்யாவை வெளியே தள்ளினான். நாகராஜனைப் பார்த்து, "நீ வா," என்றான். நொடிப் பொழுதில் நாகராஜன் பின் கதவைத் திறந்து வெளியே வந்து காரின் டிரைவர் சீட்டில் உட்கார்ந்தான். கதவை முதலில் அதிகக் கவனமில்லாமல் மூடினவன் மறுபடியும் திறந்து மெதுவாக அழுத்தமாக மூடினான். மல்லைய்யா வண்டியின் பின் சீட்டில் ஏறி உட்கார்ந்துகொண்டான். மாஸ்டர் நாகராஜனிடம், "உம், ஸ்டார்ட் பண்ணு" என்றான். மல்லைய்யாவுக்கு அப்போதே நாகராஜனின் இடது காதும் கன்னமும் துடித்துக்கொண்டிருப்பது போலத் தோன்றிற்று. ஒரு கணம் நாகராஜன் நீண்ட மூச்சு இழுத்துவிட்டுக் கொண்டான். பிறகு காரைக் கிளப்பினான். கார் கிளம்பி நகர்ந்து முனகிக்கொண்டிருக்கும் போதே "உம், செகண்ட் கியர் போடு!" என்று மாஸ்டர் சொன்னான். நாகராஜன் இரண்டாவது கியர் போட்டான். கியர் பொருத்திக்கொள்ளும் போது உலோகம் உராயும் சப்தம் வந்தது. மாஸ்டர் நாகராஜன் கன்னத்தில் விரல்களால் இடித்தான். "இனிமே கிளட்சைப் பூரா அமுக்கறேன்" என்று நாகராஜன் சொன்னான். "உம், காஸ் கொடு" என்று மாஸ்டர் சொன்னான். கார் சீறிக்கொண்டு முன் சென்றது. இரண்டிலிருந்து மூன்றாவது கியரை நாகராஜன் சங்கடமில்லாமல் பொருத்திவிட்டான்.

மல்லைய்யா துடித்துக்கொண்டிருந்தான். நாகராஜன் முதல் நாளிலிருந்தே கியர்களைச் சரியாக மாற்றிக்கொண் டிருந்தான். வண்டி நெளிந்து நெளிந்து போவதைச் சரிப்

படுத்தத்தான் இன்னும் வரவில்லை. ஒரு பர்லாங்கு போகு முன்பே மாஸ்டர், "ஸ்லோ, ஸ்லோ," என்றான். வண்டி வேகம் குறைந்தாலும் தெரு ஓரத்தில் போய்க் கொண்டிருந்த ஒரு சைக்கிளை நோக்கிப் போய்க்கொண்டிருந்தது. நாகராஜன் ஓட்டும்போது காரே காந்த சக்திக்கு உட்படுவது போல சைக்கிள்கள் பக்கமே போய்க்கொண்டிருந்தது. "ஹார்ன்" என்று மாஸ்டர் கத்தினான். நாகராஜன் வலது கையால் ஹாரனைப் பிசைந்தான். கன்றுக்குட்டி கூப்பிடுவது போல் இருந்தது. சைக்கிள்காரன் "ஐயோ!" என்றான். மாஸ்டர் தன்பலம் கொண்ட மட்டில் ஸ்டியரிங்கை மறுபுறம் திருப்பினான். கார் வளைந்து நடுரோடையும் கடந்து போயிற்று. பின்னாலிருந்து வந்த மணல் லாரியும் வேகமாக வளைந்து காரைக் கடந்து சென்றது. மணல் லாரியில் நின்றுகொண் டிருந்த ஆட்கள் 'ஓ'வென்று கத்தினார்கள். மல்லையய்யா துடித்தான். மாஸ்டரின் கை நாகராஜனின் கன்னத்தையும் காதையும் தாக்கிக்கொண்டிருந்தது. நாகராஜன் வேகம் தணிக்க முடியாமல் நடுரோடில் காரை நெளிய நெளியச் செலுத்திக் கொண்டிருந்தான். மாஸ்டர், "ஸ்டாப்!" என்றான். நாகராஜன் அப்படியே நடு ரோடில் நிறுத்திவிட்டான். மாஸ்டர் படபட வென்று நாகராஜனை அடித்துக்கொண்டே, "காரை எப்படிடா பார்க் பண்ணுவே!" என்று கேட்டுக்கொண்டிருந்தான். நாகராஜன் இரண்டு கைகளாலும் தலையைப் பாதுகாத்துக் கொண்டான். பின்னாலிருந்து வந்த வண்டிகள் அவர்களை இடது புறமாகவும் முந்திக் கொண்டுபோய்க் கொண்டிருந்தன. கார்க்காரர்கள் அவர்களுக்குப் பழக்கபட்டபடி திட்டிக் கொண்டு போனார்கள்.

மாஸ்டர், "இறங்குடா கீழே!" என்றான். ஒரு அரசாங்க பஸ் தாண்டிப் போவதற்குக் காத்திருந்துவிட்டு நாகராஜன் கீழே இறங்கிப் பின்னால் போய் ஏறிக்கொண்டான். மாஸ்டர் டிரைவர் சீட்டில் நகர்ந்து உட்கார்ந்து கொண்டு வெறுப்புடன் பின்னால் திரும்பிப் பார்த்தான். நாகராஜன் தலைமயிரைச் சரிப்படுத்திக் கொண்டிருந்தான். மாஸ்டர் மல்லையய்யாவை "என்னடா காத்திண்டிருக்கே? பக்கத்திலே வந்து உக்காரு!" என்றான். மல்லையய்யா ஒரு நொடியில் காரிலிருந்து வெளியேறி மாஸ்டர் பக்கத்தில் உட்கார்ந்தான். பின்னால் ஒரு பிரம்மாண்டமான மிலிட்டரி லாரி ஹார்ன் அடித்துக் கொண்டிருந்தது. மாஸ்டர் ஸ்விட்ச் சாவியைத் திருப்பி வண்டியை ஸ்டார்ட் செய்ய முனைந்தான். வண்டியில் பெட்ரோல் வாசனை ஏகமாக வந்துகொண்டிருந்தது. மாஸ்டர் பல்லைக் கடித்துக்கொண்டு, "தள்ளுங்கடா," என்றான்.

மல்லையய்யாவும் நாகராஜனும் கீழேயிறங்கி வண்டியைத் தள்ள ஆரம்பித்தார்கள். சைக்கிளில் போகும் இருவர் நாகராஜனைப் பார்த்துக் கையை வீசிவிட்டுப் போனார்கள். நாகராஜன் சுய நினைவே இல்லாததுபோல வண்டியைத் தள்ளிக்கொண்டிருந்தான்.

கோகாகோலா பாக்டரி கேட்டையும் கடந்து கிண்டி மேம்பால மேடு ஏற ஆரம்பித்தும் வண்டி கிளம்பவில்லை. மாஸ்டர் உட்கார்ந்தபடியே கையை வெளியே நீட்டிச் சைகை செய்தான். மல்லையய்யாவும் நாகராஜனும் தள்ளுவதை நிறுத்தினார்கள். கார் சாலையோரமாக இருந்தது. மாஸ்டர் கீழே இறங்கினான். இவன் கோபமாக இருந்த மாதிரி இல்லை. வேஷ்டியை மடித்துக்கொண்டு கோகாகோலா பாக்டரி காம்பவுண்ட்ச் சுவர்ப் பக்கமாகச் சென்றான். மல்லைய்யா வுக்கும் சுவர்ப் பக்கம் போக வேண்டுமென்றிருந்தது. நாகராஜன் அப்போதுதான் சரியாக மூச்சுவிட ஆரம்பித்திருந்தான்.

மாஸ்டர் தன் இடுப்பிலிருந்து ஒரு பொட்டலத்தை எடுத்து மல்லைய்யாவிடம் கொடுத்தான். மல்லைய்யா அதை வாங்கிக்கொண்டு காரிலிருந்து ஒரு துணிப்பையை எடுத்தான். சாலையோரமாக நிழல் இருந்த இடத்தில் உட்கார்ந்துகொண்டு பையிலிருந்து சிறு உரலில் பொட்டலத்திலிருந்து இரு பாக்குத் துண்டுகளை எடுத்துப்போட்டு இடிக்க ஆரம்பித்தான். "டேய்!" என்று மாஸ்டர் சொன்னான். மல்லைய்யா இடிப்பதை நிறுத்தினான். மாஸ்டர் ஒரு வெற்றிலையைக் காம்பு கிள்ளி, சுண்ணாம்பையும் தடவி மல்லைய்யாவிடம் கொடுத்தான். மல்லைய்யா பாக்குத் துகள்களை வெற்றிலையில் வைத்து மடித்து மறுபடியும் இடிக்கத் தொடங்கினான். மாஸ்டர் கடைசியாகத் தானும் இருமுறை இடித்து லேகியம் மாதிரி மாறியிருந்த வெற்றிலைப் பாக்கை வாயில் அடக்கிக்கொண்டு ஒரு கொத்து புகையிலையையும் போட்டுக்கொண்டான். நடந்து போகிறவர்கள் ஐந்தாறு பேர் மாஸ்டரையும் மல்லைய்யா நாகராஜனையும் பார்த்தபடி நின்றிருந்தார்கள். மாஸ்டர், "ஏய்யா நிக்கிறீங்க? போங்க, போங்க," என்றான். ஒருமுறை எச்சில் உமிழ்ந்துவிட்டு வண்டியில் ஏறி உட்கார்ந்து கொண்டான். இந்தத் தடவை எஞ்சின் உடனேயே வேலை செய்ய ஆரம்பித்துவிட்டது. தான்தான் ஓட்ட வேண்டியிருக்கும் என்று மல்லைய்யா மாஸ்டர் பக்கம் சென்றான். மாஸ்டர், "சீ, போடா" என்றான். மல்லைய்யா, நாகராஜன் இருவரும் பின்னால் உட்கார்ந்துகொண்டார்கள். வண்டி முனகிக் கொண்டு கிளம்பியது.

எதுவும் மாற்ற முடியாத நடுக்கத்துடன் வண்டிபோய்க் கொண்டிருந்தது. ஆலந்தூரைத் தாண்டும்வரை சாலையில் போக்குவரத்து நெரிசல் மிகவும் அதிகமாக இருந்தது. மிலிட்டரி மைதானம் அருகிலும் அந்த வேளையில் நிறைய கார்களும் பஸ்களும் லாரிகளும் போய்க்கொண்டிருந்தன. மாஸ்டர் வண்டியைத் தொடர்ந்து ஓட்டிக்கொண்டிருந்தான். ராணுவ ஆஸ்பத்திரியைத் தாண்டிச் செல்லும்போது மாஸ்டர் ஒருமுறை ஹார்ன் அடித்தார். மல்லைய்யா துடித்துப் போய்விட்டான். அந்த மாதிரி இடங்களில் ஹார்ன் அடித்தால் போலீஸ்காரன் பிடித்துவிடுவான். அந்தச் சமயம் அங்கே போலீஸ் யாரும் இல்லை. மீனம்பாக்கம் விமான தளம் தெரிய ஆரம்பித்தது. மாஸ்டர் வண்டியை ஓட்டிக்கொண்டே, "அஞ்சு லிட்டர் பெட்ரோல் போட்டு பிராக்டிஸ் பண்ணுங்கடான்னா வண்டியைப் போட்டு உடைக்கிறீங்களா இரண்டு பேரும்? தூ!" என்றான். விமான நிலையத்திற்கு எதிரே சாலையோர மாகக் காரை நிறுத்தினான். எல்லாரும் கீழே இறங்கினார்கள். மாஸ்டர் வண்டியின் முன்மூடியைத் திறந்துவைத்தான். "டிரைவிங் பிராக்டிஸ் யாருக்கு? பிராக்டிஸ் எனக்குத்தான். தூ!" என்றான். பிறகு நாகராஜனைப் பார்த்து, "காபி சாப்பிடலாமா?" என்றான். நாகராஜன் உடனே, "ஓ" என்றான். நாகராஜன் மல்லைய்யாவைப் பார்த்துக் கண்களால் நீயும் வா என்றான். மல்லைய்யா தலையை அசைத்தான். நாகராஜன் சிறிது தயங்கி, பிறகு அவன் மட்டும் மாஸ்டருடன் விமான நிலையச் சிப்பந்திகள் கூட்டுறவு காண்டீனுக்குப் போனான்.

மல்லைய்யா வெளியில் இருந்தபடியே டிரைவர் சீட்டருகே உள்ளே எட்டிப்பார்த்தான். கிளட்சு, பிரேக், ஆக்சிலெரேட்டர். கிளட்சு, பிரேக், ஆக்சிலெரேட்டர், நியூட்டர், ஒன்று, இரண்டு, மூன்று. இன்னும் ரிவர்ஸ் கியர் ஒரு தடவைக் கூடப் போட்டுப் பார்த்தது கிடையாது. ஒன்றாவது கியரையே சரியாகப் போட்டு வண்டியைக் கிளப்ப வரவில்லை. யாரு மில்லாத மைதானத்தில் சுமாராக வந்தது. மெயின்ரோடில் வரவில்லை. வண்டியை மெயின்ரோடுகளில் ஓட்டாமல் மைதானத்திலா ஓட்டுவார்கள்? மாஸ்டருடைய வலது கை உடைந்தாலோ சுளுக்கிக் கொண்டாலோயொழிய மல்லைய்யா வுக்கு கார் ஓட்ட வரப்போவதில்லை. மாஸ்டருக்கு அவன் பலமெல்லாம் வலது கையில்தான் இருந்த மாதிரி இருந்தது. துரியோதனனுக்குத் தொடையில் இருந்த மாதிரி. கிளட்சு, பிரேக், ஆக்சிலெரேட்டர், நியூட்டர், ஒன்று, இரண்டு, மூன்று.

மாஸ்டரும் நாகராஜனும் காண்டீனை விட்டு வெளியே வந்தார்கள். மாஸ்டர் நாகராஜனுடன் சிரித்துகூடப் பேசிக்

கொண்டிருந்தான். மல்லையாவைப் பார்த்து, "ரேடியேட்டர் பாத்தியாடா?" என்று கேட்டான். மல்லையா, "இதோ சார்," என்று சொல்லி ஒரு தகரக் குவளையை எடுத்துக் கொண்டு காண்டீனுள் சென்றான். நாகராஜன் மட்டுமே தள்ள மாஸ்டர் வண்டியைச் சென்னை திசை நோக்கித் திருப்பி நிறுத்தினான். ரேடியேட்டரைக் கவனித்தவுடன் மல்லையா மீண்டும் துணிப்பையை எடுக்கப் போனான். மாஸ்டர், "வேண்டாம்," என்றான்.

டிரைவர் சீட்டில் மாஸ்டர் உட்கார்ந்துகொண்டு ஒரு கணம் அசைவற்று இருந்தான். பிறகு ஸ்விட்சைத் திருகினான். எஞ்சின் கிளம்பிவிட்டது. அவன் நகர்ந்துகொண்டு. "ஏறு," என்றான். நாகராஜன் ஏறப் போனான். "நீ இல்லே" என்று மாஸ்டர் எரிந்து விழுந்தான். மல்லையா அவசரம் அவசரமாக டிரைவர் சீட்டில் ஏறி உட்கார்ந்துகொண்டான். நாகராஜன் பின்னால் உட்கார்ந்துகொண்டான். மாஸ்டர், "உம்," என்றான்.

மல்லையா, "கிளட்சு, பிரேக், ஆக்சிலெரேட்டர்" என்று சொல்லிக்கொண்டான். எஞ்சின் ஓடிக்கொண்டிருந்தது. மல்லையா முதல் கியர் போட்டு ஆக்சிலெரேட்டரை அழுத்தியபோது வண்டி அலுங்காமல் ஆனால் முனகிக் கொண்டே நகர்ந்தது. "உம், உம். ஜல்தி. செகண்ட்" என்று மாஸ்டர் கத்தினான். கிளட்சை அழுத்தி மல்லையா இரண்டாவது கியரைப் போட்டான். இம்முறை அவன் கிளட்சைத் தளர்த்தியபோது வண்டி ஒருமுறை இடித்துக் கொண்டது. "மெள்ள விடு" என்று சொல்லி மாஸ்டர் பலமாக அவன் தலையில் குட்டினான். வண்டி போய்க் கொண்டிருந்தது. மாஸ்டர் சாதாரணமாகச் சொன்னான். "இன்னொரு தடவை கிளட்சுக் காலை தபதபன்னு தூக்கு, உன்னைக் கொன்னு போட்டுடறேன்."

அவனையுமறியாமல் மல்லையா சொன்னான். "கொன்னு போட்டுடுங்க, சார். இங்கேயே கொன்னு போட்டுடு, அப்பா இல்லை, அம்மா இல்லை. யாரும் உன்னைக் கேக்க மாட்டாங்க" என்றான். அவன் தொண்டை அடைத்துக் கொண்டது.

"உன்னை நான் ஏண்டா கொன்னு போடணும்? நீ நன்னா வண்டி ஓட்டணும். கல்யாணம் கட்டிக்கணும். ஒண்ணுமில்லே, டிரான்ஸ்போர்ட்டிலாவது டிரைவராவணும். நான் ஏண்டா உன்னைக் கொன்னு போடணும்?" என்று மாஸ்டர் சொன்னான். ராணுவ ஆஸ்பத்திரியைத் தாண்டிய வுடன் மல்லையா மீண்டும் வேகமாக வண்டியைச்

செலுத்தினான். மவுண்ட்டிலிருந்து வரும் சாலையை அடைவதற்கு இன்னும் சில கஜங்களே இருந்தன. அங்கிருந்து கிண்டி பாலம் வரை நன்கு தேர்ச்சி பெறாதவர்கள் வண்டி ஓட்டுவது மிகவும் அபாயகரமானது. மல்லைய்யா வண்டியை நிறுத்துவதற்காக வேகத்தைக் குறைத்தான். “உம், போ! நேரே போ” என்று மாஸ்டர் சொன்னான். மல்லைய்யாவுக்கு ஸ்டியரிங் திடீரென்று அவனுக்கு அடங்காமல் போவது போலத் தோன்றிற்று. ஆனால் அந்தச் சந்தியில் நின்ற போலீஸ்காரன் வண்டிக்கு வழி கொடுத்துவிட்டான். மல்லைய்யா போலீஸ்காரனைச் சுற்றி அப்படியே திருப்பினான். மாஸ்டர், “செகண்ட்கியர் போட்டுக்கோ,” என்றான். வண்டி தரதரவென்று சப்தம் செய்துகொண்டு போயிற்று. ஆலந்துரில் சாலை ஜன நெரிசல் மயக்கம் வரும்போல இருந்தது. “ஹார்ன், ஹார்ன்,” என்று மாஸ்டர் மெதுவாகச் சொன்னான். மல்லைய்யா விடாமல் ஹார்ன் அடித்துக்கொண்டே சென்றான். அதுவே வழியமைத்துக்கொள்வது போல போக்குவரத்து நடமாட்டம் வண்டிக்கு இடம் கொடுத்து வந்தது. மல்லைய்யாவுக்கு வியர்வை கழுத்திலிருந்து முதுகுத்தண்டு வழியாக இறங்கி இடுப்பை இறுகப்பிடித்திருந்த நிக்கரை நனைக்க ஆரம்பித்திருந்தது தெரிந்தது. வண்டியை மாஸ்டரிடம் கொடுத்துவிடலாம் என்று வேகத்தை இன்னமும் குறைத்தான். கிண்டி தொழிற்பேட்டை எதிரேயுள்ள பகுதியை அவனால் சமாளிக்கவே முடியாது. இதுவரை இருந்த அதிர்ஷ்டம் இனிமேலும் இருக்காது. ஆனால் மாஸ்டர், “போ, போ,” என்றான். மல்லைய்யா அங்கு ஒன்றன்பின் ஒன்றாக நின்று பிரயாணிகளை ஏற்றி இறக்கிக்கொண்டிருந்த மூன்று பஸ்களைக் கடந்து சென்றான். மூன்றாவது பஸ்ஸைக் கடக்கும்போது எதிரே வந்த லாரி அவன் வண்டிக்கு ஒரே ஒருஅங்குல இடைவெளியே தந்தது. மாஸ்டர், “உம், போ,” என்றான். மல்லைய்யா பேயறைபட்ட மாதிரி இருந்தான். ஆயிற்று, பஸ் ஸ்டாண்ட் ஆயிற்று, கிண்டி ரயில்வே ஸ்டேஷன் ஆயிற்று, ஏதோ டாக்டர் வீடு, பின்னால் வேகமாக வந்த ஒரு புது வண்டியையும் போகச் சொல்லி ஆயிற்று, மேம்பாலம் மீது ஏற ஆரம்பித்தாயிற்று, ஆயிற்று, அதோ போலீஸ்காரன் வேறெங்கேயோ பார்த்த வண்ணம் இருக்கிறான், ஆயிற்று, இப்போது எதிரே வண்டி லாரி ஒன்றும் வரவில்லையானால் அந்தக் குறுகல் பாலத்தைத் தாண்டிவிடலாம். கீழே மின்சார இரயில் அதிர்ச்சி ஏற்படுத்திக்கொண்டு ஓடுகிறது, அந்தக் குறுகல் பாலத்தின் இரு முனைகளும் முச்சந்திகள், இப்பக்கத் திலும் மூன்று சாலைகள், அந்தப் பக்கத்திலும் மூன்று சாலைகள் சேருகின்றன, ஆயிற்று, அதோ போலீஸ்காரன்

இடதுபுறம் பார்த்துவிட்டு இங்கே பார்க்கிறான், ஆயிற்று, ஐயோ பூதம்போல லாரி எதிரே ஏறி வந்துகொண்டிருக்கிறது, ஆயிற்று, போலீஸ்காரன் நில்லென்று காண்பித்துவிட்டான்.

வண்டியோடு மல்லைய்யாவும் வெடவெடவென்று நடுங்கிக்கொண்டிருந்தான். அந்த லாரியை அடுத்து ஒன்று, இரண்டு, மூன்று, நிறைய வண்டிகள். போலீஸ்காரன் பின் புறத்துச் சாலையிலும் ஒரு வண்டி நின்றுகொண்டிருந்தது. போலீஸ்காரன் சென்னையிலிருந்து வந்த வண்டிகளைப் போகச் சொல்லிவிட்டு, அவனுக்குப் பின்னால் நின்ற வண்டியையும் விட்டுக் கை காட்டுவான். மல்லையா தன் பலம் கொண்ட மட்டும் கிளட்சையும் பிரேக்கையும் அழுத்திக் கொண்டிருந்தான். வண்டியின் எஞ்சின் ஓடிக்கொண்டிருந்தது. பின்னால் நிறைய வண்டிகள் சேர்ந்துவிட்டன. பக்கத்தில் மாஸ்டர் போலீஸ்காரனையே பார்த்த வண்ணம் இருந்தான். மீனம்பாக்கதிலிருந்து கிளம்பிய போது எதேச்சையாக முதல் கியர் தடுமாற்றம் தரவில்லை. ஒவ்வொரு தடவையும் தடுமாற்றம் இல்லாமல் வண்டியை நகரச் செய்ய அவனுக்கு இன்னும் வரவில்லை. வண்டி மேம்பாலத்தின் ஏற்றத்தில் நிற்கிறது. முன்னால் போலீஸ்காரன், பின்னால் நிறைய வண்டிகள், பக்கத்தில் மாஸ்டர். மல்லைய்யாவுக்கு ரத்த மெல்லாம் உறைந்துபோன மாதிரி இருந்தது. ஒரு விநாடி ஒரு மணி நேரம் மாதிரி இருந்தது. போலீஸ்காரன் கை காட்டிவிட்டான். மாஸ்டர், "உம், போ" என்றான். வண்டி தூக்கித் தூக்கிப் போடாமல் இருக்க வேண்டும், போலீஸ் காரனை மோதாமல் இருக்க வேண்டும், பின்னாலே உருண்டு போய் பின்னே நிற்கிற வண்டிகள் மீது மோதாமல் இருக்க வேண்டும். எஞ்சின் திடீரென்று நின்றுவிட்டது.

"ஸ்விட்சைப் போட்டு ஸ்டார்ட் பண்ணு!" என்று மாஸ்டர் கத்தினான். மல்லைய்யாவின் கை ஸ்விட்சிடம் போனது ஒரு அரை விநாடி தயங்கியது. அது போதுமானதாக இருந்தது. கியரை நியூட்டரில் மாற்றிக்கொள்ள வேண்டும் என்று நினைவுக்கு வருவதற்கு.

போலீஸ்காரன் பொறுமையிழந்து கையை மீண்டும் வேகமாக ஆட்டினான். இரும்புச் சம்மட்டி போன்ற மாஸ்டரின் கை எந்த விநாடியும் தலைமேல் விழக்கூடும். வண்டி நன்றாகக் கிளம்பிற்று. தடுமாறாமல், போலீஸ்காரனை இடிக்காமல் திரும்பிற்று. பாலத்தைக் கடப்பதற்குள் இரண்டாவது கியர் போட்டாகிவிட்டது. அதோ மூன்றாவதும் போட்டாகி விட்டாயிற்று. திடீரென்று மல்லைய்யாவுக்கு அவன் கனமெல்லாம் கொட்டிப்போய் ஏதோ காற்றால் ஆனவன்

போலிருந்தது. அவன் கை கால்கள் ஒவ்வொன்றும் தனி அறிவுபெற்று இயங்கிக்கொண்டிருப்பது போலத் தோன்றிற்று. இடது காலுக்குக் கிளட்சின் சூட்சுமம் போலீஸ்காரன் எரிச்சலோடு கையை வீசியபோது தெரிந்துவிட்டது.

"ஸ்லோ, ஸ்லோ," என்று மாஸ்டர் சொன்னான். ஒரு மாட்டு மந்தை ரோடைக் கடந்துகொண்டிருந்தது. "செகண்டிலே போட்டுக்கோ"? என்று மாஸ்டர் சொன்னான். வண்டி இரண்டாவது கியரில் மாடுகள் நடுவேயெல்லாம் புகுந்து புகுந்து சென்றது. பாதை நன்கு தெளிந்ததும் மல்லைய்யாவே காரின் வேகத்தை அதிகப்படுத்தி மூன்றாவது கியர் போட்டுக்கொண்டான். இந்த முறை ஒரு சிறு உரசல் சப்தம் கேட்டது. மாஸ்டர் ஒரு குத்துவிட்டான். அதன் பிறகு, "என்னடா இளிக்கறே?" என்று கேட்டான். மல்லைய்யா, "இனிமேல் கிளட்சை முழுக்க அழுத்தறேன், சார்" என்று சொன்னான். சைதாப்பேட்டை பாலம் அநேகமாகக் கடக்கப் பட்ட தருணத்தில் மாஸ்டர், "ஸ்டாப்," என்றான். மல்லைய்யா வண்டியை இடது புறம் ஒடித்து நடைபாதையோரம் நிறுத்தினான்.

மாஸ்டர், "நீ இங்கே தானேடா இறங்க வேண்டும்?" என்று மல்லைய்யாவைக் கேட்டான். மல்லைய்யா, "ஆமாம்," என்றான். "பின்னே ஏன் இன்னும் உக்காந்திண்டிருக்கே, இறங்குடா கீழே!" என்று மாஸ்டர் சொன்னான். அவன் இன்னும் தெலுங்கில் தான் சொல்லிக்கொண்டிருந்தான். "நீங்கள் இறங்குடா கீழே!" மாஸ்டர் நாகராஜனைப் பார்த்தான். நாகராஜன் அமுங்கிய குரலில், "நான் மாம்பலத் திலேயே இறங்கிக்கறேன்" என்றான். "உனக்கு நாளைக்குத் தான் பிராக்டிஸ்" என்று மாஸ்டர் சொன்னான். பிறகு மல்லைய்யாவைப் பார்த்து, "நாளைக் காலையிலே வரே இல்லேடா?" என்று கேட்டான்.

"வந்துடறேன் சார். சீக்கிரமாவே வந்துடறேன், சார்," என்று மல்லைய்யா சொன்னான். கார் போய்விட்டது.

மல்லைய்யா ஒரு சுவர் அருகில் போய் உட்கார்ந்து எழுந்தான். வீட்டுப் பக்கம் போனான். அவன் எங்கும் ஓடிப்போய் கிணற்றில் குளத்தில் விழவேண்டியதில்லை. அவன் நிச்சயம், குறைந்தபட்சம், ஒரு டிரான்ஸ்போர்ட் டிரைவராவது ஆகிவிடுவான். அந்தச் சமயம் அவனுக்கு எந்த மொழிக்காரி சமைத்துப் போட்டாலும் வாயில் அள்ளிப் போட்டுக்கொள்ளக் கூடிய அளவுக்குப் பெரிதாகப் பசித்தது.

(1969)

கல்யாணம் முடிந்தவுடன்

சசிகலாவுக்கு கிருஷ்ணமூர்த்தி மாலையிட்டு இரண்டுமணி நேரம் ஆகியிருக்கும். சிறியவர்களால் நிச்சயிக்கப்பட்டுப் பெரியவர்கள் சம்பிரமமாக நடத்தும் கல்யாணம். மாங்கல்யதாரணத்திற்குப் பிறகு சப்தபதி முதலியவை ஆரம்பித்து ஆசீர்வாதமும் ஒருவாறு முடிந்தது. சசிகலாவுடைய உறவினர்கள், கிருஷ்ணமூர்த்தியுடைய நண்பர்கள், வேண்டப்பட்டவர்கள், அவள் அப்பாவிற்கடியில் வேலை பார்ப்பவர்கள், அவனுடைய ஃபாக்டரியில் வேலை பார்ப்பவர்கள் எல்லாரும் ஏதோ கப்பம் கட்டவேண்டியவர்கள் போல் கும்பலாகவும் வரிசையாகவும் பெரிய சாஸ்திரிகளை அணுகி அவரிடம் பொருள்களையும் பணத்தையும் கொடுக்க, அவர்தான் கேட்ட பெயரையும் உறவையும் ஞாபகம் வைத்துக்கொண்ட அளவுக்கு விதவிதமான பஞ்சாதிகள் ஓதிப் பரிசுப் பொருள்களையும் பணத்தையும் மாறி மாறி சசிகலாவிடமும் கிருஷ்ணமூர்த்தியிடமும் கொடுத்துக்கொண்டிருந்தார். இதைப் பெண், பிள்ளை இரு தரப்பிலும் இருவர் வெகு கவனமாகக் குறித்துக்கொண்டிருந்தார்கள். அடுத்தடுத்து ராமபட்டாபிஷேகப் படங்களும் டீ செட்டுமாக வந்தபோது சசிகலா கிருஷ்ணமூர்த்தி இருவரும் ஒருவரையொருவர் பார்த்துக்கொள்ள, இருவருக்கும் சிரிப்பு வந்தது. யாரோ ஒருவர் ஒரு பெரிய காகிதப் பொட்டலத்தில் எதையோ கொடுத்து அவை அங்கேயே பிரித்துப் பார்க்க வற்புறுத்த, சாஸ்திரிகளும் அதை ஜாக்கிரதை

யாகப் பிரித்தார். உள்ளே ஒரு பொம்மைத் தொட்டில் இருந்தது. எல்லாரும் பிரமாதமாகச் சிரித்தார்கள்.

ஆசீர்வாதம் முடிந்து பெரியவர்களுக்கு நமஸ்காரம். இது ஒரு அளவிற்கு முன்பே முடிந்ததுதான். அப்போது விட்டுப் போனவர்களைப் பெரிய அத்தை காண்பிக்க, சசிகலா கிருஷ்ணமூர்த்தியுடன் அவர்களை நமஸ்கரித்தாள். கிருஷ்ண மூர்த்தி ஒரு உடற்பயிற்சி நிபுணன் போலக் கீழே விழுந்து விழுந்து எழுந்தான். ஆனால் சசிகலாவால் அவ்வளவு எளிதில் அவள் பங்கைச் செய்ய முடியவில்லை. மடிசார் வைத்துக் கட்டிக்கொண்ட புடவை எங்கெல்லாமோ வழித்துக்கொண்டது. அவள் அவதிப்படும் போது அங்கு எழுந்த சிரிப்பு அவளுக்கும் சிரிப்பை வரவழைத்தது. ஒவ்வொரு முறையும் கிருஷ்ண மூர்த்தியையும் பார்த்துக்கொள்வாள். அவன் எல்லாமே மிகவும் பழக்கப்பட்டவன் போல ஒரு சங்கடமும் கூச்சமும் இல்லாதவனாக இருந்தான்.

இருபது நமஸ்காரங்களுக்குப் பிறகு சிறிது ஓய்வு கிடைத்தது. சசிகலாவுக்கு அவள் அம்மா ஒரு தம்ளர் பானகம் கொண்டு வந்து கொடுத்தாள். நான்கடி தள்ளி ஒரு நாற்காலியில் உட்கார்ந்திருந்த நண்பன் அருகில் கிருஷ்ணமூர்த்தி நகர்ந்தான். சசிகலா பானகத்தைக் குடிக்கத் தம்ளரை வாயருகில் உயர்த் தினாள். அந்த நண்பன், "என்னடா, கல்யாணமெல்லாம் முடிஞ்சுதா?" என்று கிருஷ்ணமூர்த்தியைக் கேட்டான். அந்தக் கணம் சசிகலாவின் பார்வை கிருஷ்ணமூர்த்தி மீது இருந்தது. அதைப் பார்க்காத கிருஷ்ணமூர்த்தி அற்பமான கேள்விக்கு அதே ரீதியில் பதிலளிப்பது போல் அந்த நண்பனைப் பார்த்துக் கண்ணடித்தான். சசிகலாவால் மேற்கொண்டு பானகத்தைக் குடிக்க முடியவில்லை.

அப்புறம் மணமக்கள் சாப்பாடு. தன் எண்ணக் கோவை தனக்கே தெரியாத நிலையில் சகிகலா இருந்தாள். தம்பதிகள் ஒருவர் எச்சிலை இன்னொருவர் சாப்பிட நிர்ப்பந்தித்து ரசிக்க நிறையப் பேர் சுற்றிக்கொண்டு இருந்தார்கள். சசிகலாவால் கிருஷ்ணமூர்த்தியின் எச்சலைச் சாப்பிட முடியவில்லை. அவன் எச்சில் படாததையும் சாப்பிட முடியவில்லை. இதெல்லாம் ஒருவாறு முடிந்து பிற்பகலில் பிள்ளை வீட்டார் அவர்களை இறக்கியிருந்த எதிர் வீட்டுக்குப் போய்விட்டார்கள். அப்போதுதான் சசிகலாவுக்கு ஒரு நிதானம் வந்தது.

நிதானம் வந்தாலும் அவள் வெகு நேரம் வெறுமனே இருக்க முடியவில்லை. பெரிய அத்தை சசிகலாவின் தங்கை யிடம், "போடி, சரோஜா, அத்திம்பேரை நலங்குக்குக் கூப்பிட

வரலாமான்னு கேட்டுண்டுவா" என்று சொன்னாள். சசிகலா ஒருமுறை அத்தையையும் சரோஜாவையும் பார்த்துவிட்டு முகத்தைத் திருப்பிக்கொண்டாள்.

"நான் அதுக்குள்ளே அத்திம்பேரோட எப்படிப் பேசறது? அவர் இப்பத்தானே அத்திம்பேராயிருக்கார்," என்று சரோஜா சொன்னாள்.

"என்னடீது இப்பத்தான் அத்திம்பேர், நேத்திக்கு அத்திம்பேர்னு? கேட்டுண்டு வா, போ. நாழியாறது" என்று அத்தை மீண்டும் சொன்னாள். அதற்குள் வேறு சில பெண் குழந்தைகள், "நான் போய்க் கேட்டுண்டு வரேன்" என்று முன்வந்தன.

சரோஜா அவர்களோடு எதிர்வீட்டுக்குப் போவதை சசிகலா கவிழ்ந்த தலை நிமிராமலே பார்த்தாள். அத்தை அத்துடன் விட்டுவிடாமல் சசிகலாவையும், "உம், உம். எழுந்துண்டு புடவை தலையெல்லாம் சரி பண்ணிக்கோ. நாலு மணிக்கெல்லாம் நலங்க முடிச்சு டிபனுக்கு எல்லாருக்கும் எலை போடணும்" என்று துரிதப்படுத்தினாள்.

சசிகலா, "எனக்கு ஒண்ணும் நலங்கு வேண்டாம்" என்றாள்.

அத்தை, "இதென்னடீது, பொண் நலங்கு வேண்டாங்கறது! சீக்கிரம் தயாராகிப் போய் மாப்பிள்ளையை அழைச்சுண்டு வா. அசட்டுப் பிசட்டுன்னு நலங்கு வேண்டாம்னு உளராதே" என்றாள்.

சசிகலாவின் அம்மா முதலில் இதில் பட்டுக்கொள்ளாமல் தான் இருந்தாள். பெரிய அத்தை குடும்பத்தில் மூத்த சுமங்கலி. இம்மாதிரி பெரிய வைபவங்களில் அத்தை சொல்கிறாள் என்பதற்காகவாவது எல்லாம் பண்ணியாக வேண்டும். சசிகலா நகராமல் இருப்பதைப் பார்த்து, "இந்தக் காலத்திலே நலங்கு எல்லாம் ரொம்பக் கல்யாணத்திலே செஞ்சுக்கறது இல்லை, அக்கா" என்று அத்தையிடம் அம்மா சொன்னாள். ஆனால் அதற்குள் எதிர் வீட்டுக்குப் போன சிறுபெண்கள் கூட்டமாகத் திரும்பி வந்து, "அத்திம்பேர் ரெடியாம், இப்பவே ரெடியாம்" என்று கைதட்டிக் குதித்துக் குதித்துச் சொன்னார்கள்.

சசிகலா, "ஆமாம். எல்லாத்துக்கும் ரெடிதான்" என்று வாய்க்குள் சொல்லிக்கொண்டு எழுந்தாள். வேகமாக வாசற் பக்கம் போனாள். அம்மா, "சசி, தலையை வாரிக்கலே?" என்று கேட்டாள்.

"ஒண்ணும் வேண்டாம். அத்தைக்கு நலங்கை உடனே முடிச்சுடணுமோல்லியோ?" என்று சொல்லிவிட்டு வெளியே

போனாள். அம்மா உடனே மற்றப் பெண்களிடம், "நீங்களும் கூடப் போங்களேண்டி" என்றாள். அந்தப் பெண்களும் ஓடிப் போய்ச் சசிகலாவுடன் சேர்ந்துகொண்டார்கள்.

பிள்ளை வீட்டார் வீட்டில் முகூர்த்தம் முடிந்த ஆயாசத்தில் பலர் படுத்துத் தூங்கி ஓய்வெடுத்துக் கொண்டிருந்தார்கள். இரண்டு மூன்றுபேர் அப்போதே படுக்கை பெட்டிகளை எடுத்துக் கட்டித் தயார் செய்துகொண்டிருந்தனர். முகூர்த்தம் முடிந்து பிள்ளை வீட்டாருக்குக் கொடுத்த தேங்காய் வெற்றிலைப் பாக்குப் பைகள் அங்குமிங்கும் கிடந்தன. அந்த வீடு பழங்காலத்திய வீடு. ரேழியை அடுத்துத் தாழ்வாரம், முற்றம் என்றிருந்தது.

தனி அறைகளாக இருந்த இரண்டு அறைகளில் ஒன்றில் கிருஷ்ணமூர்த்தி ஒரு பெட்டிமேல் உட்கார்ந்துகொண்டு அவன் அம்மா, அக்கா, தங்கைகளுடன் பேசிக்கொண்டிருந் தான். முகூர்த்த வேஷ்டியை இரட்டையாக மடித்துத் தடுக்குச் சுற்றாகக் கட்டிக்கொண்டிருந்தான். சசிகலா அவன் முன் போய் நின்று, "நலங்குக்கு வாருங்கோ" என்றாள்.

கிருஷ்ணமூர்த்தி அவன் அம்மாவைப் பார்த்து, "என்னம்மா, போறதா?" என்று ஒரு விஷமச் சிரிப்புடன் கேட்டான். அவள் தன் பெண்களைப் பார்த்து, "நலங்கு முடிச்சுண்டு வாரேளா?" என்று கேட்டபடி எழுந்தாள். ஒரு பெண் மட்டும், "கூப்பிடறதே நன்னாயில்லையே?" என்றாள். சசிகலா அவளைப் பார்த்துவிட்டு மீண்டும் கிருஷ்ண மூர்த்தி பக்கம் திரும்பியவளாகப் பேசாமல் நின்றாள்.

கிருஷ்ணமூர்த்தியின் சகோதரிகளில் இன்னொருத்தி சசிகலா கூப்பிட்டதில் தவறாக ஒன்றும் எடுத்துக்கொள்ளாமல், "கையைப் பிடிச்சுக் கூப்பிடு. அப்பத்தான் என் தம்பி வருவான்" என்றாள். அதற்குள் கிருஷ்ணமூர்த்தியும் எழுந்துவிட்டான்.

"டேய், டேய், என்னடா பெண்டாட்டி கூப்பிட்டவுடனே பின்னாலேயே ஓடறியே!" என்று ஒரு குரல் எழுந்தது. முதலில் சந்தேகத் தொனியுடன் பேசிய சகோதரியும் எழுந்து அந்தச் சிரிப்பில் கலந்துகொண்டாள். சசிகலாவுக்கு ஒரு விதத்தில் நெருக்கடி தீர்ந்ததாகவும் அதே சமயத்தில் ஒரு வெறுமையை அனுபவிப்பதாகவும் தோன்றிற்று.

நலங்கு ஆரம்பித்தது. சந்தனம், தலை வாரல், பொட்டு, கண்ணாடி காண்பித்தல். பதிலுக்குச் சந்தனம், தலை வாரல், பொட்டு, கண்ணாடி காண்பித்தல். இரு தரப்பு பெண்களும்

சில ஆண்களும் உட்கார்ந்தும் நின்றுகொண்டும் இந்த நலங்கைப் பார்த்து ரசித்துச் சிரித்துக்கொண்டிருக்க, அத்தை மட்டும் சிறு பெண்போல் ஓடியாடி நலங்குக்கு அடுத்தடுத்து வேண்டியதை எடுத்துக் கொடுத்துக்கொண்டிருந்தாள். வெற்றிலைப் பாக்குப் பரிமாறல், தேங்காய் உருட்டிப் பிடிங்கிக் கொள்ளுதல், அப்பளத்தைத் தலையைச் சுற்றி நொறுக்குதல். கிருஷ்ணமூர்த்தி கதாநாயகனுக்குரிய உற்சாகத்துடன் எல்லா வற்றையும் செய்துகொண்டிருந்தான். சசிகலா அவன் செய்ததையெல்லாம் அவனுக்கிணையாகத் திருப்பிச் செய்து கொண்டிருந்தாள். கேளிக்கை நிரம்பியதாக எல்லோராலும் அறியப்பட்டு எல்லோரும் சிரித்துக் கைதட்டிக் கொம்மாளம் அடித்துக்கொண்டிருக்கும் அந்த நலங்கைத் தான்மட்டும் தனக்குச் சம்பந்தமில்லாச் சடங்குபோல் செய்துகொண்டிருப்பது எப்படி எல்லோருடைய கவனத்திலும் படவில்லை என்று அவளுக்கு ஆச்சரியமாகக் கூட இருந்தது. அவளைப் பாடச் சொல்லி எல்லோரும் வற்புறுத்தி அவள் பாடும்போதுகூட யாருக்கும் ஒன்றும் தெரிந்ததாகத் தெரியவில்லை.

சசிகலா பாடிய வண்ணமே கிருஷ்ணமூர்த்தியை உற்றுப் பார்த்தாள். அவன் உற்சாகம் பொங்கி வழிய உட்கார்ந்திருந் தான். அவன் சட்டையில் பொத்தான்கள் இரண்டு போடப் படவில்லை. சதை நிரம்பிய மார்புடன் அன்று அவனுக்கு இரட்டையாகப் போட்ட புதுப் பூணூலும் தெரிந்தது. அவன் கழுத்தருகில் நிறைய வியர்த்திருந்தது. அவன் தலையை மட்டும் முன்னும் பின்னுமாக ஆட்டி, பாட்டை ரசித்துக் கொண்டிருந்தான். சில சமயங்களில் அவன் தொடையையும் ஆட்டினான். சசிகலா அவன் முகத்தைப் பார்த்தாள். நன்றாக உப்பிய அவன் கன்னங்கள் மழுங்க க்ஷவரம் செய்யப்பட்டு, அதே சமயத்தில் லேசாக எண்ணெயும் வழிந்துகொண்டிருந்தது. அவன் கிருதா அடிக்காது நுனி வரை நீண்டு இருந்தது. காலையில் அவனை அலங்காரம் செய்யும்போது அவன் கண்ணுக்கு மையும் இட்டிருந்திருக்கிறார்கள். அது அவன் இரு கண்களுக்கும் அடியில் திட்டாக இன்னும் அழிக்கப் படாமல் இருந்தது.

அவன் கண்ணுக்கடியில் அப்படிக் கறுப்பு மை இருந்து அவள் இதற்கு முன்னர் ஒரு தரம்தான் பார்த்திருக்கிறாள். அவள் காரியாலயம் முடிந்து பஸ் ஸ்டாண்டுக்கு வந்து கியூவில் நிற்காமல் வேண்டுமென்றே இரண்டு பஸ்களைத் தவறவிட்டாள். இனி மூன்றாவது பஸ் வந்தவுடன் ஏறிவிட வேண்டியதுதான் என்று எண்ணியிருந்தபோது சாலை வளைவில் கிருஷ்ணமூர்த்தி வந்துவிட்டான்.

அவன் அந்த நாற்சந்தி வளையத்தைச் சுற்றி பஸ் ஸ்டாண்டு எதிரில் தன் மோட்டார் சைக்கிளை நிறுத்தி, அதில் உட்கார்ந்திருந்தபடியே பஸ்ஸுக்காகக் காத்திருக்கும் கும்பலில் தேடினான். வேண்டுமென்றே அவன் கண்ணில் படாமல் ஒரு ஓரமாக ஒதுங்கி நின்ற சசிகலா இனி அவன் கிளம்பிப் போய்விடுவான் என்று தோன்றியதும் சற்று முன் வந்து நின்றான். அவனும் அவளைப் பார்த்து, அவ்வளவு பேர் மத்தியில் பேசுகிறோம் என்கிற உணர்வே இல்லாமல், “எங்கே போயிட்டே இவ்வளவு நாழி? ஏறு பின்னாலே” என்றான்.

சசிகலா புடவை முன் மடிப்புகளைப் பிடித்தவண்ணம் மோட்டார் சைக்கிள் பின் சீட்டில் ஏறி உட்கார்ந்துகொண்டாள். படபடவென்று கிருஷ்ணமூர்த்தி மோட்டார் சைக்கிளைக் கிளப்பினான். சசிகலா அவனைக் கெட்டியாகப் பிடித்துக் கொள்ளத்தான் வேண்டியிருந்தது. அவன் அவள் வீட்டுப் பக்கம் போகாமல் மவுண்ட்ரோடு பக்கம் போனான். இன்றைக்கும் டிரைவ்–இன் ஓட்டல் போகிறோம் என்று சசிகலா தெரிந்துகொண்டாள். அப்போது முன்னால் போய்க் கொண்டிருந்த சைக்கிள் ரிக்ஷா மீது கிருஷ்ணமூர்த்தி இடித்து விட்டான். அவனும் சசிகலாவும் கீழே விழாது போனாலும் திடீரென்று மோட்டார் சைக்கிள் நின்றதில் ஒருவர் மேல் ஒருவர் பலமாக மோதிக்கொண்டார்கள். சைக்கிள் ரிக்ஷா சிறிது நசுங்கித்தான் போய்விட்டது.

ரிக்ஷாக்காரன் ஆரம்பிப்பதற்குள் கிருஷ்ணமூர்த்தி ஆங்கிலமும் தமிழுமாகப் பெரிதாக வைது கத்த ஆரம்பித்தான். கூட்டம் கூட ஆரம்பித்தது. அவ்வளவும் வைதுவிட்டு கிருஷ்ண மூர்த்தி ஒரு ஐந்து ரூபாய் நோட்டை சைக்கிள் ரிக்ஷாக் காரனிடம் விட்டெறிந்தான். அவன் அதை எடுத்துக்கொண்டு வண்டியைத் தள்ளிய வண்ணம் போனான். கூட்டம் வெகுவாகக் கலைந்து நான்கைந்து பேர் மட்டும் கிருஷ்ணமூர்த்தியையும் சசிகலாவையும் பார்த்த வண்ணமே நின்று கொண்டிருந்த போது கிருஷ்ணமூர்த்தி மோட்டார் சைக்கிளைக் கிளப்ப ஸ்டார்ட்டரை உதைத்தான். வண்டி கிளம்பவில்லை. மீண்டும் மீண்டும் உதைத்தான். வண்டி கிளம்பவில்லை. சசிகலாவை ஒதுங்கி இருக்கச் சொல்லிவிட்டு மறுபடியும் உதைத்துப் பார்த்தான். பிறகு எங்கெல்லாமோ கையை விட்டுத் துழாவி விட்டு மீண்டும் உதைத்தான். இப்போது கிளம்பிவிட்டது. இருவரும் டிரைவ்–இன் ஓட்டலுக்குப் போய் வழக்கம் போல் ஆப்பிள் பஜ்ஜியும் ஃபாண்டாவும் சாப்பிட்டார்கள். அன்று கிருஷ்ணமூர்த்தியின் கண்ணருகில் மோட்டார் சைக்கிள் மசி எப்படியோ பட்டிருந்தது. அவன் எல்லாம்

சாப்பிட்டுக் கைகழுவப் போன போதுதான் அதைப் பார்த்து முகத்தையும் கழுவிக்கொண்டு வந்தான். அதுவரை சிரிக்காமல் இருந்த சசிகலா சிரித்தாள். அவன் டிரைவ் – இன் ஓட்டலிலேயே அவளுடைய தொடையைக் கிள்ளினான். அப்போது அது இருவருடைய சிரிப்பில் கலந்துபோய்விட்டது.

இப்போது சிரிக்க முடியவில்லை. தான் பாட்டாகப் பாடும் சொற்கள் தனக்கு எந்தவித உணர்ச்சியும் ஏற்படுத்தாமல், இயந்திர ரீதியில் அவள் பாடிக்கொண்டிருப்பதை அவன் உப்பிய, வழவழப்பான, எண்ணெய் வழியும் கன்னங்களுடன் கண்ணுக்கடியில் அப்பிய மை இன்னும் அழிக்கப்படாமல், தலையை விசாலமாக ஆட்டிக்கொண்டு கேட்பதைப் பார்த்துக் கொண்டிருந்தும் அவளுக்கு அன்று சிரித்த சிரிப்பு வரவில்லை.

அன்றில்லாமல் கிருஷ்ணமூர்த்தியின் மோட்டார் சைக்கிள் பின் சீட்டில் ஏறி உட்கார ஆரம்பித்த ஏழெட்டு மாதங்களில் எவ்வளவோ சந்தர்ப்பங்களில் அவனால் கிள்ளப் பட்டும் இடிக்கப்பட்டும் அடிக்கப்பட்ட போதும் அவள் சிரித்த சிரிப்பு, அன்று முப்பது நாற்பது பேர் மத்தியில் அவன் ஒரு தலையாட்டிப் பொம்மை போல் அவளுடைய அபத்தமான சங்கீதத்தைக் கேட்டுத் தலையாட்டிக் கொண்டு ரசிக்கும்போது அவளுக்கு வரவில்லை.

நலங்கு முடிந்து சசிகலா கிளம்பிய போது கிருஷ்ண மூர்த்தி எப்படியோ யாரும் பாராத சமயத்தில் இப்போதும் ஒரு முறை அவளைக் கிள்ளிவிட்டான். சசிகலா உடல் குன்றிப் போய்விட்டாள். அன்று வரை அவளைக் கிள்ளி அவளுக்கு வலியெடுத்து, ரத்தம் கட்டிப்போய் இருந்த நாட்களிலும் அவன் கிள்ளலைக் கண்டு பயத்தினாலோ அருவருப்பினாலோ அவள் தேகம் சுருங்கியதில்லை. எப்போதோ ஒரு முறை மட்டும் சொல்லியிருக்கிறாள், “கிள்ளணும்னா கொஞ்சம் மெள்ளக் கிள்ளறது.” அவன் எப்போது கிள்ளுவான், எங்கே கிள்ளுவான் என்பதுகூட அவளுக்கு ஒரு மாதிரி முன் கூட்டியே புலனாகி, அப்புறம் அவன் கிள்ளுவானா என்று ஒரு பந்தய மனநிலையில் எதிர்பார்க்கத் தொடங்கியிருந்தாள். இன்று அதுவே காட்டு மிராண்டித்தனமாகத் தோன்றிவிட்டது.

மாலை ரிசப்ஷனுக்குக் கூட்டம் சிறிது சிறிதாகக் கூட ஆரம்பித்தது. “என்ன நீ இன்னும் ரெடியாகவில்லை?” என்று கிருஷ்ணமூர்த்தியே சசிகலா இருக்கும் இடம் தேடிவந்து

கேட்டான். அவன் அப்போது பளபளவென்று இருந்தான். அதுதான் அவனுக்குப் பழக்கப்பட்ட உடையும் தன்மையும். முகம் தெரிகிற மாதிரியான புது பூட்ஸைப் போட்டுக்கொண்டு காலையில் ஹோமம் பண்ணின இடத்தையெல்லாம் தாண்டி வந்து விசாரிக்க வந்துவிட்டான்.

சசிகலா, "இந்த ரிசப்ஷனே இல்லாமெ போனாத்தான் என்ன?" என்று சொல்லிக்கொண்டே முகத்தைச் சிணுங்கிக் கொண்டாள். பக்கத்தில் யார் யாரோ வேற்றுப் பெண்கள், பெரியவர்கள், அவனுக்குக் கொஞ்சமும் தெரியாதவர்கள் எல்லாரும் இருந்தால்கூட மிக இயல்பாக அவன், "என்ன, நீ இன்னிக்கு ஒவ்வொண்ணும் இல்லாமே போனா என்ன, இல்லாமே போனா என்னன்னு கேட்டுண்டேயிருக்கயாம்? இப்பவே ரொம்பரொம்பக் கோச்சுண்டுடாதே. வா, சீக்கிரம்" என்று சொல்லிவிட்டுப் போனான்.

ரிசப்ஷன் நடந்தது. வெளிவாசலுக்கு அருகிலேயே கிருஷ்ணமூர்த்தியுடன் சசிகலா நின்றுகொண்டு வருகிறவர்களுக்குப் புன்னகையும் கும்பிடும் வழங்க வேண்டியிருந்தது. பெரிய அதிகாரிகள், பணக்காரர்கள், பிரமுகர்கள் எல்லாரும் வந்திருந்தார்கள்.

கிருஷ்ணமூர்த்தியின் நண்பர்கள் கூட்டமும் பெரிதாகவே இருந்தது. அவனைப் பொறுத்தவரையில் அன்று அவன் திருமண நாளாக இல்லாமல் வேறு எந்த நாளாகவே வேண்டுமானாலும் இருந்திருக்கலாம். அவனைச் சுற்றி அதே அரட்டை, அதே ஹாஸ்ய உதிரிகள், அதே சிரிப்பு. மற்றும் அதே கண்ணடித்தல். இதற்கு முன்பும் கிருஷ்ணமூர்த்தி பேசும்போது அவ்வப்போது கண்ணடித்திருப்பது சசிகலாவுக்கு ஞாபகமில்லாமல் போகவில்லை, அவன் என்றும் போல்தான் இன்றும் இருக்கிறான். ஆனால் எந்த அரட்டை, எந்த மிதமிஞ்சிய அசட்டைத்தனம், எந்தத் தூக்கியெறிந்து பேசும் மனப்போக்கு அவளுக்கு ஒரு காலத்தில் கிருஷ்ணமூர்த்தியிடம் ஒரு மயக்கத்தையும் வெறியையும் கொடுத்ததோ அதுவே இப்போது சகிக்க முடியாத நாராசமாக இருந்தது. அங்கே கூடியிருந்த ஆயிரம் பேரில் இளைஞர்கள் என்று நூற்றுக்கணக்கில் இருப்பார்கள். கிருஷ்ணமூர்த்தியை ஒத்த வயது, சம்பாத்தியம் உடையவர்கள் நிறையவே இருக்க வேண்டும். ஆனால் யாராலும் முடியாத அளவுக்கு அருவருப்பு உண்டு பண்ணுபவனாக அவன் தோன்றினான். திருமண வாழ்த்துக் கூறி கைகுலுக்க வந்தவர்களுடன்கூட அவன் வெறும் மகிழ்ச்சியுடன் கை குலுக்கினதாகத் தெரியவில்லை. மாறாக ஏதோ பந்தயத்தில் ஜெயித்த ஒரு சூதாடியின் எக்களிப்போடுதான் அவன் அவனுடைய

உடல் முழுதும் ஆட எல்லாருடைய கையையும் குலுக்கிக் கொண்டிருந்தான்.

இரவுச் சாப்பாட்டுக்கு இலை போட்டு முதல் பந்திக்காரர்கள் உள்ளே போய்க்கொண்டு இருந்தார்கள். வாசல் பக்கம் சந்தடி சிறிது குறைந்திருந்தது. யாரோ பாவம் பாடிக்கொண்டிருந் தார். கிருஷ்ணமூர்த்தி சசிகலாவிடம், "ஏன் கார்த்தாலேந்து டல்லடிக்கிறே?" என்று கேட்டான். "என் நாக்குட்டிக்கு ஏன் இவ்வளவு கோபம் எம்மேலே?" என்றும் சொல்லி அவள் முகவாய்க் கட்டையை ஒரு தட்டு தட்டி விட்டான்.

சசிகலா அவனை வெட்டிவிடுவது போல் பார்த்தாள். அப்போது அவனுடைய நண்பன் ஒருவன் அருகில் வந்தான். கிருஷ்ணமூர்த்தி நண்பன் சட்டைப் பையில் கையை விட்டு வெளியே எடுத்தான். ஒரு சிகரெட் பெட்டி வந்தது. ஒரு கணம் தன்னைச் சுற்றிப் பார்ப்பது போல் கிருஷ்ணமூர்த்தி பார்த்தான். பிறகு அந்த நண்பனோடு ஒரு ஓரமாகச் சென்று சட்டென்று ஒரு சிகரெட்டைப் பற்றவைத்துக்கொண்டான். சில பெரியவர்கள் பார்த்துவிட்டுப் பாராத மாதிரி நின்றார்கள். இரண்டே முறை சிகரெட்டை ஊதிவிட்டுக் கீழே போட்டு அணைத்துவிட்டு, கிருஷ்ணமூர்த்தி சசிகலாவின் பக்கத்தில் வந்த நின்றான். அவன் இப்போது உற்சாகமாக இருந்தான். "இனி மேலும் ஏன் நிக்கணும்? உக்காரு இப்படி. வரவா எல்லாரும் வந்தாச்சு" என்று சொல்லியபடி சோபாவில் பொத்தென்று விழுந்தான்.

"நான் உள்ளே போறேன்" என்று சசிகலா சொன்னாள்.

"என்ன அவசரம்? கொஞ்சம் உக்காந்துட்டுத்தான் போயேன்" என்று கிருஷ்ணமூர்த்தி அவள் கையைப் பிடித்து இழுத்தான். அவளும் சோபாவில் விழுந்து சட்டென்று நகர்ந்து உட்கார்ந்து கொண்டாள். கிருஷ்ணமூர்த்தி உதட்டைப் பிதுக்கி விட்டு அவன் நண்பர்கள் பக்கமாகப் பார்த்துக் கட்டை விரலையாட்டினான். இருவர் அவன் அருகே வந்தார்கள். கிருஷ்ணமூர்த்தி அவர்களிடம், "டேய், சாரி சொன்னது சரிதாண்டா. இவ எடுத்ததுக்கெல்லாம் மூஞ்சியை உம்னுதான் வைச்சுண்டுடறா" என்றான்.

சசிகலாவுக்கு அந்த இருவரின் பெயர்களும் தெரியும். கிருஷ்ணமூர்த்தியின் நண்பர்கள் பெயர்கள் எல்லாமே தெரியும். அவன் அவளையும் வைத்துக்கொண்டு அவர்களோடு பேச நடுரோடில் மோட்டார் சைக்கிளை நிறுத்திவிடுவான்.

எல்லாரும் சேர்ந்து சினிமாவுக்குப் போயிருக்கிறார்கள். எக்ஸிபிஷனுக்குப் போயிருக்கிறார்கள். அமெரிக்கக் கலாச்சார நிலையத்தில் இலக்கியப் பிரசங்கங்கள் கேட்டிருக்கிறார்கள். வெளியே வந்து சிரித்திருக்கிறார்கள். ஆனால் அவன் நண்பர்களைக் கிருஷ்ணமூர்த்தி சசிகலாவுக்கு முறையாக அறிமுகம் செய்துவைத்தது கிடையாது. ஆனால் அதே நண்பர்களுடன் அவன் அவளைப் பற்றிச் சர்ச்சை நடத்தியிருக்கிறான். அவர்கள் அவளை கிருஷ்ணமூர்த்தியிடம் விமர்சித்திருக்கிறார்கள். 'உம்மணாமூஞ்சி' என்று கூடப்பெயர் வைத்திருக்கிறார்கள்.

மேலும் தாங்க முடியாமல் சசிகலா உள்ளே போய் ஒரு அறைக்குள் சென்று தாளிட்டுக்கொண்டு அழுதாள். எப்போதோ அழுதிருக்க வேண்டியதை இப்போதாவது அழுது தீர்த்துவிடுகிறோமேயென்று தோன்றிற்று. அவளுக்குக் கிருஷ்ண மூர்த்தி மீது கூட அதிகம் குற்றமிருப்பதாகத் தெரியவில்லை. அவன் எப்போதும் போலத்தான் இப்போதும் இருக்கிறான். இவ்வளவு நாட்கள் அவளுக்குத்தான் கண் தெரியாமல் இருந்திருக்கிறது. காது கேட்காமல் இருந்திருக்கிறது. புத்தி என்பது செயல்படாமலேயே இருந்திருக்கிறது.

"ஏய் சசி, என்னடி உள்ளே போய்த் தாழ்ப்பாள் போட்டிண்டிருக்கே? வெளியே வா, சேஷஹோமத்துக்கெல்லாம் நாழியாயிண்டிருக்கு" என்று அம்மாவும் அத்தையும் வெளியிலிருந்து கூப்பிட்டுக்கொண்டிருந்தார்கள். அவர்களுக்கு யாரும் அவள் உள்ளே அழுதுகொண்டிருக்கக்கூடும் என்று கற்பனையில்கூடத் தோன்றியிருக்காது; தோன்றவில்லை.

சசிகலா கண்களைத் துடைத்துக்கொண்டு உறுதியான அடிகள் எடுத்துவைத்துக் கதவைத் திறந்து கொண்டு வெளியே வந்தாள். சேஷஹோமம் பற்றியெல்லாம் அவளுக்குத் தெரியும். இன்னும் ஒரு மணி நேரத்திற்குள் கல்யாணத்தின் இறுதிக் கட்டமும் முடிந்துவிடும். கிருஷ்ணமூர்த்தி நிரந்தரமாக அவளை ஒரு புது மனுஷியாக்கிவிடுவான். அந்த உரிமையை அந்நாள்வரை அவனுக்கு விட்டுக் கொடுக்காதது பற்றி அவளுக்குப் பெருமை இருந்தது. திடீரென்று அவளுக்கு அதிலும் அதிகம் பெருமைப்படுவதற்கு ஒன்றுமில்லை என்று தான் தோன்றிற்று.

(1970)

நம்பிக்கை

என் துணிமணிகளை எவ்வளவோ வருடங் களாக அந்தச் சின்னச் சந்திலுள்ள பெட்டிக் கடைக் கிழவனிடம்தான் தைக்கக் கொடுத்துக் கொண்டிருந்தேன். வெட்டுவதிலிருந்து தைத்து, பொத்தான்கள் வைத்து காஜா எடுப்பது வரை அவனே எல்லாம் செய்வான். மோசமான தையற் காரன் என்று சொல்லிவிடுவதற்கில்லை. சட்டை சட்டை மாதிரி இருக்கும். பாண்ட் பாண்ட் மாதிரி இருக்கும். ஆனால், எவரும் என் உடையைப் பார்த்தவுடனேயே "தையற்காரன் தொழிலுக்குப் புதிதோ?" என்று கேட்பார்கள். அவன் பெரிய கடைகளைவிடக் குறைவாகக் கூலி வாங்கிக் கொண்டான். அதற்காகத்தான் நானும் விடாமல் அவனிடமே போய்க்கொண்டிருக்க வேண்டும்.

இம்முறையோ புதுத் துணியுடன் ஒரு புதுத் தையற்காரனிடம் போனேன். அவன் எப்படித் தைப்பான் என்று தெரியாது; ஆனால் கடை பளிச்சென்று இருந்தது. 'ராவ் சன்ஸ், பங்களூர் டெய்லர்ஸ்' என்று போர்டு மாட்டியிருந்தது. நான் பங்களூர்த் தையற்காரர்கள் பற்றி நிறையக் கேள்விப்பட்டிருக்கிறேன். அநேக பங்களூர்க் காரர்கள் அப்பழுக்கற்றுத் தயாரிக்கப்பட்ட உடை உடுத்தியிருப்பதைக் கவனித்திருக்கிறேன்.

நான் கடையுள் நுழைந்தபோது காலை பதினோரு மணி இருக்கும். ஒருவன்தான் இருந் தான். அவன் தான் தகப்பனார் ராவாக இருக்க வேண்டும். ஐம்பது வயது தோன்ற, கறுப்பாக,

சரியான ராவ் மாதிரி இருந்தான். என்னைப் பார்த்து, "வாருங்கள், சார். வாருங்கள், சார்" என்றான். கடையில் ஒரு பகுதியில் ஐந்தாறு தையல் மிஷின்கள் இருந்தன. இன்னொன்று லாண்டிரிப் பகுதி. தையல் பகுதி அலமாரிகள் அநேகமாக எல்லாம் காலியாக இருந்தன. ஆனால் லாண்டிரிப் பகுதி அலமாரிகள் நிறைந்திருந்தன.

என் துணியை எடுத்துக் கொடுத்து, "ஒரு ஷர்ட் தைக்க வேண்டும்" என்றேன். அவன், "உட்காருங்கள், சார்" என்றான். நான் உட்கார்ந்து இரண்டு நிமிஷங்கள் கழித்து அவனை நோக்கினேன். அவன், "என் பையன் இன்ச் டேப்பை எடுத்துக் கொண்டு போய்விட்டான், சார். இதோ வந்துவிடுவான், சார். மற்ற தையற்காரர்கள் டீ குடிக்கப் போயிருக்கிறார்கள்" என்றான். பிறகு திடீரென்று, "அரே ராமு" என்று உரக்க அழைத்தான். எனக்குத் தூக்கி வாரிப்போட்டது.

நான் கடையைச் சுற்றுமுற்றும் பார்த்தேன். சுவர்களில் நிறையப் படங்கள் – விநாயகர் முதல் லக்ஷ்மி, சரஸ்வதி வரை – இருந்தன. அப்புறம் பெரிதாக அந்த ராவின் போட்டோ ஒன்று. அது தவிர இன்னொரு பெரிய படம். அது ஒன்றுதான் ஒழுங்காகத் துடைத்து, புதுப் புஷ்பங்களால் அலங்கரிக்கப் பட்டு இருந்தது. அது யாருடையது என்று எனக்குத் தெரியும். பங்களூரிலிருந்து இருநூறு மைல் தூரத்தில் ஒரு மகான் இருந்தார். சிறு வயதிலேயே அபார சக்தி படைத்து, அவர் பல அற்புதங்கள் நிகழ்த்தியதாகச் சொல்லுவதுண்டு. அவரால் அநேகம் பேருடைய தீராத வியாதிகள் தீர்ந்திருக்கின்றன. அவருடைய பக்தர் குழாம் பெருகி ஒரு சங்கமாக அமைத்திருந்தார்கள். சங்கத்தின் நன்கொடையிலிருந்து அந்தக் கிராமத்தில் நல்லதொரு ஆஸ்பத்திரியும், ஒரு பெரிய பள்ளிக்கூடமும் கட்டினார்கள். மக்களுக்குப் பயன்படக்கூடியதாகப் பல பணிகள் நடந்தன. இப்போது அந்த மகான் முன்போல் அற்புதங்கள் நிகழ்த்துவதில்லை என்று கூறினார்கள். துயருற்று அவரிடம் போவோரை வரவேற்று ஆறுதல் கூறுவார். நான் அந்தக் கிராமத்துக்குப் போனதில்லை. ஆனால் அவர் சென்னை வந்திருந்தபோது இரண்டு முறை தரிசித்திருக்கிறேன். தையற்கடையில் அவருடைய படம்தான் இருந்தது. நெஞ்சைக் கவரும் புன்னகை வீசும் அவரது முகத்தோற்றத்தில் அமைதியும் கருணையும் நிரம்பியிருக்கும்.

படத்தைக் காட்டியபடி "சுவாமியிடம் ஈடுபாடு போலிருக்கிறது" என்றேன்.

"அதெல்லாம் இல்லை, சார். பல வருஷங்களுக்கு முன் போயிருக்கிறேன். மூன்று முறை. இப்போதெல்லாம் இல்லை."

"பெரிய மகான், உபகாரி என்று சொல்கிறார்கள்."

"அதெல்லாம் ஒன்றுமில்லை. சார். ஏதோ ஒரு காலத்தில் சக்தி இருந்திருக்கிறது; இப்போது ஒன்றும் இல்லை. வெறும் பேச்சுத்தான்."

அது பெரிய படம். அங்கிருந்த ஏழெட்டுப் படங்களில் அது ஒன்றுதான் தூசி தீரத் துடைக்கப்பட்டு இருந்தது. அந்தப் படத்திற்குக் காலையில்தான் சந்தன குங்குமம் இடப்பட்டிருக்க வேண்டும் – அவை பளிச்சென்று இருந்தன. புஷ்பங்களுக்கே குறைந்தது அரை ரூபாய் ஆகியிருக்கும்.

அவன் மீண்டும் "அரே ராமு!" என்று கூவினான். இம்முறை எனக்குத் தூக்கிவாரிப் போடவில்லை. அவனே கடை வாயிலுக்குப் போய் அங்கும் இங்கும் பார்த்தான். பிறகு "அரே சோட்டு!" என்று கத்தினான்.

இடுப்புக்குக் கீழே ஒன்றுமணியாமல் இரு பையன்கள் கடைக்குள் ஓடி வந்தார்கள். ஒருவனுக்கு ஐந்து வயதிருக்கும். இன்னொருவனுக்கு மூன்றிருக்கும். எனக்கு என்ன பாஷை என்றுகூடப் புரியாத மொழியில் ராவ் அந்தக் குழந்தைகளிடம் ஏதோ கத்தினான். குழந்தைகள் இரண்டும் பக்கத்துச் சந்துக்குள் ஓடின. ராவின் வீடு அருகிலேயே இருக்க வேண்டும். அவை அவனுடைய குழந்தைகளாக இருக்க முடியாது; பேரக் குழந்தைகளாக இருக்க வேண்டும். குழந்தைகள் போனவுடன், "நான் ஜார்ஜ் டவுனிலிருந்து இங்கே வந்திருக்கிறேன், சார்" என்று ராவ் என்னிடம் சொன்னான். "மூன்று வருஷம் அங்கே கடை நடத்தினேன், சார். அந்த இடமே எனக்குப் பிடிக்கவில்லை. வியாபாரத்தை முடித்துக்கொண்டு பேசாமல் ஓய்வெடுத்துக் கொள்ளலாம் என்றுதான் இருந்தேன். ஆனால், என் மகனை வியாபாரத்தில் விட வேண்டியிருந்தது. அவனுக்காகத்தான் சார் இங்கே கடை திறந்தது. இன்னும் ஒரு மாதம்கூட ஆகவில்லை, சார்."

நான் பதில் பேசவில்லை.

"உண்மையில் சார், என் மாதிரி அங்கே டவுனில் யாரும் கடை நடத்தவில்லை. எல்லாத் தையற்காரர்களும் ஷர்ட்டுக்கு மூன்று கஜம் எடுத்துக்கொண்டால், நான் இரண்டே முக்காலில் முடிக்க முடியும். என்னிடமும் எல்லாரும் மூன்று கஜந்தான் கொண்டு வருவார்கள். நான் ஒன்றும் சொல்லமாட்டேன்.

ஷர்ட்டையும் தைத்துக் கொடுத்துவிடுவேன். அப்புறம் ஒரு வாரம் கழித்து அவர்கள் அந்தப் பக்கம் கண்ணில் தென்படும் போது கூப்பிட்டு 'இதோ உங்கள் ஷர்ட் தைத்தபின் மிஞ்சிய துண்டு' என்று சொல்லிக்கொடுப்பேன். அப்படி வியாபாரம் நடத்தினேன், சார்"

எனக்கு அவனிடம் என்ன பேசுவது என்று தோன்ற வில்லை. இப்போதே, "இந்தாப்பா, என் துணியிலிருந்து இப்போதே கால்கஜம் கிழித்துக் கொடுத்துவிடு" என்று சொல்லலாமா? அல்லது ஷர்ட் தைத்தபின் ஒருவாரம் காத்திருக்கலாமா? மீண்டும் அந்த மகான் படம் என் கண்ணில் விழுந்தது. மகானே கம்பீரமாக இருப்பார். அவரை அந்தப் படம் இன்னமும் சிறப்பாக்கியது. பளபளவென்று துடைக்கப் பட்டு, சந்தன – குங்குமம் மிக நேர்த்தியாக இடப்பட்டிருந்தது. புஷ்பங்கள் புத்தம் புதியவை. அந்தக் கடையின் தன்மையையே அந்தப் படம் மாற்றியிருந்தது.

"ஆனால் என்ன மனிதர்கள், சார்!" என்று ராவ் மீண்டும் ஆரம்பித்தான். "அவர்கள் சொன்னபடியே இருக்கும். புது ஃபாஷனாக இருக்கும். அத்துடன் உடுப்பதற்கும் சௌகரியமாக இருக்கும். அவர்கள் மீண்டும் தைக்கத் துணி கொண்டு வருவார்கள். என்னிடம் அவர்களுடைய அளவு, மற்ற விவரங்கள் எல்லாம் இருக்கும். ஆனால் போகும்போது, 'இந்தத் தடவை தையல் கொஞ்சம் நன்றாக இருக்கட்டும்' என்று சொல்லிவிட்டுப் போவார்கள். எனக்கு எப்படி இருக்கும், சார்? வேலையைச் சுத்தமாகச் செய்வான் என்று தெரிந்தும் அப்படிச் சொன்னால் எப்படி இருக்கும், சார்?"

அவன் கோபித்துக்கொண்டவன் போல இல்லை; விரக்தி யுடன்தான் பேசினான். நான் சம்பந்தமேயில்லாமல் கேட்டேன், "எங்கே உன் மகன்?"

"சொல்லியனுப்பியிருக்கிறேன் சார். இஞ்ச் டேப்பை வீட்டுக்குக் கொண்டு போய்விட்டான். மற்ற தையற்காரன் களும் வரவில்லை. இந்தத் தையற்காரன்கள் எல்லாம் சுத்த மோசம் சார். ஒரு நாளைக்கு ஆறு ஷர்ட் தைக்கலாம். மூன்றுதான் தைப்பார்கள். ரொம்ப அலட்சியம். ஒரு வார்த்தை சொன்னால் அடுத்த நாள் வேலைக்கு வரமாட்டார்கள். இங்கே ஆறு மிஷின்கள் இருக்கின்றன. மூன்று பேர்தான் வேலை செய்கிறார்கள். இப்போது வேலையும் அதிகம் இல்லை. ஆனால் சீக்கிரமே வர ஆரம்பிக்கும். லாண்டிரி மட்டும் முதலிலிருந்தே முழு வேலை."

“சலவை ஆற்றங்கரையில்தானே?”

“இல்லை, சார். நான் வீட்டிலேயே செய்துவிடுகிறேன். என் மனைவி, மகள், மருமகள், குழந்தைகள் நாங்கள் எல்லாருமே உட்கார்ந்துவிடுவோம். துணிகளை வெளியிலே கொடுக்கிறதேயில்லை.”

“ரேயான் பாண்ட்டுக்கு என்ன சார்ஜ்?” என்று கேட்டேன். வீட்டில் என்னிடம் ஒரு பாண்ட் சலவைக்குப் போட இருந்தது.

“ஒரு ரூபாய், சார்” என்று பதில் சொன்னான். “எழுபத் தஞ்சு காசுக்குச் செய்கிறவர்கள் இருக்கிறார்கள். ஆனால் நான் ஒரு ரூபாய் சார்ஜ் செய்கிறேன். சலவை முதல்தரமாக இருக்கும். அத்துடன் உங்கள் துணியும் வேறு வெளியாள்கள் கைபடாமல் இருக்கும்.”

அப்போது இருபது வயது இளைஞன் ஒருவன் கடைக்குள் வந்தான். ராவின் மகனாக இருக்க வேண்டும் என்று பார்த்த வுடனேயே தெரிந்தது. ராவ், “அரே ராமு!” என்று உரக்க ஆரம்பித்தான். மகன் இஞ்ச் டேப்பைப் பையிலிருந்து எடுத்துத் தகப்பனிடம் கொடுத்தான். ராவ் அப்போதும் நிற்காமல் இன்னும் அடுக்கிக்கொண்டுபோனான். மகன் இரு வார்த்தை கள் மெதுவாக, ஆனால் எதிர்ப்பு தெரிய சொன்னான். ராவ் உடனே வாயடைத்துப் போய்விட்டான். சில விநாடி களுக்கு எல்லாருக்குமே சங்கடமாக இருந்தது. ராவ்தான் முதலில் நிதானப்படுத்திக்கொண்டு, “கொஞ்சம் உள்ளே வருகிறீர்களா, சார்?” என்றான்.

நான் உள்ளே சென்றேன். ராவ் என்னை அளவெடுத்துப் பெரிய நோட்டுப் புத்தகத்தில் குறித்துக்கொண்டான். என் சட்டை எப்படியெல்லாம் இருக்க வேண்டும் என்று சொன்னேன்; அந்தத் தகவல்களையும் குறித்துக்கொண்டான். என்னைக் கேட்டான். “ஷர்ட் எப்போது தரலாம் சார்? வருகிற ஞாயிற்றுக்கிழமை?”

அது ஒரு வாரம் கழித்து இருந்தது. நான் சொன்னேன், “முடியாது, எனக்கு இன்னும் சீக்கிரம் வேண்டும்.”

“அப்படியானால் நாளை மறுநாள் கொடுக்கிறேன், சார்” என்றான். எனக்கு இரண்டாம் முறையாகத் தூக்கிவாரிப் போட்டது.

நான் அப்படியே போயிருக்கலாம். ஆனால் ஏதோ தோன்றி அந்த மகானின் படத்தை மீண்டும் பார்த்தேன்.

"பெரிய மகான்" என்றேன். எனக்குத் தெரிந்து அந்தக் கிராமத்துச் சுற்றுப்புறத்தில் மகான் காரணமாகப் பல அனுகூலங்கள் ஏற்பட்டிருந்தன. எனக்கு மிகவும் தெரிந்த இரு குடும்பங்கள் – எதிர்பாராத விபத்துக்களால் நிலை குலைந்த குடும்பங்கள் – மகானின் தலையீட்டால் மறு வாழ்வு பெற்றன. அவர் செய்ததெல்லாம் அவர்களைச் சந்தித்து சில வார்த்தைகள் பேசியதுதான். அமானுஷ்ய சக்தியா இல்லையா என்பதில்லை. ஆனால் அவ்விரு குடும்பங்களும் கண்களைத் துடைத்துக்கொண்டு மீண்டும் வாழ்க்கையை எதிர்நோக்கத் தொடங்கியிருந்தன – இவையெல்லாம் எனக்கு நேரடியாகத் தெரிந்தவை. அதனால்தான் 'இவர் வெறும் பேச்சுக்காரர்' என்று ராவ் சொன்னதைக் கேட்டுக்கொண்டு போக மனமில்லை.

"இருக்கலாம், சார். எனக்கு அவர் ஒன்றுமே செய்ய வில்லை. எல்லாம் பணக்காரர்களுக்குத்தான்."

"அப்படிச் சொல்லி விடுவதற்கில்லை. எனக்குத் தெரிந்து எவ்வளவோ ஏழை எளியவர்கள் அவரால் பலன் அடைந் திருக்கிறார்கள். அத்தோடு மகான்கள் உனக்கு என்ன செய்ய வேண்டும் என்கிறாய்? தங்கப் பாளங்களாகத் தர வேண்டுமா?"

ராவ் சிறிது நேரம் பேசாமல் இருந்தான். அவன் மகன் எங்கள் பேச்சில் அக்கறையே காட்டவில்லை. சலவைக்கு வந்த துணிகளுக்கு அவன் அடையாள வில்லைகள் மாட்டிக் கொண்டிருந்தான்.

ராவ் பேசினான்; இப்போது துவேஷம் இல்லாமல் பேசினான்: "இருக்கலாம், சார். நிறையப் பேருக்கு ஒத்தாசை செய்திருக்கிறார். நான் போன முதல் நாளே ஏராளமான கும்பல் நடுவிலிருந்து என்னைத் தனியாகக் கூப்பிட்டு அப்படியே காற்றிலிருந்து ஒரு லட்சுமி விக்கிரகம் எடுத்துக் கொடுத்தார். ஆனால் என்ன பிரயோசனம் சார்? என் மகனைப் பற்றி ஒன்றுமே சொல்லவில்லை. எனக்கு அவர் ஒன்றுமே செய்யவில்லை."

"ஏன், உன் மகனுக்கு என்ன?" என்று கேட்டேன். மகன் இப்போது ஏதோ தைக்கத் துணி வெட்டிக் கொண்டிருந்தான்.

"இவனில்லை, சார். என் மூத்த மகன்."

"என்ன ஆயிற்று?"

"அவன் செத்துவிட்டான் – மூன்று வருஷங்களுக்கு முன்னால்."

"ஓ" என்றேன். அவன் துக்கம் எனக்குப் புரிந்துவிட்டது. "என்ன வயதிருக்கும்?" என்று கேட்டேன்.

"இருபத்திரண்டுதான், சார்."

"எப்படி ஆயிற்று?"

"ஒன்றுமில்லை, சார். மூன்று நாள் சுரம். டாக்டர்கள் கூட பெரிய அபாயம், செத்துப் போய்விடுவான் என்று சொல்லவில்லை."

இப்போது எனக்குக் கடையைவிட்டு வெளியேற வேண்டும் போலிருந்தது. ராவ் தொடர்ந்து சொன்னான்: "அவன் செத்தபோது அவன் பக்கத்தில்கூட நானில்லை, சார். அவனுக்கு மருந்து ஒரு வேளை கொடுப்பதற்குக்கூட நாங்கள் யாரும் அவன் பக்கத்திலில்லாமல் செத்திருக்கிறான்."

"ஏன், எங்கே நடந்தது அது?"

"அவன் மதராஸிலிருந்தான், சார். நாங்கள் எல்லாரும் பங்களூரில் இருந்தோம். அப்போது நான் பங்களூரில்தான் கடை வைத்திருந்தேன். அதற்கு முந்தின வருஷம்தான் என் மகனுக்குக் கல்யாணம் நடந்தது. அவன் தன் மாமனாருடன் சென்னையில் அவர் கடையில் இருந்தான். ஒருநாள் அவனுக்குக் கொஞ்சம் சுரம் என்று கடிதம் வந்தது. அதற்கடுத்த நாள் ஜன்னி கண்டிருக்கிறது என்று தந்தி வந்தது. அடுத்த நாள் செத்துப்போய்விட்டான்."

"தந்தி கிடைத்தவுடன் கிளம்பியிருக்கலாமே? பங்களூரி லிருந்து சென்னை ஒரு இரவுதானே?"

"அதுதான், சார். வயிற்றெரிச்சல். என் மனைவி ஹார்ட் அட்டாக் வந்து படுத்த படுக்கையாக இருந்தாள். நான் கடையில் இருந்தேன். தந்தி ராத்திரி எட்டு மணிக்கு வந்தது. அதைப் பார்த்தவுடன் 'பாரு'க்குச் சென்று நான்கு பெக் பிராந்தி விழுங்கினேன்." ராவ் ஒரு நிமிஷம் நிறுத்தி, பிறகு தொடர்ந்து சொல்லிக்கொண்டு போனான்: "அப்புறம் என் மனைவியிடம் சென்னை போவதாக மட்டும் சொல்லிவிட்டு என் மோட்டார் சைக்கிளில் கிளம்பினேன்..."

"ரயில்?"

"ரயில் போய்விட்டிருக்கும். அடுத்தது காலையில் தான்."

நான் கற்பனை செய்து பார்த்தேன். ஜன்னி கண்ட மகனைப் பற்றிய கவலையும் நான்கு பெக் பிராந்தியும்

உட்கொண்டவன் மோட்டார் சைக்கிளில் இரவில் இருநூறு மைல் கடந்திருக்கிறான்!

"எனக்கு ஒன்றுமே தெரியாது, சார். யாரோ அயலார் சூழ, சுய நினைவு இல்லாமல் கிடக்கும் என் மகன் நினைவைத் தவிர வேறு சிந்தனையே கிடையாது. அவர்கள் பெண்ணைக் கொடுத்திருப்பார்கள். ஆனால் அவர்கள் அவனுக்குச் சொந்தத் தாயார் தகப்பனார் மாதிரி ஆகுமா? நான் சாலையில் பறந்து போய்க்கொண்டிருந்தேன். எவ்வளவு நேரமாக என்று தெரியாது. திடீரென்று ஒரு கிராமத்தருகில் நான்கைந்து பேர் தெருவை அடைத்துக்கொண்டு கைவீசி என்னை நிற்கச் செய்தார்கள். நான் நின்றவுடன் ஒருவன் கேட்டான். 'நீ என்ன பைத்தியமா?'

"நான் பதில் சொன்னேன். 'என் மகன் சென்னையில் ஜன்னி கண்டு பிதற்றிக்கொண்டிருக்கிறான்.'

"அது இருக்கலாம். ஆனால் நீ இப்படிப் போனால் உன் உயிரே போய்விடுமே? நாங்களும் கால் மணி நேரமாக என்ன சப்தம் என்று வெளியே வந்து நின்றுகொண்டிருக் கிறோம். சற்று முன்புதான் ஒரு மோட்டார் சைக்கிள் சப்தம் என்று புரிந்தது. ஏதோ பைத்தியக்காரன் கிளம்பிவிட்டான், பிடித்துக் கட்டிப்போட வேண்டும் என்று தெருவை அடைத்து நின்றோம். ராத்திரி வேளையில் மாடுகள் சாலை நடுவிலேயே படுத்திருக்கும். அதுவும் எருமை மாடுகள். இந்த வேகத்தில் ஒரு கன்றுக்குட்டியை இடித்தால்கூட உன் மனைவி மக்களுக்கு உன்னுடைய ஒரு எலும்பு கிடைக்காது.

"இப்போது மணி என்ன?" என்று கேட்டேன்.

"பன்னிரண்டு தாண்டியிருக்கும்."

"அப்போதுதான் எனக்குக் களைப்புத் தெரிய ஆரம்பித்தது. கணுவுக்குக் கணு வலி. தலை பம்பரம் போல் சுற்றிக்கொண் டிருந்தது. அவ்வளவு நேரம் தாக்குப் பிடித்தது பிராந்தியால் தான். இரண்டுமணி நேரத்திற்குள் ஏறக்குறைய எண்பது தொண்ணூறு மைல் மோட்டார் சைக்கிளில் முடித்திருந்தேன். அன்றிரவு முதல் தடவையாகத் தாகம் தொண்டையை வாட்டி யெடுத்தது. அவர்களைக் கேட்டேன். "இங்கு டீ கிடைக்குமா?"

"'அந்த மூலையில் ஒரு டீக்கடை இருக்கிறது. சீக்கிரம் போ. அவன் மூடிக்கொண்டிருப்பான்' என்றார்கள். அவன் மூடிக்கொண்டுதான் இருந்தான். நான் உள்ளே போய் ஒரு கப் டீ கேட்டேன். அவன் என்னைப் பார்த்துக் குடிப்பதற்கு

என்று மட்டுமில்லாமல் உண்பதற்கும் இரண்டு பன்ரொட்டிகள் கொண்டுவந்து கொடுத்தான். நான் அவைகளைத் தின்று டீயும் குடித்தேன். அவன் படுக்கையைப் போட்டுக்கொண்டு படுப்பதற்குத் தயாராக இருந்தான். அவன் அந்தக் கடையிலேயே வசித்துவந்தான்.

எனக்குக் களைப்பு உடலை நிற்கவிடவில்லை. வலி எல்லாவிடத்திலும் இருந்தது. தலைச் சுற்றல் குறைந்திருந்தது. ஆனால் கண்கள் கல்லாகக் கனத்தன. எனக்குத் தாங்க முடியவில்லை. டீக்கடைக்காரனைக் கேட்டேன். "இங்கே ஒரு பத்து நிமிஷம் களைப்பாறிப் போகிற மாதிரி இடம் இருக்கிறதா?" எனக்கு நேரம் அதிகம் இல்லை என்று தெரியும். நிலை தெரியாமல் மயங்கிக்கிடக்கும் என் மகனின் உருவம் என் மனத்தை விட்டுப் போகவில்லை. ஆனால் என் உடம்பு கெஞ்சியது. பத்து நிமிஷம், ஒரு பத்து நிமிஷம்.

"அந்தக் கடைக்காரன் தன் கடையின் பின்புறத்தில் பெஞ்சு ஒன்றை ஒழித்துக் கொடுத்தான். நான் அதில் காலை நீட்டிப் படுத்தேன்." இங்கே ராவ் சிறிது நிறுத்தினான். நான் ஒரு நிழல் மாதிரிதான் அவன் கண்களுக்குப் பட்டுக் கொண்டிருக்க வேண்டும். அவன் நினைவு பூராவும் அந்த இரவில் இருந்தது.

"காலை நீட்டிக் கண்ணை மூடினேன், சார். அந்த இரவு பற்றி எனக்கு அவ்வளவுதான் தெரியும். நான் மீண்டும் கண்களை விழித்தபோதோ மறுநாள் காலை ஒன்பது மணி ஆகிவிட்டிருந்தது." இங்கே ராவ் மீண்டும் நிறுத்தினான். அவன் தன்னைத்தானே வாட்டி வருத்திக்கொண்டிருந்தான். அவனை நிறுத்த முடியாது. இனி முடியாது.

"முதலில் எங்கிருக்கிறேன், ஏன் என்று ஒன்றுமே புரிய வில்லை. அப்புறம் கணப்பொழுதில் எல்லாம் நினைவுக்கு வந்து வெளியே ஓடினேன். என் மோட்டார் சைக்கிளை நடுத்தெருவில் நிறுத்தியிருந்தேன். சாவிகூட அதிலேயே இருந்தது. ஒரு டீ குடிப்பதற்கு நின்றவன் இரவு பூராவும், காலை ஒன்பது வரை தூங்கித் தொலைத்திருக்கிறேன். நான் பாக்கி தூரத்தையும் பிசாசுபோல் சென்று கடந்தேன். நடுவில் பெட்ரோல் வேறுபோட்டுக்கொள்ள வேண்டியிருந்தது. சென்னைச் சாலைகளில் நிற்காமல் ஒரே மூச்சாக அடித்துக் கொண்டு போய் என் சம்பந்தி இடத்தை அடைந்தேன். ஆனால் என் மகன் காலை ஐந்து மணிக்கே செத்துப் போயிருக்கிறான்."

நான் ஒரு நாற்காலி பக்கம் நகர்ந்தேன். ராவ் திடமாக நின்றபடி சொல்லிக்கொண்டிருந்தான். வேறு யாராவது பார்த்தால் அவன் அன்றுதான் பத்திரிகையில் படித்த கதை ஒன்றை எனக்குச் சொல்லிக்கொண்டிருக்கிறான் என்று நினைப்பார்கள்.

“அவ்வளவுதான், சார். அடுத்த வாரமே என் பங்களூர்க் கடையை இழுத்து மூடிவிட்டு சென்னைக்கே வந்து சேர்ந்தேன். இங்கே எங்கு திரும்பினாலும் என் மகன் ஞாபகம்தான். என் வாழ்வில் மிஞ்சியிருக்கும் ஒவ்வொரு நிமிஷமும் என்னைத் தண்டித்துக்கொள்ள வேண்டும் என்று துடிப்பு. அந்த டீக்கடையில் மட்டும் தூங்கிப் போகாமல் இருந்தால் என் மகனை உயிரோடு சில நிமிஷங்களாவது பார்த்திருக்க முடியும். அப்புறம் வேலூரில் யாரோ ஒரு மந்திரவாதி இறந்து போனவர்களின் ஆவியைத் தன் மீது வரவழைத்துப் பேசவைக்கிறான் என்றார்கள். நான் ஓடிப்போய் என் மகனுடன் பேச முடியுமா என்று பார்த்தேன். என் மகன்தான் பேசியிருக்க வேண்டும். அவன் பெட்டியில் வைத்திருந்த சில துணிமணிகள் பற்றி ஏதோ சொன்னான். அப்புறம் புது நரம்பு போடக் கொடுத்திருந்த டென்னிஸ் பாட் பற்றிச் சொன்னான். அதோடு போய்விட்டான்... இதெல்லாம் என்ன பிரயோசனம் சார்? என் மகன் மீண்டும் உயிருடன் வரப்போவதில்லை. நான் அப்புறம் அந்த வேலூர் மந்திரவாதி யிடம் போகவில்லை, இங்கே டவுனில் கடை ஆரம்பித்தேன். அப்புறம்தான் இங்கே வந்தேன்.”

அவன் முடித்துவிட்டான் என்று எனக்குத் தோன்றியது. ராவ் தன் இளைய மகனிடம் ஏதோ சொன்னான். அவன் பதிலுக்கு ஏதோ சொன்னான். ராவ் இன்னும் ஏதோ சொன்னான். அப்போதே தைக்க ஆரம்பித்திருந்த அந்த இளைஞன் தைப்பதை நிறுத்திவிட்டு வெளியே போனான். ஒரு வேளை மற்ற தையற்காரர்களைக் கூப்பிட்டு வர வேண்டியிருந்திருக்கும்.

இப்போது நடுப்பகலாகி எனக்கும் வீடு திரும்ப நேரமாகிக் கொண்டிருந்தது. “நாளை மறுநாள் வருகிறேன்,” என்று சொன்னேன். “சரி, சார்” என்று ராவ் சொன்னான். என்னையு மறியாமல் அந்த மகானின் படத்தை மீண்டும் பார்த்தேன். நான் படத்தைப் பார்த்ததை ராவும் பார்த்திருக்க வேண்டும். அவன் சொன்னான், “விதியை யாரால் சார் மாற்ற முடியும்? எப்பேர்ப்பட்ட மகானாலும் முடியாது. அவர் என் மகனைப் பற்றி ஒரு வார்த்தை சொல்லியிருந்தால்கூட அவனைப்

பங்களூரிலேயே வைத்துக்கொண்டிருப்பேன். அவர் சொல்ல வில்லை. எல்லாம் விதி, தலையெழுத்து. அதை யார் மாற்று கிறது?" இப்போது அவன் அமைதியாகப் பேசினான். எனக்கும் அது ஆறுதலாக இருந்தது. "நாளை மறுநாள் வருகிறேன்," என்று சொல்லிவிட்டு சைக்கிளை எடுத்தேன். எனக்கு மிகவும் ஆறுதலாக இருந்தது.

இரண்டு நாட்கள் கழித்து அவனிடம் போனேன். அவனும் ஷர்ட்டைத் தயாராக வைத்திருந்தான். மிகவும் நன்றாகத் தைத்திருந்தான். ஆனால், முன் பொத்தான் பட்டி மட்டும் நான் சொன்னபடி வைக்கவில்லை. மற்றபடி வேலை சுத்தமாக இருந்தது. அவன் ஷர்ட்டைக் காகிதத்தில் சுற்றிக் கட்டிக் கொண்டிருக்கும்போது அவன் தவறவிட்டதைச் சொன்னேன். அவன் அதிர்ந்துபோய்விட்டான். "நாளை வாருங்கள், சார், நான் சரி செய்து வைத்திருக்கிறேன்."

"பரவாயில்லை. நான் விரும்பியிருந்தபடியே இருந்திருக் கலாம். ஆனால் இதுவும் பரவாயில்லை. இப்படியே இருந்து விட்டுப் போகட்டும்."

"உங்களுக்குத் திருப்தி இருக்காது சார், நான் மாற்றி விடுகிறேன் . . ."

"வேண்டாம்; இப்படியே இருந்துவிட்டுப் போகட்டும் தையல் நன்றாக இருக்கிறது. கூலிதான் சிறிது அதிகம். ஆனால் வேலைப்பாடு நன்றாக இருக்கிறது."

அவன் வெகு ஜாக்கிரதையாக ஷர்ட்டை மடித்துக் காகிதத்தில் சுற்றிக்கொடுத்தான். அப்புறம் தன் மகனிடமும் அங்கு தைத்துக்கொண்டிருந்த மூன்று நான்கு தையற்காரர் களிடமும் ஏதோ சொன்னான். நல்ல வேளையாகக் கடையில் வேற்று மனிதர்கள் யாரும் இல்லை.

ஷர்ட் பொட்டலத்தை என்னிடம் கொடுத்தபடி ராவ் சொன்னான்: "நான் மாற்றிக் தைத்துக் கொடுத்திருப்பேன் சார். நீங்கள் நல்ல மனது பண்ணி வேண்டாம் என்று சொல்லிவிட்டீர்கள். சரியாக ஒருநாள் வேலையாகியிருக்கும், சார். எல்லாத் தையலையும் எடுத்துவிடலாம்; ஆனால் துணியைப் பாழடிக்காமல் காஜாவைப் பிரிக்கிறது ரொம்ப கஷ்டம், சார். அதற்கே அரை நாள் ஆகியிருக்கும். நீங்கள் பெரிய மனது பண்ணினீர்கள்."

"அதனால் பரவாயில்லை. ஷர்ட் ரொம்ப நன்றாயிருக் கிறது" – மீண்டும் அந்த மகானின் படத்தைப் பார்த்தேன்.

அது சுத்தமாகத் துடைக்கப்பட்டு, சந்தன – குங்குமப் பொட்டு வைக்கப்பட்டிருந்தது. அன்றும் அரை ரூபாய் பெறுமான புதுப் புஷ்பங்கள்.

அன்று நான் சைக்கிள் கொண்டுபோகவில்லை. வீட்டிற்கு நடந்துவரும்போது அந்தப் படம் பற்றித்தான் நினைக்க முடிந்தது. ஒவ்வொரு நாளும் ராவ் அந்தப் படத்தை நன்றாகத் துடைத்து, சந்தன – குங்குமப் பொட்டு நேர்த்தியாகவும், ஆசையுடனும் வைத்துவருகிறான். அதற்கே தினம் பதினைந்து நிமிஷங்கள் ஆகிவிடும். அப்புறம் தினம் தவறாமல் புதுப் புஷ்பங்கள். அவன் மற்ற படங்களைப் பற்றிக் கவலைப்பட வில்லை; அவை கடவுள் படங்களாக இருந்தும்கூட. ஆனால் மகான் படத்தைத் தினமும் அக்கறையுடன் கவனிக்கிறான். அவர் மீது அவனுக்கு நம்பிக்கை இல்லை என்று உறுதியாகச் சொல்கிறான். அதுவும், முன்பின் தெரியாத ஒருவனிடம் அந்த மகான் வெறும் ஏமாற்று, பணக்காரர்களைத்தான் கவனிப்பார் என்றெல்லாம் தூஷித்து வருகிறான்!

மகான் மீது இனியும் நம்பிக்கை இல்லை என்று அவன் சொல்லுகிறான். அவன் மகன் பற்றி அவர் எச்சரிக்கை செய்யவில்லை. அது அவன் நம்பிக்கையைத் தகர்த்துவிட்டது. இருந்தும் அவனுடைய கடையில் மகானின் பெரிய படம் ஒன்றை மாட்டித் தினமும் பதினைந்து நிமிஷமும் அரை ரூபாயும் செலவழிக்கிறான். தினமும் புதுப் புஷ்பங்கள். ஆதலால் உள்ளூர அவன் நம்பிக்கை போகவில்லை; அது இன்னமும் உறுதியாகத்தான் இருக்கிறது. அதை அவன் வெளிச் சொல்லாமல் இருக்கலாம். ஒத்துக்கொள்ளாமல் இருக்கலாம். மகானைப் பற்றித் தூஷணையாகப் பேசலாம், இருந்தும் அந்தரங்கத்தில் அந்த நம்பிக்கை போகவில்லை. அறிவால் எட்ட முடியாததற்காக அவன் தெரிந்தோ தெரியாமலோ தேடிப் போயிருக்கிறான். அந்த அறிய முடியாததன் சின்னமாக மகான் கிடைத்திருக்கிறார். அவனுக்கு நம்பிக்கை விழுந்துவிட்டது. அதற்கப்புறம் அந்த நம்பிக்கையைத் தகர்க்க என்னவெல்லாமோ நிகழலாம்; ஆனால் அது மலை போல் உறுதியாக இருந்தது. அவனால் அதை ஒழிக்க முடியாது.

ஆனால் அந்தப் படத்தை அவன்தான் தினமும் அலங்கரிக் கிறான் என்பது என்ன நிச்சயம்? ஒருவேளை வேறு யாராவது அதைத் துடைத்துப் பொட்டு வைக்கிறார்களோ என்னவோ? அவன் மகன் ... இல்லை, அவன் மகன் அந்தப் படத்தருகே போகமாட்டான். அவன் எந்த மகான் பக்கமும் போக மாட்டான். அவன் கோயிலுக்குப் போயே எவ்வளவோ

வருஷங்கள் ஆகியிருக்கும். மகான் படத்தைப் பொறுத்தமட்டில் அது ராவ்தான். வேறு யாரும் இல்லை.

ஒரு வாரத்திற்கப்புறம் நான் காய்கறிக் கடையை நோக்கி வேகமாக சைக்கிளில் போய்க்கொண்டிருக்கும் போது "சார், சார்!" என்று யாரோ கூப்பிடக் கேட்டுத் திரும்பினேன். அதற்குள் ராவையும் அவன் கதையையும் நான் மறந்தாகி விட்டது. குரல் வந்த திசையில் பார்த்தபோது ராவ் என்னைக் கூப்பிட்டுக்கொண்டிருப்பதைப் பார்த்தேன். அவன் கடை வாசலில் நின்றுகொண்டிருந்தான். நான் திரும்பிப் பார்த்தது அவனுக்கு மிகவும் சந்தோஷமாகிவிட்டது. சைக்கிளைத் திருப்பிக்கொண்டு அவனிடம் சென்றேன். "வாருங்கள் சார்" என்றான்.

எதற்காகக் கூப்பிட்டிருப்பான் என்று எனக்குப் புரிய வில்லை.

ஆனால் உள்ளே போனதும் அவன் ஒரு அலமாரியிலிருந்து ஒரு துண்டுத்துணியை எடுத்தவுடன் ஞாபகம் வந்தது. என் ஷர்ட் தைத்த மிச்சத் துணிதான். பெரிதாக இரண்டு கைக் குட்டைகள் தைத்துக்கொள்ளுமாறு இருந்தது. "இதுதான சார், மிஞ்சிப்போன துணி", என்று ராவ் சொல்லிக்கொடுத்தான். தன்னைப் பற்றி அவன் சொல்லிக்கொண்டதில் இம்மியும் பிசகவில்லை.

கடையை விட்டு வெளியே வரும்போது அந்த மகானின் படத்தைப் பார்த்தேன். அன்றும் அது சுத்தமாகத் துடைக்கப் பட்டு, பொட்டு இடப்பட்டு இருந்தது. வெறும் புஷ்பமாக இல்லாமல் பெரிய ரோஜா மாலை சூட்டப்பட்டிருந்தது. சிறிது நேரம் கழித்துத்தான் ஒரு விஷயம் என் நினைவுக்கு வந்தது. அது அந்த மகானின் பிறந்த தினம்.

(1962)

குதூகலம்

அவன் குதூகலத்துடன் வெளியே வந்தான். எவ்வளவோ மாதங்களுக்குப் பிறகு அவன் அந்த அறைக்கு வெளியே வருகிறான். மேலே வீட்டுக் கூரையைப் பார்க்கும் நிர்ப்பந்தம் இல்லாமல் ஆகாயத்தையும் அதில் பதிந்திருக்கும் நக்ஷத்திரங் களையும் பார்க்க முடிந்தபோது அவனுக்கு மகிழ்ச்சி பல மடங்காயிற்று. அவன் துள்ளித் துள்ளிக் குதித்து ஓடினான். துள்ளும்போது தான் குழந்தையாகிவிட்டது போன்ற ஓர் உணர்வு ஏற்பட்டது. குழந்தையாயிருக்கும் போது அவன் விரும்பிக்கேட்ட தின்பண்டங்களோ பொம்மை களோ சில வேளைகளில் மறுதளிக்கப்பட்டிருக் கின்றன. அவன் கீழே விழுந்து காயம் பட்டுக் கொண்டிருக்கிறான். முதல் வகுப்பு படிக்கும் போது ஒரு கறுப்பு குண்டு டீச்சருக்கு அவன் மீது எக்காரணத்தினாலோ ஒரு விரோத பாவம் வந்துவிட்டது. அவன் சின்னஞ்சிறு குழந்தை, காரிய காரணம் தெரியாதவன் என்று அவளுக்குத் தெரிந்திருந்தால்கூட அவனை அடிக்கடி அதட்டி மிரட்டி அடித்திருக்கிறாள். அவன் அழத் தொடங்கி யதும் அவள் இன்னும் அதிகமாக அதட்டி மிரட்டி அவனை வாயை மூடிக்கொண்டே அழும்படி செய்வாள். ஒரு முறை அவனுடைய பம்பரம் தெருச் சாக்கடை துவாரத்தில் விழுந்துவிட்டது. சாக்கடையுள் ஒரே இருட்டுடன் நாற்றமான நாற்றம். அவன் பம்பரம் இழந்து அழுதான். அவன் தெருவிலேயே ஒரு போக்கிரிப் பையன் இருந்தான். அவன் வயதிலும் உருவத்திலும் எவ்வளவோ பெரியவன். அவன் இவனைத் தலையில் குட்டிவிட்டுப் போவான். ஒரு முறை கட்டிப்பிடித்துக் கசக்கி நிக்கரையும் அவிழ்த்து விட்டான். அப்போது அழுதிருக்கிறான். அம்மாதிரி

எவ்வளவோ நாட்களில் எவ்வளவோ காரணங்களுக்காக அவன் அழுதிருக்கிறான். இருந்தாலும் அந்நாட்கள்தான் அவன் வாழ்க்கையில் உண்மையான மகிழ்ச்சிகரமான நாட்கள் என்று அவன் பெரியவனாகி, அவன் பெரியவன் என்கிற பிரக்ஞை ஏற்பட்டு, நாட்கள் செல்வது இனி அடுத்த நாளை உற்சாகத்துடன் எதிர்பார்க்கும் வயதைத் தாண்டியவை என்று தோன்ற ஆரம்பித்ததிலிருந்து தோன்ற ஆரம்பித்தது. அதற்குள் அவன் எப்படியெல்லாமோ சுற்றிவிட்டு, கல்யாணம் செய்துகொண்டு, குழந்தைகளைப் பெற்றுக்கொண்டு, நான்கு உத்தியோகங்கள் பார்த்துவிட்டு, ஒருமுறை ரிக்ஷாக்காரனால் அடிபட்டு, ஒரு சீட்டுக் கம்பெனியின் தவணைகளை ஒழுங்காகக் கட்டாததால் கோர்ட்டுப் படிக்கட்டுகளை ஐந்தாறு முறை மிதித்து, ஆயுள் இன்ஷ்ூரன்ஸ் பாலிசிகள் இரண்டு எடுத்து இரண்டையும் தவறவிட்டு, அப்பாவைக் கொளுத்துவதற்காகச் சுடுகாட்டுக்குச் சென்று, பின் அதே சுடுகாட்டுக்குத் தன் குழந்தை ஒன்றைப் புதைத்துவிட்டு வருவதற்குச் சென்று, வயிற்று வலி வரவழைத்துக்கொண்டு, இத்தனையும் ஆனபின் அவனுக்குத் தன் சிறுபிராய நினைவுகள் மீண்டும் மீண்டும் வர ஆரம்பித்தன. ஒவ்வொரு நாளும் பல புதுத் தகவல்கள் ஞாபகத்திற்கு வந்தன. இவ்வளவு சிறிய தகவல்கள், எடுத்துக் கூறப்போனால் எவருக்கும் மிக மிக அற்பமாகத் தோன்றக் கூடிய தகவல்கள், இவை எப்படி இவ்வளவு தெளிவாக, இவ்வளவு முக்கியமாக நினைவுக்கு வருகின்றன என்று அவனுக்கே ஆச்சரியமாக இருந்தது. அதே அற்பமான விஷயங்கள் அவனுக்கு மட்டும் ஒரு தனி முக்கியத்துவத்துடன் வந்தன. என்றோ நடந்த ஒவ்வொன்றுக்கும் இன்று பல அர்த்தங்கள், விளக்கங்கள் தெரிந்தன. அழுத அனுபவங்கள் தான் விசேஷமான இனிமையுடன் கலந்து வந்தன. அந்த இனிமை இப்போதும் குறையாமல் தொடர்ந்து அவனுக்கு உற்சாகமூட்ட அவன் துள்ளித் துள்ளிக் குதித்து ஓடினான்.

அவன் திரும்பி, பின், மேலே பார்த்தான். அன்றுவரை ஆகாயத்தைக் கண்ட மகிழ்ச்சியில் ஆகாயத்தைச் சரியாகப் பார்க்காமலேயே தன் நினைவில் தங்கிப்போயிருந்த ஆகாய அனுபவத்தை மட்டும் மனத்தின் மேல் தளத்திற்குக் கொண்டு வந்து ஆகாயத்தைப் பார்க்கத் தவறவிட்டிருந்தான். இப்போது நினைவின் இடர்ப்பாடு இல்லாமல், மனதால் பார்க்காமல், கண்களால், தன் உடலனைத்தாலும் ஆகாயத்தைப் பார்த்தான். அதற்குக் கண் மூக்கு வாய் என்று ஒன்றும் இல்லாதபோதிலும் அது அவனைப் பார்த்துப் புன்முறுவல் புரிந்ததுடன் இழுத்துக் கட்டிக்கொண்டு முத்தமிட்ட மாதிரியும் இருந்தது. அம்மாதிரி முத்தம் அவன் அம்மாதான் அவனுக்குத் தந்திருக்கிறாள். அதுவும் அவன் பள்ளிக்கூடங்கள் போக ஆரம்பித்தவுடன்

நிறுத்திவிட்டாள். அவன் அம்மாவும் உருவத்தில் அவ்வளவு பெரியவளல்ல. ஆனால் அவள் அணைத்துக்கொள்ளும்போது அவனை அவன் கனபரிமாணமுள்ளவன் என்பதையே மறக்க அடித்துவிடும்படி அணைத்துக்கொள்வாள். அவளுக்குத் தன்னுடைய எந்தக் குழந்தையை அணைத்துக்கொண்டாலும் அதற்குத் தான் ஒன்று தனி என்கிற உணர்வை ஒரேயடியாக இல்லாமல் செய்துவிடுவாள். எல்லா அம்மாக்களுக்கும் அது சாத்தியமானதாக இருக்க வேண்டும், இருக்கும். ஆனால் எல்லா அம்மாக்களும் அந்தச் சக்தியை, அந்தப் பிரத்தியேக உரிமையைப் பயன்படுத்துவதாக அவனால் கூறிவிட முடிய வில்லை. இன்று ஆகாயம் அம்மாவைப் போல் கட்டி யணைத்து முத்தம் தருகிறது.

அவன் இப்போதுதான் நிலவைப் பார்த்தான். பௌர்ணமிக்கு மூன்று நாட்கள் இருந்தன. ஆதலால் நல்ல, பெரிய, பிரகாசமான சந்திரன். கண்களுக்குத் தெரியாதபடி ஏதோ திரவம் போன்றது ஒன்றையும் நிலவு மேலிருந்து பூமிக்கு இறங்கவைத்துக் கொண்டிருந்தது. அந்த ஆற்றல் சூரியனுக்குக் கிடையாது. சூரியன் பல நூறு மடங்கு அதிக வெளிச்சம் தரலாம். தணலாகச் சுட்டு, வறுத்து எடுக்கலாம். ஆனால் பரிமாண முள்ளது எதையும் தர முடியாது. சந்திரனால் அது முடிந்தது. சந்திரன் இறக்கும் அப்பொருளின் பளுவைத் தாங்க முடியாமல்தான் எல்லாரும் படுத்துக்கொண்டு விடுகிறார்கள். மாடுகள் படுத்துக்கொண்டுவிடுகின்றன. பறவைகள் படுத்துக் கொண்டு விடுகின்றன. அப்படிப்பட்ட வேளையில் அவன் துள்ளிக் குதித்து ஓட விடுதலை கிடைத்ததில் அவனுக்குப் பெருமையாக இருந்தது. ஆனால் அவன் பெருமையின் வேகம் சிறிது மட்டுப்பட்டது. அங்கே ஒரு சினிமாக் கொட்டகையில் இரவுக் காட்சியிலும் சந்திரப் பளுவிற்கு எதிப்புத் தெரிவித்துக் கொண்டு நிறைய மனிதர்கள் தென்பட்டார்கள். அதில் அநேகம் பேர் வசதிகள் அதிகமில்லாத ஏழை எளியவர்கள். ஒரு வேர்க்கடலை வண்டியைச் சுற்றி வந்துகொண்டிருந்தார் கள். அந்த வண்டியின் பெட்ரோமாக்ஸ் விளக்கு கண்ணைக் கூசும்படி எரிந்து கொண்டிருந்தாலும் அந்த வெளிச்சத்தில் அம்மனிதர்கள் வெறும் நிழல்களாகத்தான் தெரிந்தார்கள். உண்மையில், ஏதோ வெளிச்சம் தந்துவிடுவதுபோல அந்த விளக்குக்கு ஒரு போலித் தோற்றம். உண்மையில் அது நிழல்கள்தான் உண்டு பண்ணியது.

அவன் அந்தச் சுவர் வழியாகப் புகுந்து வேர்க்கடலை வண்டிக் கூட்டத்தின் நடுவே துள்ளிக் குதித்து ஓடிப் போனான். நிழல்கள் அந்த வண்டியைச் சுற்றிமட்டும் இல்லை. அந்தச் சினிமாக் கொட்டகையின் பின்புறத்துச் சுவர்ப் பக்கமும்

அவை நகர்ந்துகொண்டிருந்தன. அந்த நிழல்கள் அந்தப் பிரதேசத்தை நாற்றமும் ஈரமும் உடையதாகச் செய்துவிட்டு வந்துகொண்டிருந்தன. கொட்டகை உள்ளே மங்கலாகச் சில விளக்குகள் எரிந்துகொண்டிருந்தன. உள்ளே நாற்காலி களில் அந்த இடைவேளையிலும் உட்கார்ந்துகொண்டிருந் தவர்கள் தாறுமாறாக உட்கார்ந்திருந்தார்கள். சிலர் தூங்கிக் கொண்டும் இருந்தார்கள். அந்தக் கொட்டகையில் பெண்கள் பகுதி என்று தனியாக இருந்தது. கீழ் வகுப்புகள் இரண்டிற்கோ மூன்றுக்கோ மட்டும் அப்படி ஒரு தடுப்பு போட்டிருந்தது. இரவுக் காட்சிக்கு வந்த பெண்கள் எல்லாரும் தாறுமாறாகத் தான் இருந்தார்கள், உடையில், உட்காருவதில். பலரிடம் சிறுநீர் நாற்றம், வகை வகையான நாற்றம் அடித்துக்கொண் டிருந்தது. இரவுக் காட்சிக்க சினிமா பார்க்கவரும் பெண்கள் இயற்கையில் அவர்களுக்குச் சுமத்தப்பட்ட நிர்ப்பந்தங்களைத் தூக்கி எறிந்துவிட்டுத்தான் இருப்பார்கள். அந்த சினிமாக் கொட்டகையில் கழுவிக்கொள்ளவே அவர்களுக்குத் தண்ணீர் கிடைக்காது. கிடைக்கும் தண்ணீர் கொண்டு அவர்கள் கழுவிக்கொண்டால் அதைக் கழுவிக்கொள்வதற்கும் இன்னும் அதிகம் தண்ணீர், வேறு தண்ணீர் வேண்டும். அவனுக்கு அவர்களைப் பார்த்தவுடன் பரிவும் உற்சாகமும் வந்தது. அவன் ஆண்கள் பெஞ்சு நாற்காலிகள்மீது ஏறிக் குதித்த வண்ணம் பெண்கள் பக்கத்தை அடைந்தான். அங்கே பருத்த, கருத்த, மிகவும் நாற்றம் அடிப்பவளாகப் பார்த்து அவள் பக்கத்தில் போய் உட்கார்ந்தான். அவள் உட்கார்ந்துகொண்டே தூங்கிக்கொண்டிருந்தாள். அநேகமாகப் பெண்கள் பகுதியில் எல்லாருமே தூங்கிக்கொண்டிருந்தார்கள், தூங்கி வழிந்து கொண்டிருந்தார்கள். முகத்திலும் உடலிலும் வியர்வையும் சோம்பலும் களைப்பும் ஏமாற்றமும் குரூரமும் அஞ்ஞானமும் காமமும் வழியத்தான் வாயைப் பிளந்துகொண்டு புடவை போன இடம் தெரியாமல் உட்கார்ந்தும் சாய்ந்தும் தூங்கி வழிந்துகொண்டிருந்தார்கள். அவன் அவர்கள் நடுவில் மிகவும் சந்தோஷத்துடன் உட்கார்ந்துகொண்டான். இளம் வயதுப் பெண்களும் சிலர் இருந்தார்கள். அவர்கள் தூங்கி வழிவது குறைச்சலாகத்தான் இருந்தது. அவன் பருத்த பெண்மணிகளைத் தள்ளிக்கொண்டு முன்னேறி இப்போது ஒரு இளவயதுப் பெண்ணின் பக்கத்தில் உட்கார்ந்துகொண்டான். அவள் தன் கண்களுக்கு ஏகமாக மையிட்டுக்கொண்டு வெள்ளியிலான வளையங்களும் கால் கொலுசும் அணிந்திருந்தாள். அவள் தன் ஈறுகளைக் கருக்கடித்துக் கொண்டிருந்தாள். மூக்கில் மூக்கணி அணியத் துவாரம் செய்திருந்ததை அவள் பல நாட்களாக ஒன்றும் அணியாமல் மீண்டும் சதை மூடிக் கொள்ள விட்டிருந்தாள். அடைப்பட்டுக்கொண்டிருக்கும்

அந்த மூக்குத் துவாரத்தினாலேயே அவள் முகம் ஏதோ ஒன்றை இழந்தது போலக் காட்சியளித்தது. அவளுக்கும் தூக்கக் கலக்கம். அதையும் மீறிக்கொண்டு அவள் இரவுக் காட்சிக்கு வந்திருக்கிறாள். தூங்குவதற்கு அவள் வீட்டைக் காட்டிலும் சினிமாக் கொட்டகை தகுதியானதென்று வந்திருப்பாள். அவன் அவள் பக்கத்தில் உட்கார்ந்துகொண்டு அவள் இடையைச் சுற்றியும் பிடித்துக்கொண்டான். அவளுடைய இருதயத் துடிப்பை வயிற்றில் உணர முடிந்தது. அவளுக்கு இருதயம் சிறிது கீழிறங்கி இருக்க வேண்டும். அல்லது அவள் இனிப் பிறக்கப்போகும் குழந்தையைச் சுமந்துகொண்டிருக்கலாம். வெற்றிலைக் காவி ஊறிப்போன வாயைப் பிளந்துகொண்டு மூடிப்போகும் மூக்கணித் துவாரம் கொண்ட மூக்கை அகல அகல விரித்துக்கொண்டு அவள் தூங்கி வழிந்துகொண்டிருந்தாள். அப்போதுதான் அவன் கவனித்தான்: அவள் காலடியில் தரையில் அவள் ஒரு குழந்தையைக் கிடத்தியிருந்தாள். அதற்குப் பக்கத்திலேயே வெற்றிலை போட்டுக்கொண்டிருந்த அவள் துப்பியும் இருந்தாள். அந்தக் குழந்தையும் தூங்கியபடி இருந்தது.

மங்கல் விளக்குகள்கூட அணைந்தன. மீண்டும் சினிமாக் காட்சி ஆரம்பமாயிற்று. அவன் சில நிமிஷங்கள் அந்தத் துலுக்கப் பெண்ணின் இடையைக் கட்டிப்பிடித்தவண்ணம் திரையில் ஓடும் நிழல்களைப் பார்த்துக்கொண்டிருந்தான். ஒரு கூரையடியில் அதிகநேரம் தங்கிப்போய்விட்டோம் என்ற உணர்வு ஏற்பட்டது. மேலும் திரை நிழல்கள் அவன் குதூகலத்தைக் குறைக்கும் வண்ணம்தான் இருந்தன. இப்போது போய் இவைகளைப் பார்த்துக்கொண்டு காலம் கழிக்கிறோமே என்றும் அவனுக்குத் தோன்றியது. உடனே அவன் கிளம்பி வெளியே வந்தான். குழந்தையை மிதித்துவிட்டான். அப்படியும் அழாமல் அந்த அசுத்தம் நிறைந்த தரையில், அசுத்தமும் நாற்றமும் பரவியிருக்கும் அந்த அடைசலில், அது தூங்கிக்கொண்டிருந்தது.

அவன் மீண்டும் குதித்துக் குதித்துப் போனான். தெரு விளக்குகள் அணைக்கப்பட்டுவிட்டாலும் எங்காவது ஒரு டீக்கடை அல்லது பால்க்கடை திறந்திருந்து அங்கு எரிந்து கொண்டிருக்கும் விளக்கு தெருவுக்கும் வெளிச்சம் தந்தது. தெருவில் பசுமாடுகள், எருமை மாடுகள், கன்றுகள் படுத்து அசைபோட்ட வண்ணம் இருந்தன. அந்த நேரத்தில் அந்தத் தெரு வழியாகப் போக வேண்டிய லாரி ஒன்று வெகு வேகமாகப் பெரும் இரைச்சல் போட்டுக்கொண்டு வந்தாலும் மாடுகளுக்காக வேகத்தைக் குறைத்து, நெளிந்து நெளிந்து போக வேண்டியிருந்தது. அவன் எகிறிக் குதித்து லாரிமீது தன்னைப் பொருத்திக்கொண்டான். லாரி காலியாக இருந்தது.

அதை ஏதாவது ஆற்றங்கரைக்கு ஓட்டிச் சென்று ஆற்று மணலை நிரப்பிக்கொண்டு வருவார்கள். விடியற் காலை யிலேயே எங்கோ வீடு கட்டுவதற்கு ஒரு லாரி ஆற்று மணல் இறக்குவதற்கு அவர்கள் ஒப்புக்கொண்டிருக்க வேண்டும். லாரி காலியாக இருந்தபடியால் அலுக்கல் குலுக்கல் இரைச்சல் எல்லாம் அதிகமாகவே இருந்தது. ஆனால் அதில் அவன் நன்றாகப் படுத்துக்கொண்டான். படுத்துக்கொண்டபடியே ஆகாயத்தைப் பார்த்த வண்ணம் இருந்தான். ஆகாயமும் அந்த நக்ஷத்திரக் குவியல்களும் அவனுடன் கூட ஓடி வருவது போல இல்லை; அவன், ஆகாயம் நக்ஷத்திரங்கள் எல்லாமே எங்கோ தலைதெறிக்கும் வேகத்துடன் எப்போதுமே ஓடிக் கொண்டுதான் இருக்கின்றன என்று அவன் உணர முடிந்தது. நினைவுகள் இல்லாமல் அந்தந்தக் கணத்தின் அனுபவமே ஏற்பட்டு மறைந்து போய்க்கொண்டிருந்தபடியால் அவனுடைய குதூகலம் பலமடங்காயிற்று.

அவன் துள்ளிக் குதித்தான். அப்போது லாரியிலிருந்து தெருவில் விழுந்துவிட்டான். ஒரு கணம் நிலை தடுமாறியது போல இருந்தது. ஆனால் உடனே தன்னைச் கட்டுப்படுத்திக் கொண்டு ஓடிப்போகும் லாரியில் பின்புறச் சிவப்பு விளக்கைப் பார்த்த வண்ணம் நின்றான். ஒரு தகவல் நினைவுக்கு வந்துவிட்டது. அந்த லாரி அவனை அவன் வீட்டருகில்தான் தள்ளிவிட்டுச் சென்றிருந்தது. அந்நேரம்வரை குதூகலம் தவிர வேறொரு உணர்ச்சிக்கும் இடமில்லாத அவனிடம் இப்போது ஏதோ ஏக்கம் ஒன்று தன்னை வீட்டுப் பக்கம் இழுப்பதை உணர்ந்தான். மீண்டும் வீடா என்று ஒருபுறம் தோன்ற இன்னொருபுறம் வீட்டைப் பற்றி, அவன் வீட்டுச் சாப்பாடுபற்றி, அவன் குழந்தைகள் அவன் தோள்மீது உப்பு மூட்டை விளையாடுவதுபற்றி எல்லாம் ஏக்கம் தோன்றியது. அப்புறம் அவனுடைய சாய்வு நாற்காலி, கிராமபோன், குடை, மரப்பெட்டி, நாய், புதுச் செருப்பு, இரண்டாவது குழந்தை . . . எல்லா உணர்வுகளும் அகன்று ஏக்கம்தாம் மிஞ்சி அந்நேரத்தில் ஏக்கம்தான் எல்லாவற்றைக் காட்டிலும் அதிக வலிமை பொருந்தியதாக இருந்தது. அவன் மீண்டும் வீட்டுக்குச் சென்றான். இப்போது குதூகலம் முற்றிலும் அகன்று வெறும் குழப்பத்துடன், தான் அசாதாரணச் சுதந்திரத்தை அனுபவித்துவிட்டு அதைத் தானாக இழுப்பதற்குத் தயாராகி அவன் வீட்டிற்குள் நுழைந்தான். வீடு விழித் திருந்தது. வைத்தியர் வந்திருந்தார். “இரண்டு மணி நேரத்திற்கு மேலாகியிருக்க வேண்டும்” என்றார். அவன் அவன் பிணத்தைப் பார்த்தவண்ணம் வெகு நேரம் நின்றிருந்தான்.

(1970)

போட்டோ

அவர்கள் சாப்பாடான பிறகும் கூட்டமாகத் தயங்கி நின்றுகொண்டிருந்தார்கள். பந்தல் நுழை வாசலில் பெரிய கூடைக்குப் பக்கத்தில் நின்று கொண்டிருந்த சிறுவன் அவர்களிடம் தாம்பூலம் பழம் கொண்ட வர்ணக் காகிதப் பைகளை நீட்டிய பின்னும் அவர்கள், 'பரவாயில்லை' என்று சொல்லிக்கொண்டு பந்தலிலேயே நின்றுகொண் டிருந்தார்கள். கடைசியில் யாரோ ஒருவர் உள்ளே போய்க் கல்யாணப் பிள்ளையிடம் சொல்ல அவன் மஞ்சள் வேஷ்டியைத் தடுக்குச் சுற்றாகக் கட்டிக்கொண்டு மேலே ஷர்ட்டும் அணிந்த வண்ணமாக வந்தான். பரஸ்பரம் எல்லாருடைய முகமும் மலர்ந்தது. கல்யாணப் பிள்ளை 'நீங்கள் எல்லாரும் சாப்பிட்டாயிற்றா?' என்று அன்புடன் விசாரித்தான். தாலிகட்டிய பின் யார் யாரோ பெயர் ஊர் தெரியாதவர்களுக்கெல்லாம் அவர்கள் மூத்த உறவினர்கள் என்ற காரணத்திற்காகக் காலில் விழுந்து நமஸ்கரித்து இடுப்பு வலி ஏற்பட் டிருந்த அவனுக்கு அவனுடைய சம வயதுக்காரர் களை நட்புறவுடன் நின்று பேச நேரிட்டது மிகவும் சந்தோஷம் அளித்திருக்கும். அவர்களும் அதுவரை கூட்டத்தில் யாரோவாக இருந்தவர்கள் மாப்பிள்ளைக்கு நண்பர்களாகப் பிறர் அறியப்பட நேர்ந்ததில் மகிழ்ச்சி அடைந்தார்கள்.

அவர்களில் ஒருவனிடம் காமிரா இருந்தது. அது ஒரு பெட்டி காமிரா. இரண்டாவது உலக யுத்தம் ஆரம்பித்த நாட்களில் அதன் விலை ரூபாய் நான்குக்கு மேல போனதில்லை. இப்போது

அதுவே ஐம்பது ரூபாய் இருக்கும். தோல் உறைகூட இல்லாமல் ஒரு பிளாஸ்டிக் கேஸ்தான் மாட்டியிருந்தது. புகைப்படக் கலையில் ஏராளமான முன்னேற்றங்கள் ஏற்பட்டுவிட்டன; நுணுக்கம் அபாரமாகப் பெருகிவிட்டது. லென்ஸ், ஷட்டர் ஸ்பீடு, அப்பெர்ச்சர், ஃபிளாஷ்கன், மற்றும் நெகடிவ் சுருளில் 'வேகம்', 'அதிவேகம்', 'மிக அதிவேகம்' என்றெல்லாம் நுண்ணிய மாறுதல்கள், அபிவிருத்திகள் நடைமுறைக்கு வந்து, இன்று கடைக்காரர்கள்கூட அவர்களிடம் 'விரல் தட்டினால் படம் எடுக்கும் பெட்டி காமிரா' வாங்க வருபவர்களைச் சிறிது அலட்சியமாகவே கருதும் காலம் இருந்தும் அந்த மாப்பிள்ளையின் நண்பர்களிடையே இருந்ததெல்லாம் ஒரு சாதாரண, பாமரத்தன்மை விளங்கும் பெட்டி காமிராதான். அவர்கள் மாப்பிள்ளை மணப்பெண்ணுடன் சேர்ந்து ஒரு படம் எடுத்துக் கொள்ள ஆசைப்பட்டார்கள். அவர்கள் சாப்பாடான பிறகும் தயங்கித் தயங்கி நின்றதற்கு அதுதான் காரணம். மேலும் அந்தக் காமிராவால் படம் எடுப்பதற்கு அதுதான் சிறந்த நேரம். வெளியே வெயில் கடுமையாகக் காய்ந்துகொண்டிருந்தது.

கல்யாணப் பிள்ளைக்கும் பூரண சம்மதம். 'இதோ அழைத்து வருகிறேன்,' என்று சொல்லி மணப்பெண்ணை உள்ளேயிருந்து அழைத்து வந்து தன் நண்பர்களை ஒவ்வொருவராக அவளுக்கு அறிமுகம் செய்துவைத்தான். அவர்கள் அதுவரை சகஜமாகக் குழுவாக நின்றவர்கள் உடனே விறைப்பு வந்ததுபோல் வரிசையாக நின்று கைகூப்பி வணக்கம் தெரிவித்தார்கள். நண்பனின் மனைவி என்றாலும் அவர்கள் அவளிடம் ஒரு புதுப் பெண்ணிடம் முதன்முறை நடந்துகொள்வதுபோல் முகத்தின் புன்முறுவலுக்கும் உடலின் விறைப்புக்கும் பொருத்தமே இல்லாமல் நின்றார்கள். மாப்பிள்ளை, பெண்ணிடம், 'இவர்கள் நம்மோடு ஒரு போட்டோ எடுத்துக்கொள்ள ஆசைப்படுகிறார்கள்' என்றான். அவள் முகத்தில் வெட்கத்துடன் ஒரு கவலைக் குறியும் படர்ந்தது. 'இப்பவேயா?' என்றாள். 'ஆமாம்' என்று அவர்களில் ஒருவன் வெளியே வெயிலைக் காண்பித்துப் பதில் சொன்னான். சற்று முன்புதான் உடைமையாகி விட்டவனின் முதல் கோரிக்கையை மறுக்க அவளுக்கு மனமில்லை. 'இதோ ஒரு நிமிஷம் உள்ளே போய்விட்டு வருகிறேன்,' என்று சொல்லி விட்டு உள்ளே போய்ப் பத்து நிமிஷங்கள் கழித்து வந்தாள். புதிதாகப் பவுடர் பூசி, மையிட்டுக் கொண்டு தலையைச் சரிசெய்து கொண்டு புடவை ரவிக்கையும் மாற்றியணிந்து கொண்டிருந்தாள். அந்தப் பத்தே நிமிஷங்களில் அவளை அப்படிப் பார்த்ததும்தான் மாப்பிள்ளைக்கும் அவனுடைய நண்பர்களுக்கும் அவரவர்களுடைய தோற்றத்தைப் பற்றிய

பிரக்ஞை வலுவாக எழுந்தது. அவர்களும் அவர்களால் இயன்ற அளவு கைக்குட்டையால் முகத்தைத் துடைத்துக் கொண்டு, கைவிரலால் தலைமயிரைக் கோதிவிட்டுக்கொண் டார்கள். 'இங்கேயே எடுத்துவிடலாமே,' என்று மாப்பிள்ளை சொன்னான்.

'இல்லை, வெளியிலேயே போய்விடுவோம். இந்த லைட் போதாது,' என்றான் காமிராவுக்குரியவன்.

எல்லாரும் வெளியே வெயிலில் வரிசையாக நின்று கொண்டார்கள். பத்துப் பேருக்கும் மேலாக இருந்தார்கள். ஆதலால் படமெடுப்பவன் நன்றாகப் பின் தள்ளி நிற்க வேண்டியிருந்தது. வெயில் ஏறக்குறையத் தலைக்கு மேலேயே இருந்தது. வெறும் கண்ணுக்குக்கூட வரிசையாக நின்றவர்கள் முகத்தில் கண் இருக்கும் இடத்தில் கறுப்பாக நிழல்தான் தெரிந்தது. நிச்சயம் படத்தில் அத்தனை பேருக்கும் கண்ணுக்குப் பதிலாக இரு பெரிய கரிய வட்டங்கள்தான் இருக்கும். படமெடுப்பவன் அவர்கள் எல்லாரையும் வேறு திசையில் வரிசையாக நிற்கச் செய்து முகத்தையும் சிறிது தூக்கினாற் போல் வைத்துக்கொள்ளக் கேட்டுக்கொண்டான். அவர்கள் மிக அடக்கமான நகைச்சுவையுடன் இந்த நிபந்தனைகளைப் பூர்த்தி செய்துகொண்டிருந்தார்கள். நல்ல வெயில். எல்லாருக்கும் கண்ணைக் கூசியது. இருந்தாலும் ஒரு மாதிரி தமாஷ் பேச்சு பேசிக்கொண்டு, அவர்கள் அந்தப் புகைப்படத்திற்காக நின்றார்கள், அவர்களில் ஒருவன், 'பாவம் நம்ம தாமுதான் ஒரு போட்டோவிலேயும் இருக்க முடியாதபடி போயிடறது,' என்றான். 'பின்னே யார் எடுக்கறது, அவன்தானே எடுக்க வேண்டியிருக்கு?' என்று இன்னொருவன் சொன்னான். 'யாராவது எடுக்கிறவங்க இருந்தாக்க நானும்தான் உங்ககூட நின்னுப்பேன்," என்று காமிரா வைத்திருந்த தாமு சொன்னான்.

"உனக்குத் தானேப்பா எடுக்கத் தெரியுது? எல்லோருக்கும் போட்டோ எடுக்கத் தெரியுமா?" என்று ஒருவன் கேட்டான்.

"இந்தக் காமிராவிலே ஒண்ணுமே தெரிய வேண்டிய தில்லை. சும்மா ஒரு குழந்தைகூட இதை இப்படித் தள்ளினாப் படம் எடுத்துடும்" என்று தாமு சொன்னான். அவனுக்கும் படத்தில் இருக்க வேண்டும் என்ற ஆசை இருக்க வேண்டும். அவன் அந்த ஆசையையும் அடக்கிக்கொண்டு, காமிராவுடன் தன்னைத்தானே முன்னும் பின்னும் நகர்த்திக்கொண்டு போட்டோ எடுப்பதற்குத் தயாராகிக்கொண்டிருந்தான். பந்தலில் சாப்பாடான பிறகு தங்கள் தங்கள் வீட்டுக்குப் போகாமல் தங்கிப் போயிருந்த ஒரு சிலரில் தூங்குவதற்கு அல்லது சீட்டாடுவதற்கு என்று போகாமல் இருந்த நான்கைந்து

பேர் போட்டோவுக்காக வெளியே வெயிலில் நின்றுகொண் டிருப்பவர்களை வேடிக்கைப் பார்த்துக்கொண்டிருந்தார்கள். அப்போது பக்கத்தில் நின்றுகொண்டிருந்த தன் கணவனுடன் கல்யாணப் பெண் "அவரை எடுக்கச் சொல்லலாம்," என்று பந்தல் பக்கம் காண்பித்துச் சொன்னாள். அவள் காண்பித்த திசையில் ஒருவன் அப்போதுதான் சாப்பாட்டை முடித்து, வெற்றிலை பாக்குப் போட்டுக்கொண்டு தன் ஷர்ட்டின் பொத்தான்களை இரண்டைத் தளர்த்திவிட்டுக் கழுத்துக் காலரைப் பின் தள்ளிவிட்டிருந்தான். அவன்தான் முந்தின இரவு ஜான வாசத்திலிருந்து அந்தக் கல்யாணத்தின் வெவ்வேறு கட்டங்களையும் புகைப்படத்தில் பிடித்து அவைகளுக்கு நிரந்தரத்துவம் தந்துவிடப் பெண் வீட்டுக்காரர்களால் நியமிக்கப்பட்ட போட்டோகிராபர். இரண்டாண்டுகளாகக் கல்யாண போட்டோக்கள் எடுப்பதில் அவனுக்கு நல்ல பெயர் வந்திருந்தது. அவன் ஏதோ சர்க்கார் வேலையில் இருந்தவன். வேலையை விட்டுவிட்டு முழு நேர போட்டோ கிராபர் ஆகலாமா என்று யோசித்துக் கொண்டிருந்தான்.

கல்யாணப்பிள்ளை சிறிது மலைத்து நின்றான். இரண்டு மணி நேரமாகத் தன் மனைவியாக அந்தஸ்து மாறிய பெண்ணின் முதல் யோசனைக்குத்தான் செயலிழந்து நின்று விடுவதாக வேண்டாம் என்று நினைத்தாற்போல் போட்டோ கிராபர் பக்கம் ஓரடி வைத்து விண்ணப்பிக்கும் முறையில் தன் கையை அசைத்தான். யாரோ போட்டோ எடுக்கும் காட்சியைத் தான் சம்பந்தப்படாமல் இருக்கும் நிலைதரும் சுதந்திர உணர்வுடன் வேடிக்கை பார்த்துக்கொண்டிருந்த போட்டோகிராபர் திடுக்கிட்டு "என்னையா?" என்றான்.

கல்யாணப் பிள்ளையை முந்திக்கொண்டு பெண், "ஆமாம், ராஜவேலு," என்றாள்.

போட்டோகிராபர் அவர்கள் அருகில் போனான். கல்யாணப்பிள்ளை இன்னமும் சங்கோசத்துடன் பேசத் தயங்கி நிற்கையில் பெண் போட்டோகிராபரிடம், "இந்த போட்டோவை நீ எடுக்கறீயா?" என்றாள். எல்லாரும் வரிசை கலைந்து குவிய, தாமுவும் அவர்களிடம் வந்தான். போட்டோ கிராபர் "எங்கிட்டே பிலிம் ஆயிடுத்து, ரிசப்சனுக்குக் கூடப் புது ரோல் வாங்கிண்டு வரணும்," என்றான்.

கல்யாணப்பிள்ளை தாமுவைக் காண்பித்து, "இந்த காமிராவிலேயே எடுத்துடலாம். இவங்கள்ளே பாதிப்பேர் ரிசப்ஷனுக்கு வரமாட்டாங்க. இந்த செட் மறுபடியும் சேராது," என்றான்.

போட்டோ கிராபர் தாமுவின் காமிராவைப் வாங்கிப் புரட்டிப் பார்த்தான். தாமுவைப் பார்த்து “சரி, நீங்க எங்கூட வரீங்களா?” என்று கேட்டான்.

கல்யாணப்பெண் சொன்னாள், “அவர் இங்கே இருப்பார். அவரும் குரூப்பிலே இருக்கணுனும்தான் உன்னை எடுக்கச் சொன்னேன்,” என்றாள்.

“சரி,” என்று போட்டோகிராபர் பின்னுக்குச் சென்றான். கல்யாணப் பெண்ணுக்குத் தன் கணவனின் நண்பர்கள் முன்னால் தான் கட்டுப்பாடில்லாமல் நடந்துகொண்டு விட்டோம் என்று தோன்றியிருக்கும். அவள் தன் கணவனிடம் சொன்னாள். “எங்கப்பான்னா ராஜவேலுக்கு ரொம்ப விசுவாசம், மரியாதை. எங்க வீட்டிலே சின்னதா ஏதோ காது குத்தறதுன்னாக்கூட ராஜவேலு அவனே வந்து போட்டோ எடுப்பான்” என்றாள்.

போட்டோகிராபர், “எல்லாரும் ரெடியா?” என்று கேட்டான்.

எல்லாரும் இன்னும் யாராவது “ஆமாம்” என்று சொல்லி விடுவார்கள் என்ற எதிர்பார்ப்பில் யாரும் பதில் சொல்ல வில்லை. போட்டோகிராபரும் அதை எதிர்பார்த்திருக்க வில்லை. தாமு மட்டும் சிறிது துடித்துக்கொண்டிருந்த மாதிரி இருந்தது. அவன் “நீங்கள் அவ்வளவு பின்னால் போக வேண்டாம்” என்றான்.

போட்டோகிராபர் சட்டென்று, “எப்படி?” என்றான்.

தாமுவுக்கு அந்தக் கேள்விக்கு உடனே பதில் சொல்ல முடியவில்லை. சமாதானமாக, “அவ்வளவு டிஸ்டன்ஸ் வேண்டி யிருக்காது” என்று சொல்லி போட்டோகிராபரிடம் சென்றான். காத்திருந்தது போல போட்டோகிராபர் காமிராவைத் தாமுவிடம் கொடுத்தான். தாமு, “நீங்க கண்ணை நன்னாக் கிட்டே வைச்சுண்டு பாருங்க. பார்த்தீங்களா, இன்னும் நன்னா இரண்டடி மூணடி கிட்டவே இருந்து எடுக்கலாம். எங்க மூஞ்சியும் கொஞ்சம் பெரிசாவே விழும்” என்று சிரித்துக்கொண்டு, சமாதானமாகச் சொன்னான்.

போட்டோகிராபர் சிரிக்காமல் காமிராவை மீண்டும் கையில் வாங்கிக்கொண்டான். தாமு வரிசையில் தன் இடத்திற்குப் போக நகர்ந்தான். அப்போது போட்டோ கிராபர், “இதுலே கிளிக் எங்கேயிருக்கு?” என்று கேட்டான். தாமுவுக்கு ஏதோ சந்தேகம் வந்த மாதிரி நின்றான். பிறகு,

சாதாரணமாக, "இதுதான். சும்மா விரலெட்டுக் கீழே தள்ளினாப் போதும்," என்றான்.

போட்டோகிராபர், "எனக்கு இந்த மாதிரிக் காமிரா வெல்லாம் ஒண்ணும் புரியறதில்லை" என்றான்.

தாமு, "நீங்க பர்ஸ்ட் கிளாஸ் ஜப்பான் காமிரா வைச்சிருக்கீங்க," என்றான்.

போட்டோகிராபர் காதில் அது விழுந்ததாகத் தெரிய வில்லை. அவன் காமிராவைக் கண்ணருகில் வைத்துக் கொண்டான். கல்யாணப் பெண், பிள்ளை, அவன் நண்பர்கள் அவர்களுக்கு இயலும் அளவு சுமுகமான வதனங்களுடன் காத்திருந்தார்கள். வெகு நேரத்திற்குப் பிறகு போட்டோகிராபர் கேட்டான், "உங்க முகத்திலெல்லாம் ஒரே நிழலா விழாது?"

இம்முறை தாமு பதில் சொல்லவில்லை. போட்டோ கிராபர் காமிராவைக் கீழே இறக்கிக்கொண்டான். சுற்று முற்றும் பார்த்தான். மீண்டும் கண்ணருகே வைத்துக் கொண்டான். மீண்டும் இறக்கிக்கொண்டான். கைக்குட்டையை எடுத்து முகத்தைத் துடைத்துக்கொண்டு, தன் சட்டைக்குள் ஊதிக்கொண்டான். "எல்லாரும் மரத்தடிக்குப் போகலாம்," என்றான். மரம் நூறடி தள்ளி இருந்தது. எல்லாரும் ஒரு ஊர்வலமாக அந்த மரத்தருகே போனார்கள். மீண்டும் வரிசையாக நின்றார்கள். போட்டோகிராபர் காமிராவைக் கண்ணருகே வைத்துக்கொண்டு பார்த்தான் பிறகு கீழே இறக்கி, "இன்னும் கொஞ்சம் சேர்ந்தாப்பலே நின்னுக்கங்க," என்றான். எல்லாரும் ஒருவரையொருவர் இடித்துக்கொண்ட மாதிரி நின்றார்கள். கல்யாணப்பிள்ளையும் பெண்ணும் நெருங்கி நிற்க முடிந்தது. ஆனால் பெண்ணின் மறுபுறம் இருந்தவன் சிறிது இடைவெளி விட்டுதான் நின்றுகொண்டான். போட்டோகிராபர் காமிராவைக் கண்ணுக்கருகே வைத்துப் பார்த்தான். பிறகு காமிராவை அகற்றி மீண்டும் சுற்றும் முற்றும் பார்த்தான். உதட்டைப் பிதுக்கினான். கல்யாணப் பிள்ளை சொன்னான், "சும்மா எடுங்க. நாங்க இருக்கிற அழகுதானே படத்திலே வரும்," என்றான். "அதுக்கில்லே. எடுத்தா நன்னா எடுக்க வேண்டாமா?" என்று போட்டோ கிராபர் சொன்னான். பிறகு, "இந்த மாதிரி காமிராவெல்லாம் நமக்குப் பழக்கமில்லாதது," என்றான்.

தாமு, "இதுலே ஒண்ணுமே இல்லை. சும்மாத் தட்டி விட்டாப் போதும்," என்றான். போட்டோகிராபர் அதைக் காதில் போட்டுக்கொண்ட மாதிரியே தெரியவில்லை. சிறிது

பொறுத்து, “இது வேண்டாங்க. எனக்கு எடுக்கத் தெரியலே,” என்று சொன்னான்.

வரிசையில் நின்ற ஒருவன் சிறிது கடுமையாக, “தாமு, அப்ப நீயே எடுத்துடு” என்றான். தாமு காமிராவை போட்டோ கிராபரிடமிருந்து திருப்பி வாங்கிக்கொள்ளத் தயங்கினான். கல்யாணப் பெண், “உன் காமிராவிலேயே எடுத்துடேன், ராஜவேலு,” என்றாள்.

சிறிது கடுமையாகப் பேசினவன், “வேண்டாம், நம்ம இப்படியே எடுத்துப்போம்,” என்றான்.

ராஜவேலு சமாதானமாகச் சொல்வதுபோல், “இல்லேங்க, இப்படி வெயில்லே எடுத்தா பாக்கிரவுண்ட் எல்லாம் பத்திண்டு தெரியும். நீங்க கறுப்பா கறுப்பா தெரிவீங்க. எவனும் எந்த மடையன் எடுத்தான்னுதான் கேட்பான்” என்றான்.

கல்யாணப்பிள்ளை, “பரவாயில்லே. ஏதோ போட்டோ வேணும், அவ்வளவுதானே,” என்றான். தாமு மட்டும் காமிரா வைத் திருப்பி வாங்கிக்கொண்டு, அதை மீண்டும் உறை போட்டு மூடிவிட்டான்.

கல்யாணப் பெண், “உன் காமிராவிலேயே எடுத்துடேன்,” என்று மீண்டும் சொன்னாள்.

“பிலிம் ஆயிடுத்து, சாந்தி! கடையிலே போய் வாங்கி வரணும்,” என்று போட்டோகிராபர் சொன்னான்.

கல்யாணப்பிள்ளை “நான் வேணும்னா வாங்கிவரச் சொல்லறேன்,” என்றான். அவன் நண்பர்களில் ஒருவன் “நீங்க எதுன்னு சொன்னா இதோ சைக்கிள்ளே போய்க் கொண்டு வந்துடேறன்,” என்றான்.

போட்டோகிராபருக்கும் இப்போது சங்கடமாக இருந்தது. “நீங்களே போறேன்றீங்களா? நான் வாங்கி வந்துடறேன்.”

“பரவாயில்லை, நீங்க சொல்லுங்க. எங்கே எதை வாங்கி வரணும்? எனக்கு அவ்வளவா தெரியாது.”

கல்யாணப்பிள்ளையும், “பரவாயில்லை. சொல்லுங்க,” என்று சொல்லித் தன் பையிலிருந்து ஒரு பத்து ரூபாய் நோட்டு எடுத்தான். அதில் குங்குமம், மஞ்சள் கறையெல்லாம் படிந்திருந்தது.

“ஊஹூம் பணமெல்லாம் வேண்டாம். என் அக்கவுண்ட் இருக்கு,” என்று தடுத்து, போட்டோகிராபர் ஒரு புகைப்படக்

கடையைச் சொன்னான். "ராஜவேலுன்னு சொன்னா எழுதிப்பான். ஒரு 620 வாங்கி வந்துடுங்க,"

கல்யாணப் பெண் கேட்டாள்: "அப்பவும் இதே வெய்யில் தானே இருக்கும்?"

கல்யாணப் பிள்ளையின் நண்பர்களில் ஒருவன், "பந்தல் உள்ளேயே எடுத்திடலாம். அவர்கிட்டேதான் ஃபிளாஷ் இருக்கே," என்றான்.

ஒருவன் மட்டும் சைக்கிளை எடுத்துக்கொண்டு போக மற்றவர்கள் எல்லாரும் பந்தலுக்கு வந்தார்கள். கல்யாணப் பெண் சொன்னாள். "பாவம், அவரை வெய்யிலே இப்படி அலையவைக்க வேண்டாம்; அப்பாகிட்டே சொன்னா யாரையாவது ஆளனுப்பிச்சி வாங்கிண்டு வரச்சொல்லுவார்."

கல்யாணப்பிள்ளை, "பரவாயில்லை," என்றான்.

பக்கத்திலே இருந்த ஒருவர், "என்ன, போட்டோ எடுத்தாச்சா?" என்றார்.

"இல்லே, பிலிம் வாங்கப் போயிருக்கு," என்று கல்யாணப் பிள்ளை சொன்னான். பெண் உள்ளே போய்விட்டாள்: ஒருவன், "வாங்க இன்னொரு தடவை வெத்திலையாவது போடலாம்," என்றான். வெற்றிலைத் தட்டில் இருபது முப்பது வெற்றிலை போலக் கலைந்து கிடந்தது. சீவல் துகள் துகளாக வாசனைப் புகையிலையுடன் கலந்து கிடந்தது. "கொஞ்சம் பாக்கு இருந்தாத் தேவலேப்பா," என்று ஒருவன் கல்யாணப்பிள்ளையிடம் சொன்னான். தாமு, "எல்லாம் இதுவே போதும்," என்றான்.

கல்யாணப்பிள்ளை சுற்றும் முற்றும் பார்த்தான். முன்பு தாம்பூலம் கூடையருகே நின்ற பையனையும் காணோம். போட்டோகிராபர் கூட எங்கோ தள்ளிப்போய் உட்கார்ந் திருந்தான். கல்யாணப்பிள்ளை உடனே சொல்லியனுப்புவதற்கு யாரும் கிடைக்காமல் அவனே சீவலிலிருந்து புகையிலைத் துகள்களை விலக்கி வாயில் போட்டுக்கொண்டான்; ஆனால் அப்படியே கூடப் போட்டுக்கொள்வதற்கு எல்லாருக்கும் சீவல் போதாது. கல்யாணப்பிள்ளை பெண் வீட்டார் பக்கம் பார்த்தான். பிறகு அவன் தரப்புப் பையன் ஒருவன் கண்ணில் பட அவனைக் கூப்பிட்டான். "போய்க் கொஞ்சம் வாசனைப் பாக்கு வாங்கிண்டு வா," என்றான்.

"யாரைக் கேக்கறது" என்று பையன் கேட்டான்.

"என்னையே கேளு. எங்கேயாவது உள்ளே போய் வாங்கிண்டு வாடான்னா," என்று கல்யாணப்பிள்ளை கோபித்துக்கொண்டான். பையன் உள்ளே போனான். சிறிது நேரம் கழித்து வந்து, "வாசனைப் பாக்கு இல்லையாம்," என்றான்.

அவனைத் தொடர்ந்து, கல்யாணப்பெண்ணின் தகப்பனாரே வந்தார். அதிக திடகாத்திரம் இல்லாத போதிலும் திருப்திப்படுத்த வேண்டும் என்கிற பாவனை தோன்றும் புன்னகையுடன், "பாக்கு கொண்டு வரச் சொன்னேளா, மாப்பிள்ளை? இதோ வாங்கிண்டு வரச் சொல்லறேன். வாங்கிண்டு வந்ததெல்லாம் தீர்ந்துபோச்சு. இதோ வாங்கிண்டு வரச்சொல்லறேன். இவாள்ளாம் சாப்பிட்டாச்சா?" என்று கேட்டார்.

கல்யாணப்பிள்ளை ஒன்றும் சொல்லவில்லை. ஆனால் அவன் நண்பர்கள், "ஆச்சுங்க ஆச்சுங்க" என்றார்கள். இதற்குள் கல்யாணப்பெண்ணே ஒரு கிளாக்ஸோ டப்பாவை எடுத்துக் கொண்டு வந்தாள். அதில் சாயப்பாக்கு இருந்தது. கல்யாணப் பிள்ளையின் நண்பர்கள் "இதுபோதும், இதுபோதும்" என்றார்கள். சுண்ணாம்பும் போதாமல் போய்விட்டது. வாசனைச் சுண்ணாம்பு பாட்டில்கள் இரண்டு மூன்று கொண்டுவந்தாலும் எல்லாம் காலியாக இருந்தன. கல்யாணப் பெண் உள்ளேபோய் ஒரு கல்சட்டியில் ஊறவைத்திருந்த வெள்ளைச் சுண்ணாம்பு கொண்டுவந்தாள்.

அப்போது பிலிம் வந்துவிட்டது. போட்டோகிராபர் அதைக் கையில் வாங்கிப் பார்த்துவிட்டு, "இதுதான்," என்றான். "கணக்கிலேதானே எழுதிக்கச் சொன்னீங்க?" என்றும் கேட்டான்.

"ஆமாம்" என்று வாங்கி வந்தவன் சொன்னான். போட்டோகிராபர் காமிராவை எடுத்துவரச் சென்றான்.

இம்முறை கல்யாணப் பெண் புதிதாக அலங்கரித்துக் கொள்ளவில்லை. போட்டோவைப் பந்தலிலேயே ஒரு கணத்தில், ஒரு மின்னல் வெளிச்சத்தில், போட்டோகிராபர் எடுத்துவிட்டான்.

அடுத்த நாள் மாலையே கல்யாணப் புகைப்படங்களின் பிரதிகள் வந்துவிட்டன. கல்யாணப்பிள்ளையின் நண்பர்கள் சேர்ந்து நின்ற போட்டோவும் வந்திருந்தது. தாமு அவன் காமிராவையும் அணைத்தபடி நின்றிருந்தான். எல்லாருடைய முகமும் தெளிவாக விழுந்திருந்தது. ஆனால் எல்லாரும் பொம்மை மாதிரித் தெரிந்தார்கள்.

(1970)

வேலி

பாதி நீளத்துக்குச் சுவர் இருந்தது. முன்பாதி நீளத்துக்கு முள்கம்பி வேலி இருந்தது. சுவரும் வேலியுமாக அவன் வீட்டைப் பக்கத்து வீட்டிலிருந்து பிரித்துவைத்தன.

அவன் அந்த முள்வேலியைத்தான் சரிசெய்து கொண்டிருந்தான். வேலியாயிருந்த நாற்பது அடி நீளத்துக்கும் நான்கே சிமெண்ட் தூண்கள் இருந்தன. ஒவ்வொரு தூணும் நான்கடி உயரம் இருந்தது. முள் கம்பி அந்தத் தூண்களில் மூன்று சாரியாகக் கோணலும் மாணலுமாகக் கட்டப் பட்டு இருந்தது. ஆனால் அந்த வேலியைப் பொருத்தியவர்களுக்கு முள் கம்பியைத் துளைகளில் நுழைத்துக் கட்டக்கூடப் பொறுமை இல்லை – கம்பி பல இடங்களில் ஏகமாக இடைவெளி விட்டுக்கொண்டு முறுக்கிக்கொண்டு இருந்தது. எவ்வளவோ நாட்களாக அப்படியே கிடந்து துருப்பிடித்துக் கொண்டிருந்த அந்த வேலியை அவன் ஒழுங்குபடுத்த முயலுவதைச் சில ஜோடிக் கண்கள் பக்கத்து வீட்டு ஜன்னலிலிருந்து பார்த்துப் பார்த்துச சென்றன. பத்து வருடங்களாக ஒன்றும் தோன்றாமல் திடீரென்று அவனுக்கு மல்லிகைக் கொடி வளர்க்க வேண்டுமென்ற ஆவல் வந்தது யாருக்கும் விநோதமாகத்தான் தோன்றியிருக்கும். அவனுடைய மல்லிகைக் கொடியின் முதல் துளிர்களை ஆடுகள் தவறாமல் இரண்டே வாயசைப்பில் மறையச் செய்துகொண்டிருந்தன.

"உஷ், யாரிடமும் சொல்லிவிடாதே", என்று தன் தங்கையிடம் அவன் சொன்னான். அவன் விரலிலிருந்து இரத்தம் சொட்டிக்கொண்டிருந்தது. எப்படியோ இரண்டு கம்பங்களில் முள் கம்பியைச்

சரியான இடைவெளி விட்டுக் கட்டிவிட்டான். மூன்றாவது கம்பத்தில் கட்டிக்கொண்டிருக்கும்போது அவனை அறியாமல் அவன் முகம் திடீரென்று சுளிக்க நேர்ந்தது. ஒரு கணம் பொறுத்துத்தான் கம்பியின் முள் ஒன்று அவனுடைய வலது ஆள்காட்டி விரலை ஆழமாக உழுதுவிட்டதை உணர்ந்தான். பெரிய காயம். அதை உதறித் தள்ளிவிட்டு வேலியை முடிக்க முடியவில்லை. இப்போது அவன் தங்கையும் பார்த்துவிட்டாள். அவள் நிச்சயம் அம்மாவிடம் சொல்லி அவன் அதற்கு மருந்து போட்டுக்கொள்ளும்படி செய்துவிடுவாள். அவனால் தன்னைத் தானே கவனித்துக்கொள்ள முடியும் என்று வீட்டில் யாருக்கும் துளி நம்பிக்கைகூடக் கிடையாது. அவனுக்கும் அவர்கள் அவனைப் பற்றிப் பதட்டம் அடையும்போது அவர்களைத் தடுக்க முடிந்ததில்லை. அந்த ஒரு விஷயத்தில் அவனுக்கே அவன்மீது நம்பிக்கை குறைவாகத்தான் இருக்க வேண்டும். விரலைச் சுற்றி ஒரு பெரிய கட்டுடன் அவன் அன்று ஆபீஸுக்குச் செல்ல வேண்டியிருந்தது. மாலை வீடு திரும்பியபோது ஆடுகள் இன்னொருமுறை வந்து போயிருப்பதை உணராமல் இருக்க முடியவில்லை. உண்மையில் அந்த சிமெண்ட் கம்பங்களில் மூன்று சாரி முள்கம்பி சரியாக இருந்தாலும் ஆடுகள், கன்றுகள்கூட நுழையக்கூடிய இடை வெளி இருந்தது.

காலையில் தும்மல் அதிகமாகவே வந்தது. அந்த வருஷத்து மார்கழி மாதப் பனி சிறிது கூடுதலாகத்தான் இருந்தது. ஊரில் அந்தப் பகுதியில் தண்ணீர்க் குழாய் யாரையும் அலட்சியமாக இருக்கவிடாது. பொழுது விடிவதற்குள் சில வாளிகளாவது பம்ப் அடித்துத் தண்ணீர் எடுத்துக்கொள்ளா விட்டால் யாரும் வீட்டில் குளிக்க முடியாது. சமையலுக்குக் கூட கஷ்டமாகிவிடும். அதிகாரிகள் இரண்டாம் நம்பர் ‘கை’ பம்புதான் அனுமதித்தார்கள். ஆனால் ஒவ்வொரு வீட்டிலும் ‘பக்கெட்’ பம்புதான் இருந்தது. அதிகாரிகள் அதைக் கவனிக்காதது போல் இருந்துவிடுவார்கள். அவர் களுக்கும் தெரியும் அரசாங்க விதிகளை அனுசரித்தால் எல்லாரும் பாலைவன வாசிகளின் பழக்க வழக்கங்களைத் தான் மேற்கொள்ள வேண்டியிருக்கும் என்று. பம்பை வீட்டிற்குள் கொண்டுபோகாமல் வெளித் தோட்டதிலேயே பொருத்திக்கொண்டால் தண்ணீர் சிறிது சுமாராக வரக்கூடும். வெட்டவெளியில் இருந்துகொண்டு அந்தப் பனியில் தும்மாமல் இருக்க முடியாது. அவன் இரண்டு பத்துகாலன் பீப்பாய்களையும் தோண்டி தவலைகளையும் தண்ணீர் அடித்து நிரப்பி விடுவதற்குள் வீட்டில் எல்லோரும் எழுந்து, அவன் தங்கை காபியும் தயாரித்து, காலை தினசரிப் பத்திரிகை

பட்டுவாடா செய்யப்பட்டு, கரப்பான் பூச்சிகள் சந்து பொந்து களில் மறைந்துபோய், தெருப் பையன்கள் ஐந்து மைல் தள்ளியிருக்கும் விளையாட்டு அரங்கில் நான்காவது நாளாக ஆடப்படும் கிரிக்கெட் டெஸ்ட் பந்தயத்தைப் பார்க்கக் கையில் உணவுப் பொட்டலங்களுடன் கிளம்பிவிட்டார்கள். கிரிக்கெட் ஆட்டத்தில் முந்தைய தினத்தன்று வெளி தேசத்திலிருந்து ஆடவந்த கட்சியில் திடீரென்று பெரிய சரிவு ஏற்பட்டு, ஆட்டம் ஒரு தீவிரமான கட்டத்தை அடைந்திருந்தது.

அனேகமாக எல்லா மல்லிகை இலைகளும் அரையும் காலுமாகக் கடிக்கப்பட்டுக் கிடந்தாலும் அந்தக் காலை மென்காற்றில் கொடி உற்சாகமாக அசைந்துகொண்டிருந்தது. ஆடுகள்கூட அங்கங்கே விட்டுவைத்திருந்த சில துளிர்கள் அவனைப் பார்த்து “பெரிசா மாஞ்சு போயிடாதேப்பா. எங்களைப் பாத்துக்க எங்களுக்கும் கொஞ்சம் தெரியும்” என்று சொல்வதுபோல் இருந்தது. அவனுக்கு ஆடுகள்மீது கோபமில்லை. செடியை வளர்க்க அவனுக்கு எவ்வளவு உரிமை இருந்ததோ அவ்வளவு உரிமை ஆடுகள் அதைத் தின்னவும் இருந்ததாகவே அவனுக்குத் தோன்றிற்று. இருவரில் உண்மையான சாமர்த்தியம் படைத்தவர் மிஞ்சலாம் – இதில் வருத்தப்பட்டுக்கொள்வதற்கு ஒன்றுமில்லை. ஆடுகள் அவனை எப்படி மிஞ்ச முடிந்தது? வாசல் காம்பவுண்டுச் சுவர் சரியாக இருந்தது. கேட்டும் உறுதியாக இருந்தது. அவன் வீட்டுக்கும் பக்கத்து வீட்டுக்கும் இடையில் இருந்த முள்வேலிதான் சதி செய்தது. பக்கத்து வீட்டுக்காரர் அவர் கேட்டைச் சாத்தி வைக்கலாம். ஆனால் அது அவர் கவலை. வேலிகூட அப்படி மோசமில்லை. ஆனால் புது மல்லிகைத் துளிர்களை ருசி கண்ட ஆடுகளைத் தடுக்க அது போதாது.

பம்பில் தண்ணீர் சரியாக வரவில்லை. அவன் கிணற்றி லிருந்து பத்துப்பன்னிரண்டு வாளி இழுத்துச் செடிகளுக்குத் தண்ணீர் பாய்ச்சினான். ஒவ்வொரு செடியருகிலும் வாளியை நிதானமாகச் சாய்த்து, தண்ணீர் மண்ணை அரித்துவிடாதபடி மெதுவாகவிட்டான். அந்த வீட்டில் நான்கு குடித்தனங்கள். அந்தக் குழந்தைகள் கண்ட இடத்திலெல்லாம் இறைந்திருந்த காகிதத் துண்டுகளையும் சிறு சிறு கற்களையும் அவன் ஒவ்வொன்றாகப் பொறுக்கிச் சேர்த்து வாசல் சுவர் வெளியே எறிந்தான். சேதமாகாத ஒரு முழு காலி சிகரெட் பெட்டியை மட்டும் எடுத்து வைத்துக்கொண்டான். அதன் மீது ஒட்டிக் கொண்டிருந்த மணலை ஊதி அகற்றிவிட்டு தூரத்தில் நின்று கொண்டிருந்த பின்குடித்தனக்காரரின் குழந்தையைக் கூப்பிட்டான். அவள் தயங்கியபடி வந்தாள். அவளிடம் “அம்பாள், இது வேணுமா?” என்று கேட்டான்.

அவள் கையை நீட்டினாள்.

"அம்பாள், இதேமாதிரி நிறைய சிகரெட் பெட்டி உனக்குத் தருவேன். கலர் கலர் பெட்டி. ஆனால் இங்கே மட்டும் ஒண்ணும் எறியாமல் இருக்கயா?"

அவள் அவனைத் தயக்கத்துடன் பார்த்தாள். அவனுக்கு வருத்தமாக இருந்தது.

"இந்தச் சின்னச் சின்னச் செடிகிட்டேயெல்லாம் கல்லைப் போடக் கூடாது."

அந்தப் பெண் சிறிது பயந்தமாதிரிகூட இருந்தது. அவனுக்கு அவள்மீது மிகவும் கோபம் வந்தது.

"செடிகூட உன்மாதிரி சின்னக்குழந்தை, அம்பாள். நீ கல்லை எறிஞ்சால் அதுக்கு அடிபடும். நீயும் பாபுவும் ஜயந்தியும் சண்டை போட்டுண்டு கல்லையெல்லாம் வீசி எறிஞ்சிக்கிறீங்க இல்லையா, உங்களுக்கு அடிபடற மாதிரி செடிகளுக்கும் அடிபடும். இதோ பார், இந்தச் செடி வலி தாங்காம அழுதுண்டிருக்கு."

அந்தப் பெண் அந்தச் செடியைப் பார்த்தாள்.

"நம்பளுக்கு அது அழறது கேட்காது. ஆனா பார், இங்கே ஈரமாயில்லே? அது அழுதிருக்கு."

அந்த பெண் முதல் தடவையாகப் பேசினாள். "நீதான் கிணத்துலேந்து தண்ணிவிட்டுருக்கே."

"இல்லே, இல்லே, அம்பாள் . . ." அவனுக்கு ஏனோ அந்தப் பெண்ணின் முகத்தைப் பார்க்க முடியவில்லை. பேசாமல் வாளியை எடுத்துக்கொண்டு கிணற்றங்கரை சென்றான். ஒரு வாளி தண்ணீர் எடுத்துத் திரும்பி வரும்போது அந்தப் பெண் செடியருகே இருந்த ஒரு கல்லைப் பொறுக்கி வெளியே எறிந்ததைப் பார்த்தான். அந்தப் பெண்ணும் அவனைப் பார்த்துப் புன்முறுவல் செய்தாள்.

ஒரு பழைய தடித் தாம்புக் கயிறைத் தேடி எடுத்து அதன் மூன்று இழைகளைத் தனியாகப் பிரித்தெடுக்க ஆரம்பித்தான். தென்னை நார்க்கயிறான படியால் ஒவ்வொரு இழையுமே ஒரு கயிறாக உபயோகப்படுத்தும் அளவுக்கு உறுதியாக இருந்தது. பிரிக்கும்போது மட்டும் அடிக்கடி முறுக்கிக்கொண்டு சிக்கல் பிடித்துக்கொண்டன. கயிறு முழுதையும் பிரித்து எடுக்க அவன் மிகவும் பொறுமையுடன் உழைக்க வேண்டியிருந்தது. அந்தத் தனித்தனி இழைகளை எடுத்துக்கொண்டு அவன் வேலியருகே சென்று முள் கம்பி சாரிகளின் நடுவில் நீட்டிக் கட்டினான். அரை மணிக்குப்

பிறகு மூன்று சாரியாக இருந்த வேலி ஐந்து சாரி கொண்டதாக இருந்தது. அப்போதும் இடைவெளி அதிகமாகவே இருந்தது. கயிறு பாக்கி நிறைய இருந்தது. அதை வேலியில் குறுக்கும் நெடிலுமாகக் கட்ட ஆரம்பித்தான். ஏதோ செப்பிடு வித்தை பார்ப்பதுபோல் அம்பாளும் சில குழந்தைகளும் அவன் வேலி கட்டுவதைப் பார்த்துக்கொண்டு நின்றார்கள். குழந்தைகள் அவனைச் சுற்றியிருப்பது அவனுக்குச் சங்கடமாக இல்லை. எப்போதாவது பெரியவர்கள் வந்து உற்றுப்பார்த்து நின்ற போதுதான் அவன் ஏன் அந்த வேலையை நள்ளிரவில் செய்ய ஆரம்பிக்கவில்லை என்று தோன்றிற்று. காயம்பட்ட விரலுடன் கயிறைக் குறுக்கும் நெடிலுமாகக் கட்டுவது எளிதாக இல்லை. வேலி வலுப்படுத்தப் படுவதற்குப் பதிலாக அதில் வெவ்வேறு விதமான சிறிதும் பெரிதுமான பொந்துகள் தான் உண்டாயின. அது பிரயோசனமில்லை. வீட்டில் உள்ளே தம்பி குளித்துக்கொண்டிருந்தான். அப்படியானால் மணி எட்டேமுக்கால். தம்பி குளித்த பிறகு இவன் குளித்துச் சாப்பிட்டுக் காரியாலயத்திற்குப் போக இன்னும் ஒன்றேகால் மணி நேரந்தான் இருந்தது. இடையில் வேலியையும் முடிப்பது சிரமம். குழந்தைகளும் ஒவ்வொன்றாகப் பள்ளிக்கூடத்திற்குக் கிளம்பிவிட்டன. குறுக்காகக் கட்டின கயிறை அவன் வேகமாக அவிழ்க்க ஆரம்பித்தான். அதை அவிழ்த்து முடிப்பதற்கும் ஆடு வருவதற்கும் சரியாக இருந்தது.

அது பெண் ஆடு. குட்டிபோட்டு அதிக நாளாகியிருக்காது. அதன் மடி கனத்துத் தொங்கிக்கொண்டிருந்தது. அதன் கொம்புகள் இரண்டு பின்புறமாக வளைந்து இருந்தன. அந்த ஆட்டின் கொம்பினால் யாருக்கும் காயம்பட முடியாது. ஆடு வெள்ளையாக இருந்தாலும் உடலில் பல இடங்களில் பழுப்பு நிறத் திட்டுகள் இருந்தன. அந்த இடங்களில் மயிர் நிறைய முளைத்திருக்க வேண்டும். அல்லது பல நாள் அழுக்குப் படிந்து இருக்க வேண்டும். ஆட்டின் நடை மெதுவாக ஆனால் சீராக இருந்ததிலிருந்து அது அந்த இடத்திற்கு நன்றாகப் பழக்கப்பட்டிருந்தது தெரிந்தது. அவனைக் கவனியாதிருந்திருக்க வேண்டும். அவனிடமிருந்து சில அங்குலங்களே இருக்கையில் பார்த்துவிட்டது. அப்படியே நின்றது.

“ஆடு! வா, வா.”

அது அங்கேயே நின்றபடி அவனை உற்றுப்பார்த்தது.

“வா, ஆடு. வா இங்கே.”

ஆடு தயங்கிற்று. அந்த அழைப்பை ஏற்றுக்கொள்ளலாமா என்று யோசிப்பது போலிருந்தது.

“வா, ஆடு வா. இங்கே வா.”

ஆட்டுக்கு இப்போது தயக்கமில்லை. அவன் ஒரு அபாயம் என்று தீர்மானித்துவிட்டது. அது திரும்பிப் போக ஆரம்பித்தது. அதே சீரான நடை; ஆனால் சிறிது விறுவிறுப்பான அடிகள். ஆடு பக்கத்து வீட்டைத் தாண்டி மறையப்போகும் நேரத்தில் ஒரு ஆட்டுக்குட்டியும் அதனருகே பாய்ந்து வந்தது.

“ஆடு, போகாதே! வா!” என்று அவன் கத்தினான். ஆட்டுக்குட்டி சந்தோஷத்தில் துள்ளிக் குதித்துக்கொண்டிருந்தது. தாய் ஆடு தூரப்போக அதுவும் அவன் பார்வையிலிருந்து எட்டி மறைந்தது.

அந்த ஆட்டை அவன்மீது நம்பிக்கை கொள்ளவைக்க முடியாமல் போனதுபற்றி அவனுக்கு மிகவும் வருத்தமாக இருந்தது. அதன் முதுகைத் தடவிக்கொடுத்து, தலையை இரு கைகளாலும் அள்ளிப்பிடித்து முகர வேண்டும் என்று அவனுக்கு இருந்தது. அந்த ஆட்டுக் குட்டியை வாரி அணைத்துச் சிறிது நேரமாவது சுமந்துகொள்வது எவ்வளவோ ஆனந்தமாக இருக்கும். இனி அவை இன்னும் சில நாட்களாவது அவன் வீட்டுப் பக்கம் வராமல் இருக்கும். வேலியை ஏதோ செய்துகொண்டிருக்கிறார்கள், அங்கே போனால் ஏதாவது செய்துவிடுவார்கள் என்றெல்லாம் அவைகளுக்குத் தெரிந் திருக்கும். சில கஜங்கள் தள்ளி, பெரிய சாலையில் கசாப்புக் கடை ஒன்று இருந்தது. அந்த ஆடுகள் அந்தக் கடைக்கார னுடையது. அந்தத் தாய் ஆடு மிகவும் அமரிக்கையாகவும் அறிவு உடையதாகவும் இருந்தது. அது அதன் குட்டிகளை எந்த விபத்திலும் சிக்கிவிடாதபடி பாதுகாத்துவிடும். ஆனால் குட்டிகள்தான் வெகுநாட்கள் அதனுடன் இருக்காது. ஆட்டுக் கறிக்குத் தேவையிருக்கும்வரை ஆட்டுக்குட்டிகளும் நெடுங் காலம் இருக்க எதிர்பார்க்க முடியாது. எப்படி ஆடுகள் மத்தியில் மல்லிகைச் செடி நீடித்திருக்க எதிர்பார்க்க முடியாதோ அதேமாதிரி.

சீக்கிரமே ஒருவழி கண்டுபிடித்து ஒரு மணி நேரத்திற்குள் கயிற்றாலேயே அவன் அந்த வேலி நெடுக சிறுசிறு சதுரங்களாக இருக்கும்படிச் செய்துவிட்டான். ஒரே ஒரு மூலையில் மட்டும் வேண்டுமென்றே பெரிய சந்து வைத்திருந்தான். என்றாவது ஒரு நாள் அந்த ஆடாவது அதன் குட்டியாவது அந்தச் சந்தைக் கண்டுபிடித்து அவனுடைய மல்லிகைச் செடியை இன்னொருமுறை சுவைக்க வேண்டும் என்று அவன் மனதார ஆசைப்பட்டான்.

(1964)

இந்த ஒரு ஞாயிற்றுக்கிழமை மட்டும்

"இந்த ஒரு ஞாயிற்றுக்கிழமை மட்டும் நான் வராமல் சமாளித்துக்கொண்டு விடுகிறீர்களா!" என்று அவள் மீண்டும் வேண்டிக் கேட்டுக் கொண்டாள். அதை வேண்டுகோள் என்று சொல்லிவிட முடியாது. அவளுடைய குரலில் லேசாகத் தொனித்த அலட்சியத்தை மறைக்க அவள் அதிகம் பிரயாசை எடுத்துக்கொள்ள வில்லை. அவனுக்கு எல்லாம் புரிந்துவிட்டது. அவன் உடனே அவனுடைய நாடகக் குழுவுக்கு ஒரு புதுக் கதாநாயகியைத் தேட ஆரம்பிக்க வேண்டும்.

அவள் புன்னகை புரிந்தபடிதான் நின்று கொண்டிருந்தாள். அவளுடைய கண்கள் விவர மறியாத குழந்தையினுடையது போலத்தான் பிரகாசித்தன. சிவந்த, பூரித்திருந்த அவளுடைய உதடுகள் அவளுடைய பல்வரிசை மின்ன சிறிது இடைவெளி விட்டிருந்தன. அவளை மறுதளிக்க முடியாது என்று அவள் நன்கு தெரிந்து கொண்டவளாக இருந்தாள்.

அவன் ஏதோவாறு முனகினான். அவளுக்கு எஜமானனாகவும் ஆசானாகவும் அவளுடைய எதிர்காலத்தைச் சமைப்பவனாகவும் பல தருணங் களில் அவளுடைய பெண்மைக்கு உரியவனாகவும் அவன் இருந்த மூன்று வருட காலத்தில் அவளை

அவ்வளவு அழகுடையவளாகவும் திண்ணமுடையவளாகவும் அவன் கண்டதில்லை. மூன்று வருடங்கள் முன்புதான் அவனுடைய கதாநாயகியும் அந்த ஸ்தானத்துடன் கூடிய எல்லாமாகவும் இருந்த இந்திரா ஒருநாள் மெல்ல "அடுத்த ஞாயிற்றுக்கிழமை மட்டும் நானில்லாமல் பார்த்துக் கொள்கிறீர்களா?" என்று கேட்டிருந்தாள். அப்போதே அவன் இன்னும் ஒருவார காலத்திற்குள் அவனுடைய குழுவிற்கு ஒரு புதுக் கதாநாயகியைத் தேடிப்பிடித்தாக வேண்டும் என்று உணர்ந்திருந்தான். அப்போதுதான் எவ்வளவோ காலத்திற்குப் பிறகு அவனுடைய ஒரு நாடகம் வெற்றியாக ஏற்கப்பட்டு அவனோடும் அவனுக்காகவும் உழைத்துக்கொண்டிருந்தவர்கள் மிக உற்சாகத்துடன் இருந்தார்கள். சமூக வட்டாரங்களில் அவன் பெயர் அடிபடத் தொடங்கியிருந்தது. பத்திரிகைகள் சிறிது விஸ்தாரமாகவே அவன் நாடகத்துறைக்குப் பெரும் தொண்டு செய்து வருவதாக எழுத ஆரம்பித்திருந்தன. ரேடியோக் காரர்கள் ஒரு கருத்தரங்குக்கு அவனை அழைத்திருந்தார்கள். சில அமெச்சூர் நாடகக் குழுக்கள் தங்களுடைய நாடகங்களுக்கு அவனைத் தலைமை தாங்க அழைத்தன. ஒரு அனாதை ஆசிரமத்துக் காரியதரிசி நன்கொடைக்காக அவனிடம் விண்ணப்பித்துக் கொண்டிருந்தார். இப்படியெல்லாம் உருவாகிக்கொண்டிருக்கும் தருணத்தில்தான் இந்திரா அவனை நேருக்கு நேர் முகம் பார்த்து ஒரு ஞாயிற்றுக்கிழமை மட்டும் நாடகத்திற்கு அவள் வராமல் இருக்க அனுமதி கேட்டாள். அப்போதே அவனுக்கும் தெரியும், அவளுக்கும் தெரியும், அவனுடைய உலகம் குலைந்துவிட்டது, சிதைந்து விட்டது, பாழாகிவிட்டது என்று. அவனுடைய கதாநாயகி குழுவை விட்டுப்போய் அவன் உலகம் பாழாவது அதுதான் முதல் தடவை என்றில்லை. ஆனால் இந்திரா அப்படி ஒரு நாடக பாணிச் செயலை நாடக அரங்கிற்கு வெளியே அவனுக்குச் செய்வாள் என்று அவன் சிறிதும் எதிர்பார்க்கவில்லை. அவளே அப்படிச் செய்தாள், அவள் செய்தால் யாரும் செய்யக்கூடும், உண்மையில் அப்படித்தான் செய்துகொண் டிருந்தார்கள். அந்த நாடகக் குழுவிலேயே அந்த மாதிரி செய்ய மாட்டாதவனும் செய்ய முடியாதவனும் அவன் ஒருவன்தான். காரணம் அவன்தான் கதாநாயகன், அவன் தான் டைரக்டர், அவனேதான் சொந்தக்காரன் . . .

அவன் தெளிவாக ஒருவார்த்தை உச்சரிக்க முடியாமல் அவளையே உற்றுப் பார்த்துக்கொண்டிருந்தான். அவளும் புன்னகை மாறாமல், அவள் கண்களில் இயல்பாக ஜுவலிக்கும் ஒரு குழந்தைக்குரிய ஒளியுடன், அழகாக, உருண்டு, திரண்டு,

வெறி உண்டாக்குமாறு, திண்ணத்துடன் நின்றுகொண்டிருந்தாள். உண்மையில் நம்ப முடியாத அளவுக்கு மாறுதல் அவளிடம் ஏற்பட்டுவிட்டது. மூன்று வருடங்கள் முன்னால் அவளை ஒரு ராத்திரியில் அந்தத் துறையில் சுத்த அயோக்கியன் என்றாலும் தவிர்க்க முடியாத அந்த ஏஜண்டு அவன்முன் நிறுத்தியபோது மக்குக்களில் மக்காகத்தான் அவளிருந்தாள். அப்போது அவளுக்குப் பதினாறுதான் நிரம்பியிருக்கும். பயந்தவளாக இருந்தாள். அவன் பார்வையில் ஒவ்வொரு அங்கமும் சுருங்க நின்றாள். அப்போது அவன் எழுந்திருக்கவும் முடியாத சோர்வில் இருந்தான். சற்று நேரம் முன்புதான் இந்திரா அவனை விட்டுப் போயிருந்தாள். அவனுடைய இருபத்தேழு வருட நாடக அனுபவத்தில் இந்திராதான் மிகச் சிறந்த கதாநாயகியாயிருந்தாள், அவளே போய்விட்டாள், அவள் போனால் அப்புறம் எது போனாலும் ஒரு பொருட்டல்ல, அவன் இன்னொரு கதாநாயகியைத் தேடிப் போக நீண்ட பயணம் எடுத்துக்கொண்டால் நிச்சயம் சிதறிப் போய்விடுவான், அப்போது அந்த ஏஜண்டு இவளை அவன் முன் நிறுத்தினான், இவள் குளிரிலும் பயத்திலும் நடுங்கிக்கொண்டிருந்தாள், அவன் இவளைப் பார்த்தான், சரி என்றான், ஒரு புது கதாநாயகி உருவாக ஆரம்பித்தாள். அவளிடம் பிரமாதமான கலைத்திறமை இருக்கும் என்று அவன் எதிர்பார்க்க ஒன்றும் இல்லை. ஆனால் அவன் மிகவும் சோர்ந்து போயிருந்தான். நிகழ்காலத்திலிருந்து, எதார்த்தத்திலிருந்து, நிராசையிலிருந்து அவன் தப்பித்துக்கொள்ள தவித்துக்கொண்டிருந்தான். அது மூன்று வருடங்களுக்கு முன்னால். ஆனால் அவனால் நிகழ் காலத்திலிருந்து, அவன் நிலையிலிருந்து, தன்னிடமிருந்து தப்பித்துக்கொள்ள முடியவில்லை. இந்தப் புதுப் பெண்ணுடைய குளறுவாயை வைத்துக்கொண்டு, கூன் முதுகை வைத்துக் கொண்டு, மேடைக் கிலியை வைத்துக்கொண்டு, எடுத்ததெற்கெல்லாம் அழ ஆரம்பிக்கும் சுபாவத்தை வைத்துக்கொண்டு மீண்டும் உழைக்க ஆரம்பித்தான். அவன் உண்மையாக, கடுமையாக, களைப்பில்லாமல் உழைத்தான். அவனால் எது செய்தாலும் நாடகத்தில் மட்டும் அவனுக்குத் திருப்தியளிக்காததையும் அளிக்காதவர்களையும் மேடையேற்ற முடியாது. அவளுக்கும் ஒரு நல்ல கதாநாயகியாக வேண்டும் என்ற ஆசை இருந்தது. பொறுமையான, தொடர்ச்சியான, கடுமையான பழக்கம் ஏற்படுத்தியதில் அவள் ஓரளவு அவளுடைய மட்டித்தனத்தை ஒதுக்கிவைக்க முடிந்தது. உடலளவில் அவள் மிகவும் விரும்பத்தக்கவளாக இருந்தாள். உடலளவில் அவள் மிகவும் விரும்பத்தக்கவளாகவே

வளர்ச்சிபெற்றாள். முதல் வருடத்தில் சொல்லிக் கொடுத்ததை அப்படியே செய்துகாட்டி யார் கண்டனத்திற்கும் உட்படாமல் இருந்தாள். இரண்டாவது ஆண்டில் அங்கொருவர் இங்கொருவர் அவளைப் பாராட்டினார்கள். மூன்றாண்டு முடிவதற்குள் ஜனம் அவள்மேல் உருகி வழிய ஆரம்பித்தது. என்ன அழகு, என்ன கம்பீரம், என்ன உணர்ச்சி, என்ன அனாயாசம், பிறவி நடிகை, கலைவாணியின் அவதாரம், வரலாறு காணாத அற்புத நடிப்புத் திறன், இந்திய நாடக சரித்திரத்தின் தலை சிறந்த சோகரச விற்பன்னள், ராமப்பிரம்மத்தின் எவ்வளவோ கதாநாயகிகளில் இவளைப் போல் சிறந்தவளில்லை... அது சாதனை. இப்போது இந்திரா இல்லாதது குறித்து யாருக்கும் ஒரு நினைவுக் கீறல்கூட இல்லை. இப்போதைய நாடகம் அமோகமாக நடந்துகொண்டிருக்கிறது. இன்னும் இரண்டு பெரிய நாடகங்களுக்கு ஏற்பாடுகள் ஆரம்பித்தாகிவிட்டது. அப்போது இந்த மட்டிப்பெண் தன்முன் நெளிந்து வந்து அடுத்த ஞாயிற்றுக்கிழமை மட்டும் தான் வராமல் இருப்பதற்கு அனுமதி கேட்கிறது. யாருக்குத் தெரியாது நீண்ட பெரிய கார்கள் அவள் வீட்டின் முன்னால் நிற்க ஆரம்பித்துவிட்டன. எவனெவனோ கொழுத்த அசிங்கமானவன் தூங்கி வழியும் நேரத்திலெல்லாம் உள்ளேபோய் வருகிறான். அதே ஏஜண்டு அவளுக்கு எழுதத் தெரியும் அவளுடைய கையெழுத்தை மூன்று சினிமா ஒப்பந்தங்களில் வாங்கிவிட்டான் என்று? அவனுடைய நாடகக் குழுவிற்கு அவள்தான் அதிகமாகக் கூலி வாங்கும் கதாநாயகியாக இருக்கலாம், ஆனால் அது அவளுக்கு ஒரு காட்சிக்கு நாற்பது ரூபாய் மேல் தராது. இப்போது சினிமாத் தயாரிப்பாளர்கள் அவள் வீட்டு முன்னால் அலைய ஆரம்பித்துவிட்டார்கள். அவள் ஆயிரம் ஆயிரமாகப் பணத்தைப் பார்க்கலாம், பெரிய பங்களா வாங்கலாம், சோப் விளம்பரங்களுக்கு அவள் முகத்தைப் பிரசுரிக்கச் செய்துகொள்ளலாம், தேசப் பொருளாதாரத்தை ஆட்டிவைக்கும் முதலாளிகளின் இரவு விருந்துக்குப் பின் நிகழும் அந்தரங்கப் பேச்சு வார்த்தையில் அடிபடலாம், அதெல்லாவற்றினுடைய படிக்கட்டில் அவள் இருந்தாள். ஏன் உலகமே இன்னும் இரண்டாண்டு காலத்தில் அவள் காலடியில் விழுந்து கிடக்கலாம். இரண்டாண்டு காலத்தில் உலகமே காலடியில் விழுந்து கிடக்கக்கூடிய அவளை அவன் வெறித்துப்பார்த்தான். அவள் அடுத்த ஞாயிற்றுக்கிழமை ஒரு தினம் பற்றித்தான் கேட்டாள். எப்போதும் அப்படித்தான் அது ஆரம்பமாகும். ஆனால் அவனுக்குத் தெரியும் அவள் போயேவிடுவாள் என்று. அவன் மீண்டும் ஒரு மட்டியைப்

பொறுக்கி எடுக்க வேண்டும். மீண்டும் அவளை வைத்துக் கொண்டு இல்லாத பாடுபட்டு ஒரு கதாநாயகியைத் தயாரிக்க வேண்டும். சினிமாக்கள் இருக்கும்; சினிமாக்கள் எப்போதுமே இருக்கும். அவளும் ஒரு மூன்றாண்டு காலத்தில் ஒரு பக்குவம் ஏற்பட்டவுடன் போய்விடுவாள். அப்புறம் இன்னொருத்தியைத் தேர்ந்து எடுக்க வேண்டும். அவளும் போய்விடுவாள், மறுபடி யும் இன்னொருத்தி, அவளும் போய்விடுவாள், அப்புறம் இன்னொன்று, அதற்கப்புறம் இன்னொன்று, இன்னொன்று, இன்னொன்று என்று அவன் களைத்து, அலுத்து, சலிப்புற்று, ஒரு காசுக்கும் பயனற்ற கிழவனாகி, அப்படியும் அவன் நாடகக் குழுவுக்கென ஒரு கதாநாயகி மிஞ்சமாட்டாள்.

அவள் உருட்சியுடன், திரட்சியுடன், பூரிப்புடன், இன்னும் அந்தப் புன்னகையுடன் காத்து நின்றுகொண்டிருந்தாள். அவளை எக்கேடு கெட்டுப்போ என்று சொல்லிவிட அவனுக்கு வலி ஏற்படும் என்று தோன்றவில்லை. ஆனால் எல்லா வலியையும் ஒதுக்கித் தள்ளிவிட்டு வெறித்தனமான ஒரு வேகம். அந்த வேகத்தை அந்நாள்வரை அந்தத் தாங்க முடியாத அளவுக்கு அவள் அவனுக்கு உண்டுபடுத்தியதில்லை. அது தான் அந்தக் கணமே அவள்மீது பாய்ந்து அவளைக் கசக்கிப் பிழிந்து தரதரவென்று படுக்கையறைக்கு இழுத்துச் செல்ல வேண்டும் என்பது.

(1956)

டயரி

பஸ் வெகு நேரமாக மெதுவாகப் போய்க் கொண்டிருந்தது. ஒரு பர்லாங்குக்கு ஒரு நிற்குமிடம் என்று இருந்தாலும் அது எங்கும் நிற்காமல் போய்க்கொண்டிருந்தது. உட்கார்ந்திருப்பவர்களும் நிற்பவர்களுமாக நிறைந்திருந்ததுதான் பஸ் நிற்கா ததற்குக் காரணமாயிருந்திருக்கும். பஸ்ஸிலிருந்த வர்கள் அநேகமாக எல்லாரும் சினிமாவில் மாலைக் காட்சி பார்த்தவர்களும் ஆபீஸில் ஓவர்டைம் வேலை செய்தவர்களுமாகத் தெரிந்தார்கள். நிறைய ஆபீஸ் ஃபைல்கள் வைத்திருந்தார்கள். வீட்டுக்கு எடுத்துப்போய்ப் படிப்பதற்குப் போலும். படித்து விட்டுக் குறிப்பு எடுப்பார்கள், படுக்கப் போவார்கள், எழுந்திருப்பார்கள், ஆபீஸுக்குப் போவார்கள், திரும்ப வேறு ஃபைல்களுடன் வீட்டுக்கு வருவார் கள், குறிப்பு எடுப்பார்கள், தூங்கப் போவார்கள்...

ஒரு இடத்தில் பஸ் நின்றது. புறப்பட்ட இடத்திலிருந்து அந்த இடம் வெகு தூரம். அவ்வளவு தூரமும் பஸ் நிற்காமல் ஊர்ந்துகொண்டே வந்திருக்கிறது. நடுவில் ஐந்தாறு ஸ்டாப்புகளாவது இருந்திருக்க வேண்டும், ஆனால் நிற்காமலே வந்திருக்கிறது. அது முதலிலே நிரம்பிவிட்டது என்பதனால் இருக்கலாம். ஒருவேளை அந்த இடங்களில் யாரும் பஸ்ஸுக்குக் காத்திருக்க வில்லையோ என்னவோ. சினிமாக் கொட்டகையில் மாலைக் காட்சி இன்னும் முடியாமல் இருக்கலாம். ஆபீஸில் ஓவர்டைம் வேலை செய்பவர்கள் என்ன ஃபைல்களை வீட்டுக்குக் கொண்டுபோவது என்று இன்னும் தீர்மானிக்க முடியாமல் இருக்கலாம்.

பஸ் மீண்டும் நகர ஆரம்பித்தது. ஏறுமிடத்தில் கம்பியைப் பிடித்துத் தொத்திக்கொண்ட கண்டக்டர் "முன்னுக்குப் போங்கள், முன்னுக்குப் போங்கள். எவ்வளவு தடவை சொல்வது முன்னுக்குப் போங்கள் என்று?" என்று கத்தினான். யாரும் அதை அதிகம் சட்டை செய்யவில்லை. கண்டக்டரே

கூட. அவன் வெறுமனே ஒருமுறை கத்திவிட்டு அதைப் பற்றி யாதொரு சிந்தனையுமில்லாதவன்போல இருந்தான். அவனுக்கு அது ஒரு பழக்கமாகப் போயிருக்கலாம். பஸ் புறப்பட்டவுடன் அப்படிக் கத்தாமல் இருந்தால் அவனுக்கு நிலைகொள்ளாது. எப்படி டீ குடித்தபின் சிகரெட் இல்லை என்றால் இருக்குமோ அப்படி. காலையில் அவன் டீ குடித்தபின் புகை பிடித்திருக்கக் கூடும். அப்போது அவன் உரக்கக் கணீரென்று கத்தியிருப்பான். ஆனால் இப்போது சூரியன் சாய்ந்து எவ்வளவோ நேரமாகி விட்டது. இருள் சூழ்ந்து எல்லாமே மங்கிக் கிடந்தது; நகரம், வானம் பஸ்ஸின் விளக்குகள், பிரயாணிகளின் முகங்கள், எல்லாமே. கண்டக்டர் ஏதோ பழக்கத்தில் கத்துவதும் மங்கலாகத் தான் இருக்க முடியும்.

கண்டக்டர் தன் அருகே ஒண்டிக்கொண்டிருந்த ஒருவனிடம் ஒரு வார்த்தை சொல்ல, அவன் பஸ் படியிலிருந்து உள்ளே தன்னைத் திணித்துக்கொண்டான். அந்த மங்கல் வெளிச்சத்தில் ஏதோ மனிதன் என்ற அளவுக்கே தெரிந்தாலும் அவன் கையில் ஒரு புத்தகம் இருந்தது தெரிந்தது. அது புத்தகமல்ல. அது ஒரு டயரி. அந்த வருஷம் கொட்டை எண்களில் அதன்மேல் அச்சடிக்கப்பட்டிருந்தது. அது அவனுடைய டயரியாக இருக்க வேண்டும். அவன் அதை இறுகப் பிடித்துக் கொண்டிருந்தான், ஆண்டு முடிய இன்னும் ஒரே நாள் இருந்தது, ஆதலால் அவன் அதை எங்கேயோ வைத்துப் பத்திரப்படுத்த எடுத்துப் போய்க்கொண்டிருப்பான். இத்தனை நாட்கள் ஆபீஸில் டயரி குறித்துக்கொண்டிருந்துவிட்டு ஆண்டு முடியவே இப்போது வீட்டுக்குக் கொண்டுபோகிறான் போலும். ஆனால் ஆண்டு இன்னும் முடியவில்லை. இன்னும் ஒரு நாள் இருந்தது. ஒரு முழு நாள் இருந்தது. ஒரு நாளில் எவ்வளவோ நிகழலாம். அவனுக்கு இன்னும் முப்பது வயது ஆகியிருக்காது; ஆதலால் அவனுக்கு ஒருநாளில் எவ்வளவோ நிகழக்கூடும். அவன் அவைகளைக் குறிக்காமல் விட்டுவிட மாட்டான். நிச்சயமாக மாட்டான். ஆதலால் வெறுமனே வீட்டுக்குக் கொண்டு போகிறான் போலும். ஆபீஸில் வேலை நிறைய இருந்து டயரி எழுத அவகாசம் கிடைக்காமல் இருந்திருக்கலாம். ஆபீஸ் என்றில்லாமல் கடை ஏதாவது நடத்துகிறானோ என்னவோ. பெரிய கடையில்லாமல் சின்னக் கடை, ஒரு டீக்கடையாகக் கூட இருக்கலாம். பஸ் டிரைவர்கள் கண்டக்டர்களுக்குப் பிரத்யேகமான டீக்கடை. ஆனால் டீக்கடைக்காரன் டயரி எழுதுவானா? அவனால் தினசரிக் கணக்கே எழுத முடியாமல் இருக்கும். ஆதலால் நிச்சயம் இவன் டீக்கடை இல்லை. நாள் முழுக்க வேலை அதிகமாக இருந்து, அதனால் டயரி எழுதுவதற்கு அதை வீட்டுக்கு எடுத்துப்போகிறான். என்ன எழுதுவான்? ஆண்டு முடிய ஒருநாள் இருக்கும்வரை ஒருவன் டயரி

எழுதினால் நிறையத்தான் எழுதியிருக்க வேண்டும். எம்மாதிரி? "இன்று முடி வெட்டிக்கொண்டேன் ... சுந்தர் குமார் சென்னை வந்திருக்கிறான் ... மாமனாரை ஐம்பது ரூபாய் கேட்டு எழுதி யிருக்கிறேன்." ஒருவேளை அவனுக்கு இன்னும் கல்யாண மாகாமல் இருக்கலாம். கல்யாணம் ஆகவில்லை, ஆனால் ஆகப்போகிறது. அவன் ஒரு பெண்ணைப் பார்த்து வைத்துக் கூட இருக்கக்கூடும். அவனைப் பார்த்தால் நல்லவனாக, சாதுவாக இருந்தது. அவன் நிதானம் தவறித் தேர்ந்தெடுத்திருக்க மாட்டான். பெண்ணும் நல்லவளாக, சாதுவாக, அவன் சௌகரியமாக, யாரையும் புண்படுத்தாமல், முக்கியமாக அவன் பெற்றோர்கள் மனம் கசந்துகொள்ளாமல் மணந்துகொள்ளக் கூடியவளாக இருக்க வேண்டும். ஒருவேளை அவனுக்கு அப்பா இறந்து போய் அம்மா மட்டும் இருக்கிறாளோ என்னவோ. அம்மா அங்கீகரித்துச் சேர்ந்து வாழ முடியாத ஒரு பெண்ணைக் கல்யாணம் செய்துகொண்டு அவன் அம்மா மனதை வருத்திக் குலைக்கமாட்டான். பாரம்பரியம் மாறுவதில்லை. ஆதலால் அந்தப் பெண் நல்லவளாக, சாதுவாக, விவரம் அறிந்தவளாக, அவன் மதம், அவன் ஜாதியாகவும் இருக்கக்கூடும். அப்படி இருந்தால்தான் தேவலை. ஜாதியே வேண்டியதில்லைதான். இருக்கிறதற்கு என்ன செய்வது? ஒவ்வொரு ஜாதியும் அது அதற்கான தனியான இலகுவில் மாற்ற முடியாத வாழ்க்கை முறைகளை ஏற்படுத்திக்கொண்டிருக்கிறது. அவனுக்கும் அந்தப் பெண்ணுக்கும் அல்லது வேறுயாருக்கும் எதோமாதிரி இருந்து விடுவதைச் சமாளிக்க முடியும், ஒருநாள், இரண்டு நாட்கள், ஒருமாதம்கூட. ஆனால் வாழ்நாள் முழுவதும்? அது எல்லா ருடைய சுக சௌகரியங்களைப் பாதிக்குமாறுதான் முடியும். பாரம்பரியம், பழக்க வழக்கங்கள் லேசில் போவதில்லை – அவை போவதென்பதே உண்டா? அவனுக்குச் சங்கடம், அவளுக்குச் சங்கடம், அவன் அம்மாவுக்குச் சங்கடம், அவள் அம்மாவுக்குச் சங்கடம், எல்லாருக்கும் சங்கடம். அவன் தேர்வு யாருக்கும் சங்கடம் ஏற்படுத்தாததாகத்தான் இருக்கும். அவன் எல்லாவற்றையும் ஆழச் சிந்தித்த பிறகே ஒரு முடிவுக்கு வந்திருக்க வேண்டும். நல்ல பெண், சாதுவான பெண், கஷ்ட நஷ்டங்களை உணர்ந்த பெண், ஒரே மதம், ஒரே ஜாதி – என்ன பெயர் இருக்கக்கூடும்? பாரதி? சுஜனா? இந்திரா? ஆமாம், அது இருக்கக்கூடும். இந்திரா, அப்போது அவன் டயரியில் எழுதியிருக்ககூடும்: "இந்திராவை இன்று பதினொரு நாள் இடைவெளிக்குப் பிறகு கோயிலில் பார்த்தேன் ... இந்திராவை இன்று பஸ் ஸ்டாண்டில் ஒரு அரைப் பார்வை பார்த்தேன் ..."

பஸ் மீண்டும் நின்று, இருவர் இறங்கி, மூன்றுபேர் ஏறி, கண்டக்டர் விசில் ஊதிக் கத்தியான பிறகு முனகிக்கொண்டு

மேலும் நகர்ந்தது. இப்போது அந்த மனிதன் நன்றாக பஸ் உள்ளேயே வந்திருந்தான். மங்கல் விளக்குகள் ஒன்றின் வெளிச்சம் அவன் முகத்தில் நேராக விழுந்தது. அவன் முகத்தில் சோகச் சாயை இருந்தது. ஏதோ ஆழ்ந்த துக்கம். பெரிய நிராசை. சமீபத்தியதாக இருக்க வேண்டும். மிகவும் சமீபத்தியதாகத் தான் இருக்க வேண்டும். அந்தப் பெண்ணைப் பற்றித்தான் இருக்குமோ? அவன் வாய்விட்டுச் சொல்லவில்லை, அவள் புரிந்துகொள்ளவில்லை. ஒரு வேளை அவள் வேறு ஜாதியாக இருந்து அவன் அம்மா சரி என்று சொல்லாமல், அவள் அப்பா ஒரு கடப்பாரையை வீசி வர அவன் அவளைத் தன் வாழ்விலிருந்து விலக்கிக்கொள்ள வேண்டியிருந்ததோ? போச்சு, முப்பது வயதில் நிராசை. இப்போது அவன் முப்பது வயதுக் காரன் மாதிரி இருந்தான். அந்த நிராசையைப் பதினாறு வயதில், இருபது வயதில், இருபத்தைந்து வயதில்கூட ஏற்று எதிர்த்துச் சமாளித்து மறந்தும் விடலாம். முப்பது வயதில் முடியாது. அந்த வயதில் முடியாது. அதனால்தான் அவன் டயரியைக் கொண்டுபோய் எரித்து அந்தப் பெண்ணின் நினைவு களை எரிக்கப் போகிறான் போலும். நிராசைக்கு டயரியை எரிப்பது சரியான மாற்றுதானா? இல்லை. அது அவனுக்கும் தெரிந்திருக்கும். பின் எதற்காக அந்த டயரியை எடுத்துக் கொண்டு போகிறான்? டயரியில் வேதனை தரும் நினைவுகள் தவிர வேறு என்ன இருக்கும்? முன்னூற்றி அறுபத்தைந்து முழுப்பக்கங்கள் அல்லது அரைப் பக்கங்கள், ஒரு காலண்டர், அரசாங்க விடுமுறைப் பட்டியல், தபால் கட்டண விவரம், இரயில் வரும் கிளம்பும் நேரங்கள், தன்னைப் பற்றிய தகவல் களுக்காக ஒரு பக்கம்: பெயர், வயது, உயரம், எடை, காலர் அளவு, காலணி அளவு, வீட்டு விலாசம், காரியாலய விலாசம், டெலிபோன் எண், ஒரு வாக்குமூலம் 'எனக்கு ஏதாவது விபத்தோ மரணமோ சம்பவித்தால் தயவுசெய்து இவர்களுக்குத் தெரிவிக்கவும் . . .' ஆகா! அந்த மனிதன் டயரியை எடுத்துப் போவது அவன் சாவதற்கு. சாவதற்குத்தான். இரயில் முன்னால் விழுந்து உயிரைவிட. அந்த டயரி அவனை அடையாளம் கண்டுகொள்வதற்காக. அவன் இறந்துபோனதை அவன் அம்மாவுக்குத் தெரிவிப்பார்கள். அந்தப் பெண்ணுக்குக்கூடத் தெரிவிக்கக்கூடும். ஹே ஆண்டவனே, அவனைக் காப்பாற்று. அவன் சாக வேண்டாம். அவன் சாகக் கூடாது. ஆமாம், ஏன் சாகக் கூடாது, அவன் சாவதேமேல்.

பஸ் அன்றைய வேலை முடித்து, டெர்மினஸ் அடைந்து, நின்று, எல்லாரும் இறங்கினார்கள். அவன் மெதுவாக நடந்து போனான். அந்த டயரியை அவன் இறுகப் பிடித்திருந்தான். அவன் முகத்தில் இன்னமும் சோகச்சாயை இருந்தது.

(1957)

இரு நண்பர்கள்

நாங்கள் மெதுவாக நகர்ந்துகொண்டிருந்தோம். நான் சைக்கிளைத் தள்ளிக்கொண்டு போக வேண்டியிருந்தது. நடைபாதையில் நல்ல ஜன நெரிசல். போலிஸ்காரர்கள் போக்குவரவு விதிகள் பற்றிக் கண்டிப்பாக இருந்தார்கள் என்று எல்லாருக்கும் தெரியும். 'ஜான் கிரிஸ்டஃபி' என்ற தடிப் புத்தகத்துடனும் இன்னும் இரண்டு ஹோமியோபதி பத்திரிகைகளுடனும் ஆறு மணிக்கு என் நண்பனை அவன் காரியாலயத்தில் பார்க்கப் போயிருந்தேன். என் சைக்கிளுக்கு விளக்கு கிடையாது. இரவு வந்த பிறகு வெகுதூரம் நான் சைக்கிளைத் தள்ளிக் கொண்டு போக வேண்டாமென்று நாங்கள் இருவருமே என் வீடு இருக்கும் திசையில் போய்க் கொண்டிருந்தோம். 'ஜான் கிரிஸ்டஃபி' புத்தகத்தை அவனுக்காகவென்றே நான் எடுத்துச் சென்றிருந் தேன். அதை அவன் கையில் வைத்துக்கொண்டு அடிக்கடி அவன் பாண்ட்டின் வலது பையைத் தடவிப் பார்த்துக்கொண்டிருந்தான். அது போக்கு வரவு மிகுந்த சாலை. சாலையின் நடுவே மெல்லிய தாகப் பாத்தி மாதிரிக் கட்டிச் சில செடிகளையும் வளர்த்திருந்தார்கள். அந்தப் பாத்தி இருதரப்புப் போக்குவரவைத் தடுத்துச் சீர்படுத்துவதாக இருந்தது. வேறு பக்கவாட்டுத் தெருக்களில் போவதற்குச் சௌகரியமாகப் பாத்தியை அங்கங்கே இடைவெளி விட்டு அமைத்திருந்தார்கள். அம்மாதிரி ஒரு இடைவெளியடைந்தபோது நான் அவனை, "காப்பி சாப்பிடலாமா?" என்று கேட்டேன். அவன், "சரி", என்று சொல்ல நாங்கள் இருவரும் சாலையிலேயே தொடர்ந்து சென்றோம்.

"இங்கே ஒரு இடம்கூடச் சிறிது நேரம் உட்கார்ந்து பேசிவிட்டுப் போகிற மாதிரி இல்லை" என்றேன்.

"ஆமாம்."

"ஹோட்டலுக்குப் போவது காப்பிக்கு மட்டும் என்றில்லை. எங்கேயாவது சிறிது நேரம் உட்கார்ந்திருந்து பேசிவிட்டுப் போகிற மாதிரி ஏதாவது இடம் இருக்கலாம்."

"ஆமாம். ஆனால் அந்த இடத்திற்குக் காப்பி மாதிரி ஏதாவது காரணம் காட்டாமல் போனால் ஏதோ போலிருக்கும்."

அப்போது தொழிற்சாலை மசி படிந்த உடையுடன் ஐந்தாறு பேர் கூட்டமாக எங்களுக்கு எதிராக வந்தார்கள். அவர்கள் எங்களைக் கடக்கும்வரை என் நண்பன் 'ஜான் கிரிஸ்டஃபி' புத்தகத்தை அவனது வலது துடையில் அழுத்திப் பிடித்து வைத்துக்கொண்டான்.

அது கூட்டம் நிறைந்த ஹோட்டல். வெளியில் இருபதுக்கும் மேலாகச் சைக்கிள்கள் நிறுத்தப்பட்டிருந்தன. உள்ளே மேஜைகளும் நாற்காலிகளும் நெருக்கமாகப் போட்டு ஒடிந்து விழுவது போல இருக்கும். அந்த ஹோட்டல் சர்வர்கள் மட்டும் புகுந்து புகுந்து செல்லும்படியான இடைவெளி இருந்தது. நான் இரண்டு கப் ஸ்பெஷல் காப்பிக்குச் சொல்லி விட்டு அந்த சர்வர் நகர்ந்து சென்றவுடன் என் நண்பனிடம் சொன்னேன், "இருபது வருஷங்களாக இந்த ஹோட்டலுக்கு வந்துகொண்டிருக்கிறேன்."

"அப்படியா? நானும் நிறைய நாட்களாகத்தான் இதைக் கவனித்துவருகிறேன். சமீப காலங்களில் இது பெரிதாகப் போயிருக்கிறது."

காப்பி ஸ்ட்ராங்காக, கசப்பாக, நன்றாக இருந்தது. நான் பில்லைக் கொடுத்தேன். நாங்கள் ஹோட்டல் படி கீழிறங்கி வரும்போது என் நண்பன் மீண்டும் அவனுடைய பையைத் தடவிப் பார்த்துக்கொண்டான்.

நாங்கள் குறுகலான, அதிக ஜன நடமாட்டம் இல்லாத தெரு ஒன்றில் புகுந்து மௌனமாக நடந்துகொண்டிருந்தோம். புதிதாக வெள்ளையடிக்கப்பட்ட ஒரு பழங்காலத்தியக் கட்டிடத்தைத் தாண்டிச் சென்றோம். என் நண்பன் கேட்டான், "இது யாருடையது தெரியுமா?"

"ஒரு ஆந்திர ஜமீந்தாருடையது. சில நாட்கள் முன்பு ஒரு பஸ் கம்பெனி வாங்கிவிட்டது."

"அப்படியா?"

"நான் நாடகப் பள்ளிக்கு ஒரு இடம் வேண்டித் தேடும் போது இந்த வீட்டைப் பற்றித் தெரியவந்தது. இது ரொம்ப வருஷங்களாகப் பூட்டியே கிடந்தது. நான் உள்ளே போய்க் கேட்டேன். அப்போதுதான் காவல்காரன் ஜமீன்தாருக்கும் பஸ் கம்பெனிக்கும் பேச்சு நடந்துகொண்டிருக்கிறது என்கிற தகவலைச் சொன்னான். இப்போது வீட்டைப் பார்க்கும்போது அது கைமாறிவிட்டது என்று தெரிகிறது."

நாங்கள் இப்போது ஒரு விளையாட்டு மைதானம் பக்கத்தில் இருந்தோம். சிறுவர்கள் அவர்கள் ஆட்டங்களை முடித்துக்கொண்டிருந்தார்கள்.

"ஜமீன்தார் வீடும் அந்த வீடும் எனக்கு மிகவும் பிடித்தவை," என்று நான் விளையாட்டு மைதானத்திற்கு அப்பாலிருந்த இன்னொரு பழைய மாளிகையைக் காண்பித்தேன். அது சில மரங்களின் இடைவெளியில்தான் பார்வைக்குத் தென் பட்டது.

"எவ்வளவு அழகான கட்டிடம்!" என்று என் நண்பன் சொன்னான். அப்புறம் கூறினான், "அதில் ஒரு கம்பீரம் இருக்கிறது. ஆனால் அம்மாதிரிக் கட்டிடங்கள் இப்போது இடிக்கப்பட்டுத்தான் வருகின்றன. எவ்வளவு நன்றாக இருக்கிறது — அந்தக் கட்டிடம், இந்த மரங்கள், பின்னால் ஆகாயம்!"

மாலைச் சூரியன் அந்த மாளிகைக்குப் பின்புறத்திலிருந்து மிருதுவான வண்ணங்களை அடிவானத்தில் கொட்டிக் கொண்டிருந்தான்.

நாங்கள் விளையாட்டு மைதானத்தைக் கடந்து சென்றோம். என் நண்பன் சொன்னான்: "நான் சில வாரங்களாக ஆகாயத்தைப் பார்த்துக்கொண்டு வருகிறேன்."

"அது மிகவும் நல்லது."

"வேடிக்கையாக இல்லை? நான் இவ்வளவு வருஷங்களாக உயிரோடிருக்கிறேன். ஆனால் ஆகாயத்தை இன்னும் சரியாகப் பார்த்ததில்லை!"

"ஆகாயமே அற்புதமானது. ஆகாயத்தைப் பார்த்தபடியே இருக்க முடியுமானால் அது ஒருவனை வெகுதூரம் கொண்டு செல்ல முடியும்."

நாங்கள் இப்போது ஒரு பூங்கா அருகில் இருந்தோம். "சிறிது நேரம் இங்கே உட்கார்ந்து போகலாமா?" என்று நான் கேட்டேன்.

"சரி."

நான் சைக்கிளை நிறுத்திப் பூட்டினேன். பூங்கா மிகவும் சிறியது. அதற்குள் போகும் ஒரு வழியும் இருப்புப் பட்டை வளையம் பொருத்தி ஒவ்வொருவராக மட்டுமே போகும் படியாக இருந்தது. பெஞ்சுகளே கிடையாது. நாங்கள் இருவரும் செருப்புகளை உதறிவிட்டுப் புல் தரையில் உட்கார்ந்து கொண்டோம். சிறிது நேரம் கழித்து நான் கேட்டேன், "நீ நட்சத்திரங்களையும் பார்ப்பது உண்டா?"

அவன் ஒரு கணம் தயங்கினான். பிறகு, "சிறிது காலமாகத் தான்" என்றான்.

"அவைகளின் பெயர்கள் தெரியுமா?"

"இல்லை, இல்லை. எனக்குத் தெரியாது; தெரிந்து கொள்ளவும் முயற்சி செய்யவில்லை."

"ஒரு விதத்தில் பெயர்கள் தெரிந்துகொள்ளாமல் இருப்பது நல்லதுதான்."

"ஆமாம். அப்புறம் பெயர்களை வைத்துக்கொண்டு அவைகளுக்கான நட்சத்திரங்களைத் தேடுவதிலேயே நேரம் போய்விடும். எனக்கு எது நட்சத்திரம் எது கிரகம் என்றுகூடத் தெரியாது. நான் சில காலமாகவே ஒன்றைப் பார்த்துக்கொண்டு வருகிறேன். நேற்றுதான் அது சுக்கிரன் என்று தெரிந்தது."

"நானும் சுக்கிரனைக் கவனித்திருக்கிறேன். 'வானவில்' எழுதிக்கொண்டிருக்கும்போது மாடிக் கீற்றுக் கொட்டகையில் தான் நிறைய நேரம் இருந்தேன் – உனக்கே தெரியும் அது. அப்போது நான் ஆகாயத்தைப் பார்த்தபடி இருப்பேன், சுக்கிரன் அங்கிருந்து மின்னிக்கொண்டிருக்கும்."

நீண்ட நேரம் பேசாமல் இருந்தோம். அவன் சொன்னான், "சுக்கிரனின் பாதிப்பு எனக்கு அதிகம் என்கிறார்கள்."

நான் சிறிது நெருங்கி உட்கார்ந்துகொண்டேன்.

"என் வாழ்க்கையை அமைக்கும் கிரகங்களில் சுக்கிரன் தான் தலைவன் மாதிரி."

"ஜாதகமா, கைரேகையா?"

"நாடி. நான் நாடிஜோசியர்பற்றி முன்புகூடச் சொல்லி யிருக்கிறேன். நுணுக்கமாகச் செய்யுள்கள் எழுதிய பழைய ஏட்டுச் சுவடிகள் அவரிடம் ஏராளமாகக் கிடக்கிறது. அவர் நம் ஜாதகத்தை வைத்துக்கொண்டு ஏதோ கணக்குகள் போட்டு அதை வைத்து ஏட்டுச்சுவடி அட்டவணை ஒன்றைப் பார்த்துப் பிறகு சுவடிக் கட்டுகளிலிருந்து ஒரு ஓலையை எடுத்துப் படிக்க ஆரம்பிக்கிறார். நம் பெயர், தாயார் தகப்பனார் பெயர், பிறந்த தகவல், படிப்பு, வேலை எல்லாம் ஆச்சரியப்படும்

படியாகச் சரியாக இருக்கின்றன. இதெல்லாம் எத்தனையோ வருஷங்களுக்கு முன்னால் எழுதப்பட்டிருக்க வேண்டும். ஆனால் இவ்வளவு சரியாக எப்படி எழுத முடிந்தது என்று ஆச்சரியமாக இருக்கிறது. அசுர குருவான சுக்கிரன்தான் என்னைத் தீவிரமாகப் பார்க்கிறானாம்." ஒரு இடைவெளி விட்டு நண்பன் முடித்தான் "வக்கிரமாக."

நாங்கள் எங்கோ பார்த்தவண்ணம் இருந்தோம். அவன் மீண்டும் சொன்னான், "நான் கல்யாணம் செய்துகொண்டால் அவள் சீக்கிரத்தில் இறந்துவிடுவாளாம்."

"அப்படியா? கல்யாணம்பற்றி ஏதாவது யோசித்து வைத்திருக்கிறாயா? உன் மனதில் யாராவது இருக்கிறார்களா?"

"இல்லை. இரண்டு வருஷங்கள் முன்பு கல்யாணத்தைப் பற்றி நிறைய யோசித்துக்கொண்டிருந்து மிகவும் விருப்பத்துடன் கூட இருந்தேன். ஆனால் இப்போது எனக்கு அப்படித் தோன்றவில்லை. நான் கலங்கிப் போயிருக்கிறேன்."

நான் கவலையுடன் அவனைப் பார்த்துக்கொண்டிருந்தேன்.

"இந்தக் காலத்தில் ஒரு ஒழுங்கான, சந்தோஷமான கல்யாண வாழ்க்கையைக் கற்பனை செய்து பார்ப்பதுகூடக் கஷ்டமாக இருக்கிறது. நான் எல்லாரையும் கவனித்தபடிதான் இருக்கிறேன். அதிலும் முக்கியமாகப் பெண்களை – வீட்டில், வெளியில், எங்கும், எப்போதும். எனக்கு ஒன்றும் திருப்தி யளிப்பதாக இல்லை. எவ்வளவோ ஆட்டபாட்டங்கள், மூச்சு விட முடியாத பரபரப்பு, சிரிப்பு, கொம்மாளம் எல்லா வற்றுக்கும் அடியில், வாழ்க்கையின் அடித்தளத்தில் துக்கமும் துயரமும்தான் எனக்குப் படுகிறது. ஒருவரையொருவர் உள்ளூரத் துவேஷித்துக்கொண்டு கடித்துக் குதறிக்கொண்டு இருப்பதைத்தான் பார்க்க முடிகிறது."

எனக்கு என் நண்பனைப் பற்றிக் கவலை அதிகமாயிற்று.

"பத்து வயது நிரம்புவதற்குள் ஒரு பெண்ணுக்கு என்ன வெல்லாமோ வேண்டியிருக்கிறது – கூட்டம், கேளிக்கை, பத்திரிகைகள், பரபரப்புப் புத்தகங்கள், சினிமா. அவளுக்கு இவை நிறையவும் கிடைக்கின்றன, ஒன்றும் தடையே கிடையாது. ஏனென்றால் பெரியவர்களே இவைகளுக்காகப் பறந்தோடுகிறார்கள். இவற்றில் என்ன இருக்கிறது? வக்கிர எண்ணங்கள், சீரழிவு, கொலை, சோரம், தன்னைத்தானே ஏமாற்றிக்கொள்வது. தலை நிறையக் கொலையும் சோரமும் தற்கொலையும் கற்பழிப்பும் வாழ்வைப் பற்றிக் கோணலான எண்ணங்களும் கொண்ட ஒரு பெண்ணால் எப்படி ஒரு ஒழுங்கான சந்தோஷமான மனைவியாக முடியும்? கணக் கில்லாத அபத்தமான நச்சு எண்ணங்களும் ஆசைகளும்,

வருஷக்கணக்காகக் கட்டுப்பாடற்று வளர்ந்த ஒரு பெண்ணினால் எப்படி அவளும் மகிழ்ச்சியுடன் இருந்து இன்னொருவனுக்கும் மகிழ்ச்சி தர முடியும்? எப்படி அவளால் ஒரு நல்ல தாயாகி, ஒரு நல்ல குடும்பத்தை, ஒரு நல்ல சமுதாயத்தை, ஒரு நல்ல தேசத்தை உண்டாக்க முடியும்? இந்தப் பைத்தியக்காரத்தனம், இந்தப் பிரளயம் – எல்லாரும் கண்மூடிக் குருடர்கள் போல இருக்கிறார்கள்."

என்னால் அவனை மேலும் பேசிக்கொண்டிருக்கத்தான் விடமுடிந்தது.

"எனக்கு எப்படி என்று சொல்ல முடியவில்லை, ஆனால் எல்லாம் கண் முன்னால் தெரிகிறது. நான் கல்யாணம் வேண்டாமென்று சொல்லவில்லை, அது சந்தோஷத்தை உண்டுபண்ணுமானால். ஆனால் உண்மையான சந்தோஷம் எப்படியிருக்கும் ஆசை அபிலாஷைகள் ஒழுங்காகவும் ஒழுங்கு படுத்தப்படாமலும் இருந்தால்? யாருக்கு ஒழுங்கான ஆசைகள் வைத்திருக்க அக்கறையிருக்கிறது?"

திடீரென்று என்னை அழுத்திக்கொண்டிருந்த பளு குறைந்தது. நான் புல் தரையில் காலை நீட்டிப் படுத்துக் கொண்டேன்.

நீண்ட நேரம் மௌனமாக இருந்தோம். அவன் மீண்டும் பேசினான். இப்போது அவன் குரலில் தாபமும் தன்னைத் தானே வருத்திக்கொள்வதும் குறைந்திருந்தது. அவன் சொன்னான்: "இந்த உலகத்திற்கு விடிவு காலம் உண்டா என்றே எனக்குச் சந்தேகமாக இருக்கிறது. எல்லாரும் வாழ்வை இன்னமும் இன்னமும் சிக்கலாக்கி, துன்பம் நிறைந்ததாகத் தலைதெறிக்க ஓடிக்கொண்டிருக்கிறார்கள். இந்தத் தலைமுறை மிகவும் அதிர்ஷ்டக் கட்டை. வரப்போகும் தலைமுறைகள் இன்னமும் துரதிருஷ்டம் வாய்ந்ததாகத்தான் இப்போது காண்கிறது. ஜன சமூகமே பெரிய சாபக்கேட்டில் விழுந்து விட்டது."

இப்போது நன்றாக இருட்டிவிட்டது. வீடுகளிலும் எங்கோ மூலைகளில் தெரு விளக்குகள் மட்டும் மங்கலாகத் தெரிந்தன. புல் தரையில் உட்கார வேண்டியதைப் பொருட்படுத்தாத ஐந்தாறு பேர்களும் பூங்காவை விட்டு வெளியேறி, நாங்கள் இருவர் மட்டும் தனியாக இருந்தோம். சுற்றுப்புறத்தில் சில ரேடியோக்கள் பாடின. குழந்தைகள் அவர்கள் பள்ளிக்கூடப் பாடங்களைத் தொண்டை கிழியப் படித்துக்கொண்டிருந்தார்கள். எப்போதோ ஒரு சமயம் தெருவில் மோட்டார் கார் தடுமாறிக்கொண்டு போயிற்று. ஒரு ஆகாய விமானம் அதன் பச்சை சிவப்பு விளக்குகளை ஒரு விசித்திரத் தாள லயத்தில் ஏற்றி அணைத்துக்கொண்டு பறந்து போயிற்று. பொழுதோடு

கூட்டையடையாத ஒரு பறவை அங்கும் இங்கும் இடிபட்டுக் கொண்டு பயத்தில் தீனக்குரல் எழுப்பிக்கொண்டிருந்தது. அப்படியும் அப்போது ஓர் ஆழ்ந்த மௌனம் நிலவியது. என் நண்பன் சிரிக்க ஆரம்பித்தான். உடலெல்லாம் அதிர அவன் வெகு நேரம் சிரித்துக்கொண்டிருந்தான்.

அவன் சிரித்து முடிந்ததும் நான் பேசினேன்: "இது உனக்கு உலகத்தின் மீதுள்ள அக்கறையைக் காட்டுகிறது. ஆனால் அது எந்த அளவுக்குப் பொருத்தம், நியாயம் என்றும் தெரிந்துகொள்ள வேண்டும். ஒருவேளை இது ஒருவிதமான அகங்காரமாகக்கூட இருக்கலாம். உலகம் ஒருவரைப் பொறுத்து, அந்த ஒருவருடன் முடிந்துவிடுவதில்லை."

"ஆமாம், ஆமாம். அங்கேதான் இன்னொரு ஆச்சரியமானது நிகழ்கிறது. உலகத்திற்கான இந்தத் தாங்க முடியாத கவலையுடன் ஒரு பொங்கிவரும் ஆனந்தமும் இருக்கிறது." அவன் மீண்டும் சிரிக்க ஆரம்பித்தான். சட்டென்று "நாம் போகலாமா?" என்று கேட்டான்.

நாங்கள் எழுந்திருந்து எங்கள் பின்புறத்தைத் தட்டி விட்டுக்கொண்டுப் பூங்கா வெளியே வந்தோம். நான் சைக்கிள் பூட்டைத் திறந்ததும் நாங்கள் இருவரும் மெதுவாக நடக்க ஆரம்பித்தோம். அவன் திடீரென்று "நான் கொண்டு வந்திருக் கிறேன்" என்றான். அவனது வலது பையிலிருந்து ஒரு காகித உறையை என்னிடம் தர நான் அதை என் சட்டைப் பைக்குள் உடனடியாகப் போட்டுக்கொண்டேன். அவன் சொன்னான், "இரண்டு நூறு ரூபாய் நோட்டாக இருக்கிறது."

"சரி."

நாங்கள் சிறிது நேரம் பேசவில்லை. அவன் ஒரு சிறு தடுமாற்றத்துடன் கேட்டான், "இப்போது எப்படி இருக்கிறது?"

அவனுக்கே அந்தக் கேள்வி எது என்று, சரியாகப் புரிந்துகொள்ளும்படியாகக் கேட்கப்படவில்லை என்று தோன்றியிருக்க வேண்டும். அவன் கேட்டான்: "இப்போது நீ எப்படிச் சமாளித்துக்கொண்டிருக்கிறாய்? உன்னை யார் பார்த்துக்கொள்கிறார்கள்? உன்னை நீயே சரியாகப் பார்த்துக் கொள்ள முடிகிறதா?"

நான் சொன்னேன், "அதெல்லாம் சரியாக இருக்கிறது. என்னை நிறையப் பார்த்துக்கொள்கிறார்கள். ஒருவேளை அதுதான் என்னைக் கெடுத்துவிட்டதோ என்னவோ. என் சகோதரர்கள் இருக்கிறார்கள். இதுவரை ஒன்றும் கவலை யில்லை."

அவன் அவசரம் அவசரமாக, "அப்போது சரி" என்றான்.

"நாங்கள் இன்னும் சிறிது தூரம் கடந்தோம். நான் சொன்னேன், "இதுவரையில் கவலை ஒன்றுமில்லை. ஆனால் எவ்வளவு நாட்கள் இப்படிப் போக முடியும்? மாதா மாதம் இருநூறு முன்னூறு வேண்டியிருக்கிறது – குறைப்பதற்கு வழியே இல்லை. குழந்தைகள் பெரியவர்களாகிக் கொண்டிருக் கிறார்கள். துணிமணி, பள்ளிக்கூடம் . . . இதுதான் குறைந்த பட்சம். ஆனால் எவ்வளவு நாட்களுக்கு? என் சகோதரர் களின் பொறுப்புகளும் அதிகமாகிக்கொண்டிருக்கின்றன. நான் அவர்கள் மீதே பளு சுமத்திக்கொண்டிருக்க முடியாது."

"ஆமாம், ஆமாம்."

"ரிட்ரெஞ்ச்மெண்ட் ஆகி இந்த நான்கு வருஷங்களில் நான் சம்பாதித்ததெல்லாம் 'குடை' கதைக்காக ஒரு இருபத்தி நான்கு ரூபாய்; 'விசித்திரக் குழந்தை'க்காகப் பதினைந்து ரூபாய். அப்புறம் அந்த இன்ஸ்டிடியூட்டில் ஒரு வருஷம். ஆனால் அதைச் சம்பாத்தியமாகக் கொள்ள முடியாது."

"ஆமாம், ஆமாம்."

"ஆனால் சரியாகிவிடும். எல்லாம் சரியாகிவிடும். இப்போது பிரச்சினை பற்றி முழு உணர்வு ஏற்பட்டிருக்கிறது. ஒரு பிரச்சினையைப் பற்றி உண்மை உணர்வே அதைப் பாதி தீர்த்துவிட்டது மாதிரி இல்லையா?"

"ஆமாம் ஆமாம்."

"எல்லாம் சீக்கிரம் சரியாகிவிடும்."

"ஆமாம், ஆமாம்."

என் வீட்டிலிருந்து சில கஜங்களே இருந்த பஸ் ஸ்டாண்டை அடைந்தோம். சீக்கிரமே ஒரு பஸ் தென்பட்டது. அவன் சொன்னான், "என் பஸ் வந்துவிட்டது."

"அதிர்ஷ்டக்கார 13" என்று நான் சொன்னேன்.

அது ஒரு 13 தான். என் நண்பன் அதில் ஏறிக் கொண்டான். திரும்பி, "போய் வருகிறேன்" என்றான்.

"குட் நைட்."

பஸ் துள்ளிக்கொண்டு முன்னால் நகர்ந்தது. குப்பென்று அது வெளிப்படுத்திய புகை பஸ் சென்று வெகுநேரம்வரை அங்கே காற்றில் மிதந்துகொண்டிருந்தது.

(1960)

மறுபடியும்

சந்திரசேகரனுக்குக் கவலை வந்துவிட்டது. அவனும் அவன் மனைவியும் அக்கம் பக்கத்துப் பெரியவர்கள் சொன்னபடி வால் மிளகைப் பொடிசெய்து தேனில் குழைத்துக் கொடுத்தார்கள். பிறகு இரவு வேளைகளில் பால் தருவதை நிறுத்தினார்கள். ஒரு நாள் இரண்டு நாட்கள் ஒன்றும் இல்லை போலிருக்கும். மறுபடியும் ஏற்பட்டுவிடும். இதெல்லாவற்றிற்குப் பிறகுதான் சந்திரசேகரன் தன் மூன்று வயதுப் பையன் முத்துவை அந்தப் பெரிய குழந்தை நிபுணரிடம் கொண்டுபோய்க் காண்பித்தான்.

"இந்தக் குழந்தைக்கு என்ன – ஒன்றுமே யில்லையே?" என்றார் டாக்டர்.

"இரவில் படுக்கையை நனைத்துக்கொண்டு விடுகிறான்."

"அது என்ன பிரமாதம்! பெரியவர்களுக்கே அப்படி நேர்ந்துவிடுகிறது."

"இல்லை, தினமும் அப்படியாகிவிடுகிறது."

டாக்டர் இன்னொரு முறை முத்துவின் கண்ணையும் வயிற்றையும் பார்த்தார். "ஒன்றுமே குறை இல்லை. உங்களுக்கு இதுதான் முதல் குழந்தை... பார்த்தீர்களா? அதனால்தான் எல்லா வற்றிற்கும் பயப்படுகிறீர்கள். எல்லாம் சரியாகிப் போய்விடும்."

சந்திரசேகரன் தயங்கினான்.

"இங்கு வருபவர்களில் பாதிப்பேர் குழந்தைக்குச் சரியாக நீர் இறங்குவதில்லை என்றுதான்

வருகிறார்கள். நீங்கள் இதற்குப் போய்க் கவலைப்படுகிறீர்கள். போய் வாருங்கள்," என்றார் டாக்டர்.

"பீஸ் . . ."

"இதற்கு பீஸ் ஒன்றும் இல்லை. போய்வாருங்கள்."

டாக்டரிடம் போய்விட்டு வந்தவேளை முத்துவுக்குச் சரியாகப் போய்விட்டது. சந்திரசேகரனுக்கு மிகவும் உற்சாக மாக இருந்தது. யாருக்காவது தலைவலி என்றால்கூட "அந்த டாக்டரிடம் போங்கள். சமயத்தில் அவர் பீஸ்கூட வாங்குவது கிடையாது" என்று சொல்லிக்கொண்டிருந்தான். எல்லாம் ஒரு வாரத்திற்குத்தான். மீண்டும் ஆரம்பித்துவிட்டது. முன்னை விட இன்னும் மோசமாகப் போய்விட்டது. இவ்வளவு பெரிய டாக்டரிடம் போய் அவர் சொன்னது பொய்யாகிப் போய் விட்டது என்று சொல்ல சந்திரசேகரன் மிகவும் சங்கடப் பட்டான்.

இந்தத் தடவை டாக்டர் சிறிது கடுமையாகத்தான் இருந்தார். சந்திரசேகரன் சொல்வதைக் கேட்டுக்கொண்டு மருந்து ஒன்று எழுதித் தந்தார். ஐந்து ரூபாய் பீஸ் வாங்கிக் கொண்டார். மருந்துக்கடையில் சந்திரசேகரன் விசாரித்தான். டாக்டர் எழுதிக்கொடுத்த மருந்து பதிமூன்று ரூபாய் விலை. மருந்துப் புட்டியுடன் பேனாவுக்கு மசிவிடும் கண்ணாடிக் குழாய்போல் ஒன்றும் இருந்தது. அதை எடுத்து எண்ணி ஆறு துளிகள் ஒரு நாளைக்கு நான்கு வேளைகள் மருந்தை குழந்தைக்குத் தரவேண்டும். மருந்து தர வேண்டிய ஒரு விவரம் கடும் எச்சரிக்கையுடன் புட்டி மேலே ஒட்டப்பட் டிருந்தது. 'மருந்து அதிகமாகப் போய்விட்டால் அபாயம் நேரிடும்.'

மருந்தெல்லாம் தீர்ந்து இரண்டு மாதங்கள் ஆகிவிட்டன. முத்து நன்றாக வளர்ந்திருந்தான். மூன்று சக்கர சைக்கிளில் அனாயாசமாக வீட்டைச் சுற்றிச் சுற்றி வந்தான். மிகவும் புத்திசாலியாக இருந்தான். பிடிவாதமும் அதிகமாகவே இருந்தது. அவனுக்கு அடுத்த சின்னவனும் இப்போது சுவரைப் பிடித்துக்கொண்டு நிற்க ஆரம்பித்துவிட்டான். சின்னவன் முதுகிலும் நெற்றியிலும் எப்போதும் ஏதாவது காயவடு இருந்து கொண்டே இருந்தது – முத்துவுக்குத் தன் தம்பியை அடிக்கும் வழக்கத்தை இன்னமும் விடமுடியவில்லை. முத்துவை எங்கே படுக்கப் போட்டாலும் எப்படியாவது அப்பாவின் பக்கம் வந்துவிடுவான். சந்திரசேகரனுக்கு இப்போதெல்லாம் படுக்கை மேல் ரப்பர் ஷீட் போடுவதில் அசிரத்தை வந்துவிட்டது. ஈரத்தில் படுத்துக்கொண்டால் எளிதில் அவனுக்கு இப்போது ஜலதோஷம் பிடிப்பதில்லை.

அநேக நாட்களுக்குப் பிறகு சித்தி வந்திருந்தாள். பேச்சு வாக்கில் முத்து விஷயம் அவளிடம் சொல்லப்பட்டது. "முடிக் கயிறு வாங்கிக் கட்டுவதுதானே!" என்று அவள் கேட்டாள்.

"அது என்ன?" என்று சந்திரசேகரன் மனைவி கேட்டாள்.

"சில மசூதிகளில் சாயந்திர வேளையில் குழந்தையைக் கொண்டுபோனால் கட்டுவார்கள். ஆயிரம் விளக்கு மசூதிக்குக் கொண்டுபோ. இரண்டு மூன்று நாட்கள் குழந்தையைக் கொண்டுபோக வேண்டியிருக்கும். ஆனால் கட்டாயம் பலன் இருக்கும்."

"முடிக்கயிறு எதற்குக் கட்டுவார்கள்?"

"காற்றுச் சேஷ்டைக்குக் கட்டுவார்கள். குழந்தை எங்கேயாவது பயந்துகொண்டிருக்கும். மருந்துக்குக் கேட்காதது எல்லாம் முடிக்கயிறு வாங்கிக் கட்டினால் சரியாகிப் போய் விடும்."

சென்னையிலேயே எவ்வளவோ வருஷங்களாக இருந்து வந்தபோதிலும் முத்துவைத் தூக்கிக்கொண்டு போனபோது தான் ஆயிரம்விளக்கருகில் இவ்வளவு மசூதிகள் இருக்கின்றன என்று சந்திரசேகரனுக்குத் தெரிய வந்தது. முடிக்கயிறு கட்டுகிற மசூதி ஒரு தெருத் திருப்பத்தில் இருந்தது. அங்கு மாலை ஆறு மணியிலிருந்து அநேகப் பெண்கள் குழந்தைகளை வைத்துக்கொண்டு மசூதி வாசலில் வரிசையாக நின்றுகொண் டிருந்தார்கள். அநேகமாக அவர்கள் எல்லாரும் அந்தச் சுற்றுப்புறத்திலேயே இருப்பவர்கள். மிகவும் ஏழைகள். அவர்கள் எல்லாருக்கும் அந்த மசூதிப்படியில் உட்கார்ந்திருந்த ஒருவன் அறிமுகமானவனாகக் காணப்பட்டான். சந்திர சேகரனையும் அவன் மனைவியையும் பார்த்துக் கூட்டம் அதுவாகவே விலகி வழிகொடுத்தது. மசூதி முன் நின்ற அந்தக் கூட்டத்தில் சந்திரசேகரனையும் அவன் மனைவியை யும் யாரும் கவனிக்காமல் போகமாட்டார்கள். வித்தியாசம் பளிச்சென்று தெரிந்தது.

"பிள்ளைக்குக் கயிறு கட்டணும்?" என்று மசூதிப்படியில் உட்கார்ந்திருந்தவன் கேட்டான்.

"ஆமாம்," என்று சந்திரசேகரனின் மனைவி பதில் சொன்னாள்.

"இன்னிக்கே கட்டிடலாம்."

"இரண்டு மூன்று நாட்களாகும் என்றார்களே?"

"வேண்டாம்; ஒருநாளே போதும்."

"எவ்வளவு?" என்று சந்திரசேகரன் கேட்டான்.

“மூணு ரூபாய்.”

“ஒரே ரூபாய் என்றார்களே?” என்று சந்திரசேகரனின் மனைவி கேட்டாள்.

“அப்போ ரூபாய் ஒம்பதணா கொடு.”

சந்திரசேகரன் பணத்தைத் தரப்போனான்.

“கொடு ரூபாய் ஒன்பதணா.”

தொழுகை முடியும்போது இருட்டிவிட்டது. தொழுகை முடித்து வெளியே வருபவர்கள் வரிசையாக நின்ற பெண்களின் இடுப்பில் இருந்த குழந்தைகளை ஊதிக்கொண்டபடியே சென்றார்கள். முத்துவும் பலரால் ஊதப்பட்டான். அதற் கெல்லாம் பிறகு முடிக்கயிறு கட்டப்பட்டது.

முடிக்கயிறு கட்டினதில் பலன் இருந்தது. ‘பெரியவர்கள் சொல்வது தவறாகப் போவதில்லை’ என்று சந்திரசேகரன் சந்தோஷப்பட்டுக் கொண்டான். முத்துவின் முகம் தெளிவு பட்டுக்கொண்டிருந்தது. நன்றாக நிம்மதியாகத் தூங்க ஆரம்பித்தான். ஆனால் ஒருவாரம் கழித்து மீண்டும் படுக்கை நனைய ஆரம்பித்தது.

எல்லாருக்கும் சோர்வு வந்துவிட்டது. ஒன்றும் செய்ய முடியாத விஷயத்தில் ஏற்படும் அசிரத்தை வந்துவிட்டது. சந்திரசேகரனுடைய மைத்துனனுக்குக் கல்யாணம். ஊரி லிருந்து கடிதம் வந்திருந்தது. மனைவியைப் பத்து நாட்கள் முன்னதாகவே அனுப்பித்துவிட்டு, தான் கலியாணத்திற்கு முதல்நாள் போகலாமென்று சந்திரசேகரன் தீர்மானித்தான். அதன்படி மனைவியையும் இரு குழந்தைகளையும் ரயிலேற்றி விட்டு வந்தான்.

இரவு படுக்கையை விரிக்கும்போது முத்துவின் ஞாபக மாகவே இருந்தது. சந்திரசேகரனுக்குக் குழந்தை பக்கத்தில் இல்லாமல் படுப்பது கஷ்டமாக இருந்தது. அதே சமயத்தில் ஒரு திருப்தியும் இருந்தது. பத்துப் பதினைந்து நாட்களுக்காவது ஈரப்படுக்கையில் புரளாமல் இருக்கலாம். வேஷ்டியைக் காலை வேளையில் தானே தண்ணீரில் அலசித் தோய்க்க வேண்டியிருக்காது.

காலையில் பால்க்காரன் இருட்டுடன் வந்துவிட்டான். பாலை வாங்கி வைத்துவிட்டுச் சந்திரசேகரன் மீண்டும் படுத்துக்கொள்ளப் போனான். அப்போது அவனுக்குத் தெரிய வந்த விஷயம் அவனைத் தூக்கிவாரிப் போடச் செய்தது.

படுக்கை மறுபடியும் நனைந்திருந்தது.

(1966)

மூன்று ஜதை இருப்புப்பாதைகள்

இரவு பதினொன்றரை மணிக்குப் பதிமூன்றாம் முறையாக அந்தத் தெரு வழி நடந்து சென்ற அவனுடைய இதயம் வெடித்துவிடும் போலிருந்தது. ஒரு மணி நேரமாகவே அழுது தீர்த்துவிடுவதற்காக அவன் எவ்வளவோ முயன்றும் முடியாமல் போய்விட்டது. அவன் வயது வந்தவன். அவனுடைய கஷ்டங்களிலிருந்து அவன் அழுது தப்பித்துக்கொள்ள முடியாது. இன்னும் கால் மணி நேரத்தில் ஒரு மின்சார ரயில் வரும். அதில் தான் அழக்கூடாத அவன் அவனையும் அவன் துக்கத்தையும் மாய்த்துக்கொள்ள வேண்டும்.

நான்காம் இலக்கமிட்ட வீட்டை ரகுநாதன் தெருக்கோடி போயடையும் வரை கழுத்து நோகப் பார்த்தபடியே நடந்துசென்றான். அந்நேரத்தில் அந்தகாரத்தில் மூழ்கியிருந்த அந்த வீட்டில்தான் இந்திரா இருந்தாள். பதினேழு வயதுகூட நிரம்பாத அவள் அவளைவிடப் பத்து வயது பெரியவனான அவனுடைய உண்மையான உயிரை என்றோ பறித்து வைத்துக்கொண்டுவிட்டாள். அவனுடைய உடலில் இன்னமும் தங்கியிருந்த உயிர் சரீர சம்பந்தமான சில பொறுப்புகளுக்காக மட்டும் இருந்தது. அது இன்னும் ஒரு கால் மணி நேரத்திற்குத்தான்.

மூன்று ஜதை இருப்புப்பாதைகள் முடியவே இல்லாதது போல் நீண்டு கிடந்தன. ஒன்று வடக்கே போகும் வண்டிகளுக்கு; இரண்டாவது தெற்கே

போகும் வண்டிகளுக்கு; மூன்றாவது அந்த நிலையங்களில் நிற்காமலே செல்லும் நெடுந்தூரப் புகை வண்டிகளுக்கு. ரகுநாதன் ரயில் பாதையோரமாகச் சிறிது நேரம் நடந்து சென்று ஓரிடத்தில் நின்றான். அவன் நின்ற இடத்திலிருந்து ரயில் நிலையத்தில் எரியும் விளக்குகள் கண்ணுக்குத் தெரிந்தன. இருப்புப் பாதைகளின் இரு புறங்களிலும் அகண்ட கட்டாந் தரை, ஜன சஞ்சாரமே கிடையாது. ரகுநாதனுக்குத் தாய், தகப்பனார், உடன் பிறந்தவர்கள், சிநேகிதர்கள் எல்லாரும் இருந்தார்கள். இந்திராதான் இல்லை. இந்திரா இல்லாதபோது அவனுக்கு யாரிருந்தாலும் அவன் யாருமில்லாதவன்தான். எல்லாம் இன்னும் ஐந்து பத்து நிமிஷங்களுக்கு.

இன்னும் ஐந்து, பத்து நிமிஷங்கள். ரகுநாதனுடைய சிந்தனைகள் ஒவ்வொன்றாகவும் கலக்கமே இல்லாமலும் உருவாகி மறைந்துகொண்டிருந்தன. அந்த மாதிரியான ஒரு தெளிவை அவன் வாழ்நாளில் எவ்போதுமே அனுபவித்தது கிடையாது. அந்தச் சமயத்தில் அவனுடைய நெஞ்சம் பொறுக்க முடியாதபடி வலித்தது. ஆனால் தலை மட்டும் நிச்சலமாக இருந்தது. அந்நாள் வரை அவனுக்கு எதிலுமே தீர்மானமாக இருக்க முடிந்தது கிடையாது. அற்ப விஷயத்திலும் நூற்றுக் கணக்கான யோசனைகள். அதனால் தோல்வி. ஆனால் இந்திரா விஷயத்தில் அவன் தோல்வியடையக்கூடும் என்று அவனுக்குத் தோன்றவேயில்லை. அவள் இல்லாமல் அவன் இருக்க முடியாது என்பது மூன்று வருடங்களுக்கு முன்னால் அவளை முதல் தடவையாகப் பார்த்தவுடனேயே தெரிந்து விட்டது. எந்த முறையில் அவள் அவனுடையதாவாள் என்பதை அவனால் ஊகித்துப் பார்க்க முடியவில்லை. ஆனால் அவள் அவனுடையதாகிவிடுவாள் என்ற நம்பிக்கை மட்டும் எப்படியோ தானாகவே வளர்ந்து வந்தது. அவனுக்கு முடிவுதான் தோன்றிற்று. ஆகுமுறைகள் தோன்றவில்லை. அதற்கு அவசியமிருப்பதாகவே தெரியவில்லை. அவ்வளவு நிச்சயம், அவ்வளவு நம்பிக்கை. இந்திரா அவனுக்குடையவள் தான்.

மூன்று வருடங்களுக்கு முன் இந்திரா அவன் இருந்த தெருவில்தான் இருந்தாள். என்ன காரணமோ அவன் வீட்டாருக்கும் அவள் வீட்டாருக்கும் பரிச்சயம் ஏற்படாமலே போய்விட்டது. அவள் பள்ளிக்கூடத்திற்குப் போகும் நேரத்தைக் கவனித்து அறிந்து அதற்குத் தகுந்தபடி அவன் காரியாலயத் திற்குக் கிளம்பும் நேரத்தை மாற்றிக்கொண்டதன் பயனாகத் தினம் சிறிது தூரம் இந்திராவைப் பின் தொடர்ந்து செல்ல முடிந்தது. அவளோடு பேச வேண்டுமென்று அவன் மனம்

துடித்துக்கொண்டிருந்தது. அவன் பக்கம் அவள் பார்வை விழுந்தால் உடனே ஓடிச்சென்று "நீ இல்லாமல் நானிருக்க முடியாது" என்று கதற வேண்டுமென்று தவித்துக்கொண் டிருந்தது. ஆனால் நடுத்தெருவில் அவளை நிறுத்திவைத்து என்ன பேச முடியும்? எப்படிப் பேச முடியும்? இரண்டு வார்த்தைகள் பேசலாம். அதற்கு மேல் எப்படிப் பேச முடியும்? அவள் அவனுக்கு அறிமுகமானவள் அல்ல. என்னவென்று ஆரம்பிப்பது? "என் பெயர் ரகுநாதன். என்னுடைய வயது இவ்வளவு. நான் இவ்வளவு படித்திருக்கிறேன். உன் தெருவிலேயே இருக்கிறேன் ..." சேச்சே, இதென்ன அத்தை பாட்டிக் கதை! வேறு ஏதாவதுதான் ஆரம்பிக்க வேண்டும். என்னதான் அது? ஐயோ, என்ன பேசுவதென்றே தெரிய வில்லையே! நடுத்தெருவில் திடீரென்று அவளை நெருங்கினால் அவள் பயந்துவிடமாட்டாள்? கூச்சலிட்டுவிட்டால்? காரியம் முழுக்க முழுக்க, என்றென்றைக்குமாக அல்லவா கெட்டு விடும் ..? இதற்குள் இந்திரா போய்விடுவாள். அத்தினமும் போய்விடும். மறுதினம் வரும். அதுவும் போய்விடும். அடுத்த தினம் வரும். அதுவும் அப்படியே. கோடை நாட்களில் இந்திராவுக்குப் பள்ளிக்கூடம் கிடையாது. ஆதலால் என்றோ ஒரு நாள்தான் கண்ணில் படுவாள். பள்ளிக்கூடங்கள் திறந்தன. மறுபடியும் பஸ் நிலையம் வரை தொடர்ந்து செல்லுதல். ஒரு வருடம் ஆயிற்று. இரண்டு வருடமும் ஆயிற்று. இந்திரா வுடன் பேச வேண்டுமென்ற ஆவலும் விவரங்களும் கணக்கில்லாமல் பெருகிக்கொண்டே போயின. ஆனால் ஒரு தடவை ஒரு வார்த்தைகூடப் பேசுவதற்குச் சந்தர்ப்பம் வரவில்லை. எப்படிப் பேசுவது? என்னவென்று பேசுவது? எப்படி ஆரம்பிப்பது? பேசுவதற்குத்தான் சந்தர்ப்பம் வருமா அல்லது வராமலேயே வாழ்நாள் முழுதும் போய்விடுமா?

❍

சந்தர்ப்பம் வரத்தான் செய்தது. ஒரு ஞாயிற்றுக்கிழமை பத்துமணி சுமாருக்கு ரகுநாதன் சைக்கிளில் வந்துகொண் டிருந்தான். வழியில் தெருவில் பெருங்கும்பல் கூடியிருந்தது. அந்த இடத்தில் ஐந்து நிமிடங்கள் முன் தான் ஒரு விபத்து நிகழ்ந்திருந்தது. ஒரு பையனுக்குப் பயங்கரக் காயம். போலீஸுக்கும் ஆம்புலன்ஸிற்கும் டெலிபோன் செய்திருக் கிறார்கள். பையன் யாரென்று தெரியவில்லை ...

ரகுநாதனுக்கு வலியில் துடிப்பவர்களைப் பார்ப்பதில் ஆர்வம் கிடையாது. ஆனால் அவனும் அன்று அந்தக் கூட்டத்தில் நெருக்கியடித்துப் போய்ப் பார்த்தான். அடிபட்டுக் கிடந்த சிறுவன் இந்திராவின் சகோதரன்.

ரகுநாதன் பேய்போல் சைக்கிளை மிதித்து வந்து இந்திரா வீட்டு முன்னால் நிறுத்தினான். ஓடிச் சென்று கதவைத் தட்டினான். கதவு திறந்தது. இந்திரா அவன் முன் நின்றாள்.

எவ்வளவு வருடங்களாக அந்த ஒரு சந்திப்புக்காக அவன் காத்திருந்தான்? நாட்கணக்கில் அவளிடம் பேச என்னென்ன யோசித்து வைத்திருந்தான்? ஆனால் அன்று அவன் சொன்னது, பேசியது, அவையெல்லாவற்றிற்கும் சிறிதும் பொருத்தமில்லாதது. "அப்பா அம்மா யாராவது இருக்கிறார்களா?"

அவ்வளவேதான். அதற்குள் அப்பா, அம்மா எல்லாரும் வந்துவிட்டார்கள். ஓடினார்கள். ரகுநாதன் விபத்தை அறிவித்ததோடு சரி. அவனை யாரும் கவனித்ததாகவே தெரியவில்லை – அவன் வந்து கூறாவிட்டால் வேறு யாராவது வந்து கூறியிருப்பார்கள். அப்புறம் சில நாட்களுக்கு இந்திரா வீட்டார் ஆஸ்பத்திரிக்கும் வீட்டுக்குமாக அலைந்துகொண் டிருந்தார்கள். சிறுவன் ஒரு மாதத்திற்குப் பிறகு குணமாகித் திரும்பி வந்தான். அதற்கு மறுநாள் அவர்கள் எல்லாருமே வேறு ஏதோ ஒரு தெருவுக்கு வீடு மாற்றிப் போய்விட்டார்கள்.

○

ரகுநாதன் ரயில் பாதையோரமாக உட்கார்ந்து கொண்டான். வைகாசி மாதமாதலால் வெட்ட வெளியில் இருப்பது சிரமமாகத் தெரியவில்லை. எங்கோ தூரத்தில் நாதஸ்வரம் வாசிப்பது இலேசாகக் கேட்டது. யாருக்கோ கல்யாணம். அநேகமாக ஊர்வலம் நடந்துகொண்டிருக்கும். ரகுநாதன் அந்த மாதிரி ஊர்வலம் வர முடியாது. அப்படியே ஏதாவது இருந்தாலும் அந்த ஊர்வலத்திற்கு நாதஸ்வரம் வாசிக்கமாட்டார்கள்.

ரகுநாதன் உதட்டைக் கடித்துக்கொண்டான். பல் சதையைப் பொத்து இரத்தம் வந்தது அவனுக்குச் சிறிது திருப்தியளித்தது. அவன் உயிரை விடும்போது அவனுடைய உதடுகளில் கடைசியாக இருக்கப் போவது அவளுடைய பெயர், அவனுடைய இரத்தம், இவையிரண்டும்தான். இன்னும் நான்கைந்து நிமிடங்கள் . . .

இந்திரா வீடு மாற்றிப் போன பிறகு சிறிது நாட்களுக்கு ரகுநாதனுக்குப் பைத்தியம் பிடித்து விடும்போல இருந்தது. அவள் எங்கிருக்கிறாள், அவளை எப்போது பார்க்கலாம் என்று புலப்படாமல் பிரமைபிடித்தவன் போல ஊரைச் சுற்றி வந்தான். அவனுடைய கால்கள் உட்கார்ந்திருக்கும் போதே மாறிமாறி வலித்தன. வைத்தியர் அவனுடைய

உடலில் ஏதோ ஒன்று குறைவுபட்டிருக்கிறது என்று மருந்து கொடுத்தார். அவனுடைய முகத்தில் சிறிதும் பெரிதுமாகக் கொப்பளங்கள் வெடித்துக்கொட்டின. வைத்தியர் உடலில் ஏதோ ஒன்று அதிகப்பட்டிருக்கிறது என்று மருந்து புகுத்தினார். விடியற்காலைகளில் மணிக்கணக்காக இருமல் வந்தது. வைத்தியர் உடலில் ஏதோ ஒன்று குறைந்து வேறொன்று அதிகரித்திருக்கிறது என்று சிகிச்சை செய்தார்.

"என்னப்பா, இப்போது எப்படி இருக்கிறது?"

"சிறிது தேவலை போலிருக்கிறது, டாக்டர்."

"அந்த மாத்திரையெல்லாம் முடித்துவிட்டாயா?"

"நீங்கள் மாத்திரை ஒன்றும் தரவில்லையே?"

"ஓகோ, போன வாரமா அது? சரிதான் ... உம், சாப்பிடும் போது சிறிது உப்பை அதிகமாகக் கலந்துகொள்ள வேண்டும். உருளைக்கிழங்கு, வாழைக்காய் பதினைந்து நாட்களுக்கு ஒரு முறைதான் சாப்பிடலாம்."

"சரி டாக்டர்."

"இப்போது ஆறு மாத்திரை தருகிறேன். இன்று இரவு இரண்டு. நாளை காலை இரண்டு. அப்புறம் மாலை இரண்டு. நாளன்றைக்கு எப்படி இருக்கிறது என்று வந்து சொல்."

"சரி, டாக்டர். இந்த விரல்களுக்கு என்ன செய்வது?"

"என்ன விரல்களுக்கு?"

"அதுதான் நரம்பு இழுத்துக்கொள்கிறதே? நேற்று அதற்காகத்தானே வந்திருந்தேன்?"

"உம்?"

"ஒரு மணி நேரத்திற்குள் ஒரு முறையாவது நரம்பு இழுத்துக்கொண்டு விரல்கள் பின்னிக்கொண்டு விடுகின்றன. வலி பொறுக்க முடிவதில்லை."

"அப்படியா, எல்லாவற்றிற்கும் இப்போது கொடுத்திருக்கும் மாத்திரை போதும்."

"தடவைக்கு இரண்டு மாத்திரைகள் என்றுதானே சொன்னீர்கள்?"

"இரண்டு சாப்பிடலாம். இல்லை, மூன்று சாப்பிட்டாலும் பரவாயில்லை. எல்லாம் உடல் பலஹீனத்திற்குத்தான். இரண்டு

அசோகமித்திரன்

நாட்கள், இல்லை, ஒரு வாரம் பொறுத்து மறுபடி என்னை வந்து பார்."

வைத்தியர் எவ்வளவு என்று ஞாபகம் வைத்துக்கொண்டு மருந்து கொடுத்து வருவார்? ரகுநாதன் அவன் கூறும் உபாதைகளினால் அவதிப்படத்தான் செய்தான். ஆனால் அவைகளுக்கு அவர் செய்யக்கூடியது ஒன்றுமில்லை. அவன் அவரிடம் வரும்போதெல்லாம் அவர் வைத்தியம் செய்வது போல ஏதாவது செய்ய வேண்டும். ரகுநாதனுக்கும் தெரியும் அவனுடைய வியாதி எல்லாம் எதனால் என்று. ஆனால் அவனால் அதை மட்டும் வெளியில் யாரிடமும் கூற முடியவில்லை. யாரிடம் என்று என்னவென்று சொல்வது? "ஒரு பெண்ணை இரண்டரை வருடங்களாகப் பின் தொடர்ந்தேன். அவளுக்கு நான் யார் என்று தெரியாது. என் பெயர் தெரியுமோ தெரியாதோ தெரியாது. நான் அவள்மீது உயிரை வைத்திருக்கிறேன் என்பது அவளுக்குத் தெரியாது. அவளிடம் நான் ஒரு வார்த்தைகூடப் பேசினது கிடையாது. அவள் இப்போது எங்கோ வீடு மாறிப் போய்விட்டாள். என் மனது தவிக்கிறது . . ." எல்லாரும் சிரிப்பார்கள், வெறும் பித்துக்குளியாக இருக்கிறானே என்று. அவனுடைய வேதனை உண்மையானது. அதுதான் ஒரு நாளைக்கு முழங்காலை வலிக்கச் செய்கிறது. இன்னொரு நாளைக்கு நெற்றிப் பொட்டைத் துடிக்கச் செய்கிறது. முகத்தில் கொப்பளங்கள் வெடிக்கச் செய்கிறது. விரல்களைக் கொரக்களி இழுக்கச் செய்கிறது. அதன் மனதிலிருந்துகொண்டு அவனைப் பிழிந்து வாட்டிக்கொண்டிருக்கும் வேதனை ஆதாரமுள்ளது என்று யாரையாவது அவன் எப்படி நம்பவைப்பது? முடியாது. அப்படியிருக்கையில் வைத்தியரிடமாவது சென்று 'இங்கே வலி இருக்கிறது, இங்கே நோவு இருக்கிறது' என்று ஒத்துக் கொள்வதில் ஒருவித ஆறுதல் கிடைக்கத்தான் செய்தது. அந்த ஆறுதல் நிலையற்றது. அது உண்மையானதேயன்று. ஆனால் அந்தப் பொழுதிற்கு ஆறுதல் என்று கிடைக்கக் கூடியது அது ஒன்றுதானே.

❍

ரகுநாதன் இந்திராவின் புது வீட்டைக் கண்டுபிடித்து விட்டான். அது அவனுடைய பேட்டையிலேயே ஐந்தாறு தெருக்கள் தள்ளியிருந்தது. அதைக் கண்டுபிடித்த முதல் நான்கைந்து நாட்களுக்கு ரகுநாதனுக்கு அவனுடைய ஆசைகள் எல்லாம் பூர்த்தியாகிவிட்ட மாதிரி இருந்தது. சமயம் கிடைக்கும்போதெல்லாம் அந்தத் தெரு வழியாகச் சென்றான்.

சுமார் ஐம்பது தடவைகள் மேலும் கீழுமாக நடந்ததில் ஒருமுறை இந்திராவைக் காண முடிந்தது. தெருவிலிருந்தே தெரியக்கூடிய அந்த வீட்டுக் கிணற்றங்கரையில் அவள் துணி தோய்த்துக்கொண்டிருந்தாள். இன்னும் ஒரு ஐம்பது முறைகள். அவள் வீட்டு நிலைப்படியருகில் தலை வாரிக் கொண்டிருந்தாள். இந்தமுறை அவள் ரகுநாதனைப் பார்த்தாள். விசேஷமாக எந்தவித மாறுதலும் அவள் முகத்தில் தென்பட வில்லை. ரகுநாதன் எண்ணிக்கொண்டே போனான். ஐநூறு, எழுநூறு, பிறகு ஆயிரமும் வந்துவிட்டது. அவன் அந்தத் தெரு வழியாக ஆயிரம்முறை நடந்து சென்றாகிவிட்டது. காலை, மாலை, வெளிச்சத்தில், வெளிச்சமில்லாத நேரத்தில், மழையில், பனியில், குளிரில் . . . குறிப்பாகப் பத்துத் தடவைகள் தான் அவன் அவளைப் பார்க்க முடிந்தது. ஆனால் அவளுக்கு அவனைக் கண்டதில் எவ்வித ஆர்வமும் இருந்ததாகத் தெரிய வில்லை.

இரண்டரை வருடங்களுக்கு அவன் கண் எதிரிலேயே வசித்துவந்த இந்திராவின் வீட்டாரைப் பற்றி ரகுநாதன் அதிகம் சிந்தித்துப் பார்த்தது கிடையாது. அவர்கள் வீடு மாற்றிப்போன பிறகு அவர்களைத்தான் அவன் மாறி மாறிப் பார்க்க நேர்ந்தது. ஆதலால் அவர்களைப் பற்றி அடிக்கடி நினைத்துப்பார்க்கவும் வேண்டியிருந்தது. தகப்பனார், சுமார் அறுபது வயதானவர். கடினமான கடந்த கால வாழ்க்கை அவரது முகத்தில் ஏராளமான கோடுகளையும் மேடு பள்ளங் களையும் விட்டுச் சென்றிருந்தது. அவருடைய கண்கள் அன்போ சாந்தமோ பிரதிபலிக்கவில்லை. ரகுநாதனுடைய மூன்று வருடகால வேதனையை அவரால் புரிந்துகொள்ள முடியாது. அவரால் இந்த ஒரு எண்ணந்தான் கொள்ள முடியும்: தன் பெண்ணை ஒருவன் பின்தொடர்ந்து கொண்டிருக்கிறான். அதற்கு அவரிடம் பயங்கரந்தான் வெளிப்படும். தாயார், கணவன் பட்டிருக்கும் துன்பங்களை அவளும் முழுக்க அனுபவித்திருக்க வேண்டும். அவளிடம் எப்போதும் ஒருவித மௌனம் குடிகொண்டிருந்தது, அந்த மாதிரி இருப்பவர்கள் ஆழ்ந்த வெறுப்பு விருப்புகள் வைத்திருப் பார்கள். தொன்றுதொட்டு வரும் சம்பிரதாயங்களிலிருந்து இம்மியளவும் அவளால் மாற முடியாது. அதிலும் அவள் மகள் மணவிஷயத்தில் அம்மாதிரியானது எதையும் அவளால் நினைத்துப்பார்க்க முடியாது. தாய் தகப்பனார் இருவரும் ஊரூராக அலைந்து திரிந்து, ஜாதகம் பார்த்து, அவர்கள் நிர்ப்பந்தத்திற்கும் நிபந்தனைகளுக்கும் உடன்பட்டு, கடன் பட்டு, இந்திராவை அவளும் அவர்களும் சிறிதும் அறியாத

ஒரு மாற்றானிடம் ஒப்புவிப்பார்களே தவிர ரகுநாதன் அவளை மணந்துகொள்ள ஒருபோதும் சம்மதிக்க மாட்டார்கள். அந்தக் குடும்பக் கோட்டையை இந்திராவாகத் தகர்த்தெறிந்து வெளியே வந்தால்தான் ரகுநாதனுக்கு ஒரு சந்தர்ப்பம். இந்திராவுக்கு நிச்சயமாக அந்தச் சக்தி உண்டு. ஆனால் ரகுநாதன்மீது அவளுக்குச் சிறிதாவது பிரேமை இருப்பதாகத் தெரியவில்லையே! அவனால் அவளுடன் பேச முடியவில்லையே!

ரகுநாதனுடைய உடல் நிலை இன்னும் சீர்கேடாயிற்று. அவனுடைய ஞாபக சக்தி சிதறிக்கொண்டிருந்தது. அவனால் யாரிடமும் சரியாகப் பேச முடியவில்லை. உணவு அருந்த முடியவில்லை. தூங்க முடியவில்லை. எப்போதும் ஒரே எண்ணம் அரித்துக்கொண்டிருந்தது. இந்திரா அவனுக்கில்லை. இந்திரா அவனுக்கில்லை. இந்திரா அவனுக்கில்லை.

❍

இந்திரா அவனுக்கில்லை என்றால் அவனுக்கு எதுவுமே இல்லை. அப்போது அவன் இறக்கலாம்.

எங்கோ சாலையும் இருப்புப்பாதையும் சந்திக்கும் லெவல் கிராஸிங்கில் வைக்கப்பட்டிருந்த மின்சார மணி அடிக்கத் தொடங்கியது. அங்கே காவலுக்கிருப்பவன் சாலையை அடைத்துக் கதவை மூடினால்தான் அந்த மணியடிப்பது நிற்கும். இன்னும் சில நிமிஷங்களில் ரயில் வரப்போவதற்கு அதுதான் அறிகுறி.

முதல் தடவையாக மணி அடித்தவுடன் ரகுநாதனுக்குத் தூக்கிவாரிப் போட்டது. நிசப்தத்தைக் கிழித்துக்கொண்டு வந்த அந்த ஓசை அவனாகவே செய்ய வேண்டுமென்றிருந்த ஒரு காரியத்தை அதுவும் அவனைச் செய்ய விரட்டுவது போலிருந்தது.

ரகுநாதன் ஒரு இருப்புப்பாதைமீது கழுத்தை வைத்துப் படுத்துக்கொண்டான். படுத்தபடியே ரயில் நிலையத்தின் திசையில் பார்த்தான். பிரகாசமான விளக்கு ஒன்று தூரத்தில் அவனை நோக்கி மெதுவாக வந்துகொண்டிருந்தது. ரயில் அப்போதுதான் நிலையத்தை விட்டுக் கிளம்பியிருக்க வேண்டும். ரகுநாதன் கண்களை அழுத்தி மூடிக்கொண்டான். அதிகமாகப் போனால் இன்னும் ஒரு நிமிடம் அவன் உயிரோடிருப்பான். இன்னும் ஒரே ஒரு நிமிடம். அந்த ரயிலின் முதல் சக்கரமே அவன் கழுத்தைத் துண்டித்துவிடும். அவனுக்கிருக்கும் ஒரு நிமிடத்தில் அவன் செய்ய வேண்டியது எதாவது பாக்கியிருக்கிறதா?

அவனுடைய தாயார் தகப்பனார் பற்றி அவனுக்கு நினைவு வந்தது. பாவம் அம்மா. அவன் இறந்து போனதை அறிந்து துடித்துப்போய்விடுவாள்; குடும்பமே அலறும். ஆனால் எல்லாருக்கும் அன்பும் சொந்தமும் பாராட்ட வேறு யாராவது இருந்தார்கள். அவனுக்குத்தான் யாருமில்லை. இந்திரா இல்லை, அவனுக்கு ஒன்றும் இல்லை.

இந்திரா! ரகுநாதனுக்கு இந்திராவை ஒருமுறை பார்த்து விட வேண்டும் போலிருந்தது. அவன் அவளைப் பார்த்து எத்தனையோ நாட்களாகிவிட்டன. அன்றொரு நாள் கண்ணாடியில் அவனுடைய முகத்தைக் கண்டு அவனே பயந்து போனதிலிருந்து அவன் பகல்பொழுதில் அவளுடைய தெருப் பக்கமே போகவில்லை: அவனுடைய முகம் அவ்வளவு மோசமாகப் போய்விட்டிருந்தது. ஆனால் சாவதற்குமுன் ஒரு தடவை அவளைப் பார்த்திருக்கலாம், தவறில்லை. ஏன், அந்த ஒரு இரவிலேயே பதிமூன்று முறை அவள் வீட்டைத் தாண்டிச் சென்றாகிவிட்டதே, ஒரு முறையாவது அவளைப் பார்க்க முடிந்ததா? ஒரு முறை? ஆமாம், நடுநிசியில் அவள் நடுத்தெருவில் வந்து நின்றுகொண்டிருப்பாளா? தற்கொலை என்றுதான் தீர்மானம் செய்தாகிவிட்டதே, வெளிச்சமிருக்கும்போதே அவளைப் பார்க்கப் பிரயத்தனம் செய்திருந்தால் என்ன? இப்போது முடியாதா? இந்த ஒரு நிமிடத்திற்குள் ஓடிப்போய் அவளைப் பார்த்துவிட்டு வர முடியாதா?

மின்சார ரயிலின் பிரகாசமான முகப்பு விளக்கு ரகுநாதனுடைய மூடியிருந்த கண்களையும் கூசவைத்தது. ஏராளமான கனத்தைச் சுமந்துகொண்டு அநேக ஜதை சக்கரங்கள் இருப்புப் பாதையில் உராய்ந்துகொண்டு வேகமாக உருண்டு வந்து கொண்டிருந்தன. இருப்புப் பாதையின் குறுக்கே படுத்துக் கொண்டிருந்த ரகுநாதனால் பூமி அதிருவதை உணர முடிந்தது. வந்துவிட்டது, ரயிலுடன் அவன் முடிவும் வந்துவிட்டது. இந்திராவைப் பார்க்க முடியாது. இனி முடியாது. எழுந்திருந்து ஓடுவதற்குக்கூட நேரம் இல்லை, வந்துவிட்டது. வந்துவிட்டது. தான் இப்படி இறந்துபோவது இந்திராவுக்குத் தெரியப்போவது கூடக் கிடையாது. அவளுக்கு என்ன தெரியும்? யாருக்குத் தான் என்ன தெரியும்? யாரிடம் அவன் எதைச் சொன்னான்? ஒன்றையும் சொல்லவில்லை. ஒருவேளை சொல்லியிருந்தால் ஏதாவது வழி புலப்பட்டிருக்குமோ? அவளுடைய அப்பாவும் அம்மாவும் அவனுடைய அப்பாவும் அம்மாவும் சம்மதித்து இருப்பார்களோ? வந்துவிட்டது. இன்னும் அருகில் வந்து விட்டது. கடைசி காலத்தில் கடவுளை நினை என்பார்கள்.

கடவுள் – கடவுளைப் பற்றி என்ன என்று நினைக்க வேண்டும்? இந்திரா வேண்டும். இதோ வந்தேவிட்டது. வெளிச்சத்தையும் பூமி அதிருவதையும் பொறுக்க முடியவில்லை. ஒரு கணத்திற்குப் பிறகு கழுத்து துண்டாகிவிடும் அப்புறம் உயிர்... இந்திரா, இந்திரா.

முதல் சக்கரம் தாண்டியாகிவிட்டது. இன்னும் எவ்வளவோ சக்கரங்கள் அவனைத் தாண்டிவிட்டன. இறந்தாகிவிட்டது. மரணம் வலிக்கவேயில்லை. மரணம் மிகவும் ஆனந்தமானது தான். ஆமாம், மரணத்திற்குப் பிறகு எப்படிக் காது கேட்க முடியும்? எல்லாம் முடியும். முன்பின் செத்திருந்தால்தானே சாவைப் பற்றித் தெரிவதற்கு.

இல்லை. ஏதோ தவறு இருக்கிறது. இதெல்லாம் உண்மையாக இருக்க முடியாது. காது கேட்கிறது. பூமி அதிருவதை உணர முடிகிறது. நினைவு நன்றாக இருக்கிறது. ஏதோ தவறு இருக்கிறது.

ரகுநாதன் கண்களைத் திறந்துகொண்டு பார்த்தான். வண்டிகள் ஒன்றடுத்து ஒன்றாக விரைந்தோடிக்கொண்டிருந்தன. அவனுக்கு ஒன்றும் புரியவில்லை. படுத்தவன் எழுந்து உட்கார்ந்துகொண்டான். இப்போது புரிந்துவிட்டது. மூன்று ஜதை இருப்புப் பாதைகளில் அவன் முதலாவதில் குறுக்கே படுத்திருந்தான். அந்த ரயில் இரண்டாவது பாதையில் ஓடிக்கொண்டிருந்தது. அவன் இறக்கவில்லை. அவனுக்கு இறப்பும் கிடையாது. இந்திராவும் கிடையாது. தற்கொலை செய்து கொள்ளக்கூட அவனுக்குத் தெரியவில்லை.

ரகுநாதனுக்கு அழுகை பீறிட்டு வந்தது. அவன் விம்மி விம்மி அழுதான். அவன் எதற்கும் அழுததில்லை. அவன் இறக்க முடியாமல் போனதற்குத்தான் அழுதான். அவனுக்குச் சிறிதுகூட வெட்கமாக இல்லை. வண்டிபோய் வெகுநேரம் வரை அவன் அழுதுகொண்டிருந்தான். அழுது ஓய்ந்த பிறகு ஆகாயத்தைப் பார்த்தவாறு உட்கார்ந்திருந்தான்.

இன்னொரு ரயில் வரப்போவதை அறிவிக்க மணி மீண்டும் ஒலிக்கத் தொடங்கியது. ஆனால் அவன் மறுபடியும் எந்த இருப்புப் பாதையிலும் படுத்துக்கொள்ள எத்தனிக்கவில்லை.

(1959)

அசோகமித்திரனின் நாவல்கள்
[காலச்சுவடு வெளியீடு]

18வது அட்சக்கோடு
(தமிழ் கிளாசிக் வரிசை)
ரூ. 280

தண்ணீர்
(தமிழ் கிளாசிக் வரிசை)
ரூ. 190

மானசரோவர்
(தமிழ் கிளாசிக் வரிசை)
ரூ. 275

கரைந்த நிழல்கள்
(தமிழ் கிளாசிக் வரிசை)
ரூ. 220

இன்று

ரூ. 125

ஒற்றன்!

ரூ. 240

ஆகாயத் தாமரை

ரூ. 200

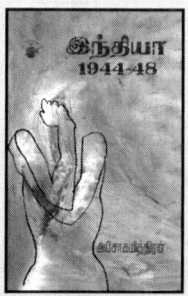

இந்தியா 1944−48

ரூ. 275

யுத்தங்களுக்கிடையில் . . .

ரூ. 140